திரேந்திர. கே. ஜா

இவர் ஓர் அனுபவமிக்க அரசியல் இதழியலாளர். தற்போது *ஸ்க்ரால்* என்கிற பத்திரிக்கையில் பணியாற்றுகிறார். 1949 டிசம்பர் 22ஆம் தேதி இரவில், இராமர் சிலையை பாபர் மசூதிக்குள் வைத்த நிகழ்வு குறித்து எழுதப்பட்ட *அயோத்தியா-தி டார்க் நைட்* என்கிற நூலின் இணையாசிரியர்.

# நிழல் இராணுவங்கள்

(இந்துத்துவாவின் உதிரி அமைப்புகளும் அடியாட்படைகளும்)

திரேந்திர கே.ஜா

தமிழில்
இ.பா. சிந்தன்

எதிர்
வெளியீடு

**நிழல் இராணுவங்கள்**
திரேந்திர கே. ஜா
தமிழில்: இ.பா. சிந்தன்

முதல் பதிப்பு: ஜூலை 2019
இரண்டாம் பதிப்பு: பிப்ரவரி 2021

எதிர் வெளியீடு,
96, நியூ ஸ்கீம் ரோடு, பொள்ளாச்சி – 642 002
தொலைபேசி: 04259 – 226012, 99425 11302

விலை: ரூ. 250

**Nizhal Raanuvangal**
Shadow Armies: Fringe Organaizations and foot Soldiers of Hindutva
Dhirendra K Jha

Copyright © Dhirendra K Jha
First Published in the English Language in India By Juggernaut Books 2017

Tamil Edition Copyright © with Ethir Veliyeedu.
Translated by: EP. Chinthan

First Edition: July 2019
Second Edition: February 2021

Published by
Ethir Veliyeedu, 96, New Scheme Road. Pollachi - 2
email: ethirveliyedu@gmail.com
www.ethirveliyeedu.com

Cover Design: Vijayan
ISBN : 978-93-87333-64-2
Printed at Jothy Enterprises, Chennai.

All rights reserved. No part of this book may be reprinted or reproduced or utilised in any form or by any electronic, mechanical or other means, now known or hereafter invented, including photocopying and recording, or in any information storage or retrieval system, without permission in writing from the Publisher.

## பொருளடக்கம்

முன்னுரை | 7

1. சனாதன் சன்ஸ்த்தா – பகுத்தறிவாளர்களை சுட்டது யார்? | 15
2. இந்து யுவ வாகினியும் – யோகி ஆதித்யநாத்தும் | 37
3. பஜ்ரங்தளம் – உடல்பலமும் அடிப்படைவாத இளைஞர்களும் | 59
4. ஸ்ரீராம் சேனா – இரவுவிடுதித் தாக்குதலும், லவ் ஜிகாத்தும் | 82
5. இந்து ஐக்கியவேதி – கேரளாவில் இந்து ஓட்டுகள் | 104
6. அபினவ் பாரத் – இந்துத் தீவிரவாத வலைப்பின்னல் | 125
7. போன்சாலா இராணுவப்பள்ளி – இராணுவ மயமாக்கப்படும் சிறுவர்கள் | 145
8. இராஷ்ட்ரிய சீக் சங்கத் – இந்துமயமாக்கப்படும் சீக்கியம் | 168

நன்றி | 189
குறிப்புகள் | 190

**இ.பா. சிந்தன்**

மென்பொருள் வல்லுனராகப் பணிபுரிந்துவரும் இ.பா.சிந்தன், சர்வதேச அரசியலில் கொண்ட ஆர்வத்தின் காரணமாக பல நாடுகளின் அரசியல் சூழல் குறித்து இணையத்திலும் பத்திரிகைகளிலும் தொடர்ந்து எழுதிவருகிறார். "அரசியல் பேசும் அயல்சினிமா", "பாலஸ்தீன வரலாறும் சினிமாவும்" என இதுவரை இரு நூல்களை எழுதியிருக்கிறார்.

# முன்னுரை

**க**டந்த முப்பதாண்டுகளில் இந்துத்துவ அரசியல் அதிசயிக்கத்தக்க வளர்ச்சியைக் கண்டிருக்கிறது. பாரதிய ஜனதா கட்சி மட்டுமல்லாமல், நிழல் இயக்கங்களாக இயங்கும் பல்வேறு விதமான இந்துத்துவா இயக்கங்களும் குறிப்பிடத்தக்க முன்னேற்றம் அடைந்திருக்கின்றன. இந்துக்கள் மட்டுமே இந்தியாவின் ஒற்றை தேசிய அடையாளம் என்பதை உறுதிசெய்வதையே ஒரே நோக்கமாகக் கொண்டு அவ்வியக்கங்கள் அனைத்தும் இயக்கப்பட்டன. இப்படியான அரசியலை முன்னின்று வழிநடத்திச் செல்வது, இந்தியா முழுக்க பரவியுள்ள இராஷ்ட்ரிய ஸ்வயம் சேவக் (ஆர்எஸ்எஸ்) என்கிற ஆதிக்கமனோபாவ இந்துக்களைக் கொண்டிருக்கும் இயக்கம்தான். 1925இல் உருவாக்கப்பட்டிருந்தும், இதுவரையில் இந்தியாவின் எந்தவொரு சட்டத்தின் கீழும் எங்கேயும் பதிவுசெய்யப்படாமலேயே அவ்வியக்கம் இயங்கிவருகிறது. பண்பாட்டு இயக்கமாக மட்டுமே தன்னை அறிவித்துக்கொண்ட போதிலும், அரசியல்தான் அதன் மையப்புள்ளியும் பிரதான நோக்கமுமாக இருந்துவருகிறது.

காலனிய பிரிட்டிஷ் இராணுவத்தைப் போன்றே சீருடை, ஆயுதப்பயிற்சி, ஆயுதமில்லாப் பயிற்சி போன்றவற்றோடு, பெனிட்டோ முசோலினி உருவாக்கிய இத்தாலிய பாசிச இயக்கங்களின் பாணியில் உருவாக்கப்பட்ட இயக்கம்தான் ஆர்எஸ்எஸ். இந்தியாவின் சுதந்திரத்திற்குப் பிறகு, பல்வேறு ஏற்ற இறங்கங்களை அவ்வியக்கம் கண்டிருக்கிறது. மகாத்மா காந்தி படுகொலை செய்யப்பட்டபின்னர் ஓராண்டும், 1970களில் அவசரநிலை அமலில் இருந்தபோது இரண்டாண்டுகளும், 1992இல் பாபர் மசூதி இடிக்கப்பட்டபோது கடைசியாக சில மாதங்களுமாக இதுவரை மூன்றுமுறை ஆர்எஸ்எஸ்

இயக்கம் தடைசெய்யப்பட்டிருக்கிறது. ஆனால் அதன் உறுப்பினர் எண்ணிக்கை மட்டும் உயர்ந்துகொண்டேதான் வந்திருக்கிறது.

ஆர்எஸ்எஸ்-இன் வலையமைப்பும் சீராகப் பெருகியிருக்கிறது. தற்போது முப்பதுக்கும் மேற்பட்ட துணை அமைப்புகளைக் கொண்டிருக்கிறது சங்பரிவார். அதன் தொழிற்சங்கப் அணியான பாரத மஜ்தூர் சங், மாணவர் அமைப்பான அகில பாரத வித்யார்த்தி பரிஷத் (ஏபிவிபி), அதிரடிக் கலாச்சார இயக்கமான விசுவ இந்து பரிக்ஷத் (விஹெச்பி), விஹெச்பியின் இளைஞர் அமைப்பான பஜ்ரங்தள் ஆகியவை பிரதான துணையமைப்புகளில் சில. ஆர்எஸ்எஸ் மற்றும் அதன் பல்வேறு துணையமைப்புகளை கூட்டாக சேர்த்து, ‘சங்பரிவார்’ அல்லது ‘சங் குடும்பம்’ என்றழைக்கப்படுகிறது. மலைவாழ் மக்கள் நலன், கல்வி, இந்துமதப் பிரச்சாரம் உள்ளிட்ட 1,50,000 த்திற்கும் மேற்பட்ட திட்டப்பணிகளை நாடு முழுவதிலும் சங்பரிவார் இயக்கங்கள் நடத்திக்கொண்டிருக்கின்றன. அவைதவிர அதிகமாகக் கேள்விப்பட்டிடாத அல்லது வெளியில் தெரியாத எண்ணற்ற திட்டப்பணிகளிலும் சங்பரிவார் ஈடுபட்டிருக்கிறது.

பாஜக மட்டும்தான் அதிகாரப்பூர்வமாக அரசியலில் ஈடுபடுவதற்காக உருவாக்கப்பட்ட ஆர்எஸ்எஸ்-இன் ஒரே அமைப்பு. ஆனால் நடைமுறையிலோ அதன் எல்லா துணையமைப்புகளும் இந்தியாவை இந்து இராஜ்ஜியமாக மாற்றுவதற்கான அரசியல் கருவிகளாகவே செயல்படுகின்றன. இந்துமதத்தைப் பாதுகாக்கிறோம் என்கிற போர்வையில் இதனைச் செய்கின்றன. ஆர்எஸ்எஸ்சையும் விஹெச்பியையும் பாஜகவின் மிகப்பெரிய நிழல் அமைப்புகள் எனக்கூறலாம். தேர்தலில் போட்டியிடுவதைத் தவிர, ஒரு அரசியல் கட்சி செய்யும் அனைத்தையும் அவ்வமைப்புகள் செய்கின்றன. மக்களைத் திரட்டுவது, அரசியல் பிரிவினைகளை உண்டாக்குவதற்காக சிக்கல்களை வளர்த்தெடுப்பது, தேர்தலில் போட்டியிடுவதற்கான வேட்பாளர்களைத் தேர்வு செய்வதில் பங்காற்றுவது, வாக்குச்சாவடி அளவிலான பிரச்சாரங்களை ஒருங்கிணைப்பது போன்ற அனைத்திலும் அவ்வமைப்புகள் ஈடுபடுகின்றன. இந்நூலுக்கான ஆய்வினை நடத்திக்கொண்டிருந்தபோது, இந்தியா முழுக்க எங்கும் பரந்துவிரிந்திருக்கும் இவ்வமைப்புகளைக் கண்டு அதிர்ச்சியடையத்தான் செய்தேன். நேரடியாகவோ அல்லது மறைமுகமாகவோ சங்பரிவாரின் பாதிப்பும் செல்வாக்கும், நான் ஆய்வு செய்த எல்லா இயக்கங்களிலும் பரவியிருந்ததை கண்கூடாகக் காணமுடிந்தது.

வெளிப்படையான அரசியலில் ஆர்எஸ்எஸ் பங்குகொள்வதில்லை என்றாலும், பாஜவின் தாய் அமைப்பாக செயல்பட்டு அதற்கு எல்லாவிதத்திலும் உதவிவருகிறது. அரசியல் உத்திகளையும், சிந்தாந்த வழிகாட்டலையும், ஊழியர்களையும் தலைவர்களையும் பாஜக உள்ளிட இதர துணையமைப்புகளுக்கு வழங்குவது ஆர்எஸ்எஸ்தான். அதுமட்டுமில்லாமல், நேரடியாகவோ அல்லது அதன் துணையமைப்புகளின் மூலமாகவோ ஏராளமான வகுப்புவாதக் கொந்தளிப்புகளிலும் ஆர்எஸ்எஸ் அமைப்புக்கு தொடர்பு இருக்கும். சிறுபான்மையினர் மீது நடத்தப்படும் அப்படியான தாக்குதல்களின் மூலமாக மக்களிடையே பிரிவினையை ஏற்படுத்தி இந்துத்துவ அரசியலின் வளர்ச்சிக்கு பயன்படுத்தப்படுகிறது.

இவையனைத்தும் நமக்கு எளிதில் விளங்கிவிடாத வகையிலேயே செய்யப்படுகின்றன. இப்படியான வெளிப்படைத்தன்மையற்ற குழப்பமான செயல்பாடுகளை சங்பரிவாரின் அனைத்து இயக்கங்களிலும் காணலாம். ஆர்எஸ்எஸ்-க்கும் பாஜகவுக்கும் இடையிலான உறவு, பாஜகவுக்கும் விஹெச்பிக்கும் இடையிலான உறவு, விஹெச்பி மற்றும் பஜ்ரங்தள் இயக்கத்துக்கும் இடையிலான உறவு, பாஜகவுக்கும் இந்து ஐக்கிய வேதி (ஹெச்ஏவி) இயக்கத்துக்கும் இடையிலான உறவு, பாஜகவுக்கும் இராஷ்ட்ரிய சீக் சங்கத் இயக்கத்துக்கும் இடையிலான உறவு, ஆர்எஸ்எஸ்-க்கும் போன்சாலா இராணுவப்பள்ளிக்கும் இடையிலான உறவு - என அனைத்திலும் ஒரு தெளிவற்றத்தன்மை இருப்பதைக் காணலாம்.

எப்போதெல்லாம் (சங்பரிவாரின்) துணையமைப்புகள் ஏதாவது சர்ச்சையை உருவாக்குகின்றனவோ, அப்போதெல்லாம் ‘அவை உதிரி அமைப்புகள்’ என்று ஆர்எஸ்எஸ்-சும் பாஜகவும் அவ்வியக்கங்களை பெரிதாகக் கண்டுகொள்ளாததைப்போல உடனடியாக முத்திரைகுத்திடுவார்கள். ஆனால் உண்மையில், அவையனைத்தும் சங்பரிவாரின் அங்கமாக இருக்கும் அமைப்புகள்தான். முன்னொரு காலத்தில் பாஜகவும் ஆர்எஸ்எஸ்-சும் நேரடியாக செய்யவேண்டியிருந்த கீழ்த்தரமான வேலைகளெல்லாம், தற்போது இப்படியான உதிரியமைப்புகளைக் கொண்டு செய்யப்படுகின்றன. சமூகத்தில் பிரிவினைவாதக் கருத்துக்களை உருவாக்கி பிரித்தாளும் உத்தியைக் கையாள்வதற்குத் தேவையான இழிசெயல்களை செய்வதற்காகவே இந்த ‘உதிரி அமைப்புகள்’ பயன்படுத்தப்படுகின்றன.

ஆர்எஸ்எஸ்-சால் உருவாக்கப்பட்டாலும், அதன் கட்டுப்பாட்டிலும் இல்லாததைப் போல சில உதிரி அமைப்புகள் இருக்கின்றன.

அதனாலேயே சங்பரிவாரின் ஆதிக்க வரம்புக்குள் அவ்வமைப்புகள் இல்லாததைப் போன்ற தோற்றமும் இருக்கும். சனாதன் சன்ஸ்த்தா, இந்து யுவ வாகினி, ஸ்ரீராம் சேனா, அபினவ் பாரத் போன்ற இயக்கங்கள் அவற்றுள் பிரதானமான உதிரி அமைப்புகள் ஆகும். ஆனால் உண்மையில் அவை தன்னிச்சையாக செயல்படுவதற்கான முழு அதிகாரமும் பெற்றவையல்ல. அவற்றில் பெரும்பாலானவை, சங்பரிவாரின் சிந்தாந்தங்களைப் பின்பற்றும் தொப்புள் கொடி உறவினைக்கொண்ட இயக்கங்கள்தான். ஆர்எஸ்எஸ் மற்றும் சங்பரிவாரின் நேரடித் துணையமைப்புகளைப் போலவே, வி.டி.சாவர்க்கர் எழுதிய *'இந்துத்துவா: இந்து என்பவர் யார்?'* என்கிற நூலிலிருந்துதான் தங்களது தத்துவார்த்தக் கொள்கைகளை வகுத்துக்கொண்டதாக உதிரி அமைப்புகள் அனைத்தும் கூறுகின்றன.

இந்துத்துவா என்கிற கொள்கைதான் இந்து என்கிற அடையாளத்தைத் தருகிறதேயன்றி, இந்துமதமல்ல என்பதை 1923இல் சாவர்க்கர் எழுதிய அந்நூலில் குறிப்பிட்டிருக்கிறார். பெருமைமிக்க வேதகாலத்து மக்களின் இனவாரிசாகப் பிறந்து, பாரதத்தை தனது புனிதபூமியாகக் கருதி, இந்து கலாச்சாரத்தை ஏற்றுக்கொண்ட ஒருவரே இந்து என்றழைக்கப்படுவார் என்பது சாவர்க்கரின் கருத்து. நடைமுறையில் வேறுவேறு விதமான வார்த்தைகளில் தங்களை முன்னிறுத்திக்கொண்டாலும், இந்துத்துவாவையும் இந்துமதத்தையும் ஒன்றாகப் பிணைத்து, முஸ்லிம்கள், கிருத்துவர்கள் மற்றும் சீக்கியர்கள் உள்ளிட்ட சிறுபான்மை மதத்தினருக்கு எதிராக வெறுப்பை விதைக்கும் ஆர்எஸ்எஸ் மற்றும் அதன் துணையமைப்புகளைப் போலத்தான் அனைத்து உதிரி அமைப்புகளும் செயல்படுகின்றன.

அதிலும் குறிப்பாக இந்துக்களுக்கு அச்சுறுத்தலாக இருப்பது முஸ்லிம்கள்தான் என்று சித்தரிப்பதன்மூலம், அவர்களின் மீதான தாக்குதலை நியாயப்படுத்துவதுதான் இந்துத்துவ அரசியலில் ஈடுபட்டிருக்கும் இயக்கங்களின் ஒரே முக்கியமான வேலையாக இருக்கிறது. அவ்வியக்கங்களில் செயல்படுவோர் இதனை பொதுவெளியில் வெளிப்படையாக சொல்லாவிட்டாலும், அவர்களுடைய செயல்பாடுகள் அனைத்தும் இந்துக்களின் மத்தியில் ஒரு பொய்யான பயத்தை உருவாக்கி, அதனால் ஏற்படும் பிரிவினையைப் பயன்படுத்தி, இந்துத்துவாவை முன்னெடுக்கும் அரசியல் கட்சிக்கான ஓட்டுக்களாக மாற்றுவதே அவர்களது ஒரே நோக்கமாகும்.

முஸ்லிம்களோடு மோதல் போக்கினை கடைபிடிக்கும் அதேவேளையில், சீக்கியர்களை தங்களோடு இணைத்துக்கொள்ளும்

மாறுபட்ட முறையினை இந்துத்துவ அரசியல் கையாள்கிறது. சீக்கியர்களின் அடையாளத்தை அழித்து, சீக்கியமதத்தை இந்து மதத்திற்குள் இழுத்துக்கொள்வதே சங்பரிவாரின் நோக்கமாக இருந்துவருகிறது. இந்து மதத்தின் அச்சுறுத்தலாக சீக்கிய மதத்தை இந்துத்துவா கருதவில்லை. எனினும், இந்துக்களிலிருந்து மாறுபட்டு தங்களுக்கென தனியான அடையாளம் இருக்கிறது என்பதை சீக்கியர்கள் வலியுறுத்தும்போதெல்லாம் இந்துத்துவாவின் கோபத்திற்கு ஆளாகவேண்டியதாகிறது.

சங்பரிவாரின் அங்கமாகவோ தனியாகவோ இயங்கும் உதிரி அமைப்புகளனைத்தும், உள்ளூர் அல்லது பிராந்திய அரசியலின் ஏற்றத்தாழ்வுகளினால்தான் உருவாகின்றன என்று மேலோட்டமாகப் பார்க்கையில் நமக்குத் தோன்றலாம். ஆனால், அவையனைத்துமே இந்துத்துவ அரசியலின் நோக்கங்களுக்காகவே உருவாக்கப்பட்ட வகுப்புவாத அமைப்புகள்தான் என்பது அவர்களை ஆழமாக ஆய்வுசெய்தால் விளங்கும். 1984இல் இரண்டே மக்களவைத் தொகுதிகளில் வெற்றிபெற்றிருந்த பாஜக, 2014இல் 282 தொகுதிகளில் வெற்றிபெற்று வளர்ந்திருக்கிறதென்றால், வெறுமனே பாஜக என்கிற ஒரேயொரு அரசியல் கட்சியால் மட்டுமே இது சாத்தியமாகிவிடவில்லை. எண்ணற்ற நிழல் இராணுவங்களும் அதனோடு இணைந்து பயணித்திருக்கின்றன என்பது குறிப்பிடத்தக்கது.

இருப்பினும் அத்தகைய உதிரி அமைப்புகளெல்லாம் எவ்வாறு உருவாகின்றன என்கிற இயக்கவியல் குறித்த விவரங்கள் பெரியளவில் வெளியாவதே இல்லை. அவை எவ்வாறு இயங்குகின்றன என்றும் மற்ற அரசியல் இயக்கங்களோடு எவ்வாறு இணைந்து செயல்படுகின்றன என்பது குறித்தும் நமக்கு சரியான புரிதல் இல்லை. அப்படியாக உருவாக்கப்படும் நிழல் அமைப்புகள் ஒவ்வொன்றும், வேறெந்த அமைப்பின் நேரடி நீட்சியாகவும் இருப்பதில்லை. ஒவ்வொரு அமைப்பும் தனக்கென தனியான அடையாளத்தைக் கொண்டிருக்கின்றன. அவ்வமைப்புகள் எப்போது உருவாக்கப்பட்டன, எப்படி உருவாக்கப்பட்டன, ஏன் உருவாக்கப்பட்டன என்கிற கேள்விகளுக்கான விடைகளைக் கண்டறியும் முயற்சியே இந்நூல்.

தங்களது சகோதர அமைப்புகளுக்கு ஆள்சேர்த்து பயிற்சிகொடுக்கும் இயக்கங்களாக மட்டுமே இதுபோன்ற உதிரி அமைப்புகள் இருந்துவருகின்றன என்றே நீண்டகாலமாக நினைத்திருந்தேன். நாடு முழுவதுமாக இயங்கிவரும் இந்துத்துவ இயக்கங்களான ஆர்எஸ்எஸ், பாஜக மற்றும் விஹெச்பி போன்றவற்றைப் பார்க்கிற

முன்னுரை | 11

அதே பார்வையுடன் இதர உதிரி அமைப்புகளையும் பார்த்ததே எனது எண்ணத்திற்கான காரணம். ஆனால் ஆய்வுக்காக அலைந்து திரிந்து பலதரப்பு மக்களோடு பேசத்துவங்கியபோதுதான், உதிரி அமைப்புகள் ஒவ்வொன்றும் ஒவ்வொருவிதமாக உருப்பெற்று வளர்கின்றன என்பதையும், அவற்றுக்கிடையேயும் தனித்தனியான பிரச்சனைகளும் முரண்பாடுகளும் இருக்கின்றன என்பதையும் அறியமுடிந்தது.

ஆய்வுக்காக நான் தேர்ந்தெடுத்த எட்டு இயக்கங்களில், சங்பரிவாரின் கீழ் நான்கு இயக்கங்களும், அதன் நேரடித்தொடர்பின்றி தனியாக இயங்கும் நான்கு இயக்கங்களும் இருக்கின்றன. முதலாவது பட்டியலில் பஜ்ரங்தள், இராஷ்ட்ரிய சீக் சங்கத், போன்சாலா இராணுவப்பள்ளி மற்றும் இந்து ஐக்கிய வேதி ஆகிய அமைப்புகளும், இரண்டாவது பட்டியலில் சனாதன் சன்ஸ்தா, இந்து யுவ வாகினி, ஸ்ரீராம் சேனா மற்றும் அபினவ் பாரத் ஆகிய அமைப்புகளும் அடங்கும்.

எனக்கு நன்கு பரிட்சயமான உத்திரப்பிரதேசம் மற்றும் பீகார் உள்ளிட்ட பகுதிகளிலிருந்து துவங்கி, இந்தியாவின் மேற்கு, மத்திய, தெற்கு மற்றும் கிழக்கு பகுதிகளில் ஆய்வுசெய்வதற்காகத் தேர்ந்தெடுத்த இயக்கங்களின் வரலாற்றுத்தடத்தைக் கண்டறிவதற்காக பயணம் மேற்கொண்டேன். நான் சந்தித்தவர்களில், சிலர் புத்திசாலிகளாகவும், சிலர் முட்டாள்களாகவும், சிலர் அரசியல் அரணைத் தேடும் குற்றவாளிகளாகவும் இருந்தனர். ஆனால் அவர்கள் அனைவருமே ஆவேசத்தோடும், வீரியத்தோடும், எதைச்செய்தாலும் தெரிந்தேதான் செய்கிறோம் என்கிற புரிதலோடுமே இருந்தனர். அவர்களின் கதையாடல்களின் மூலமாக, அவர்களுடைய இயக்கங்களின் வலைப்பின்னல் செயல்படும் விதத்தினையும் எனக்கு விளங்கவைத்தனர்.

இந்துத்துவா என்பது இந்துமதத்தைப் போல ஒரு மதமல்ல என்றும், இந்துதன்மைகொண்ட ஒரு கோட்பாடு என்றும் சாவர்க்கர் சொன்னதையே தங்களது மையக் கருத்தாக எப்போதும் சங்பரிவார் சொல்லிவந்திருக்கிறது. ஆனால் களத்தில் இது தலைகீழாக மடைமாற்றி புரிந்துகொள்ளப்படுவதற்கே அதிகமான வாய்ப்பிருக்கிறது. வெகுஜன மக்களை அணிதிரட்டுவதற்கும், ஓட்டுக்காக அவர்களிடையே பிரிவினையை ஏற்படுத்துவதற்கும் ‘இந்துமதம்’ என்பதுதான் பயன்படுத்தப்படுகிறது. பாஜக மற்றும் ஆர்எஸ்எஸ் அலுவலகத்தைவிட்டு வெளியே வரும்போதே,

இந்துத்துவா என்கிற சிந்தாந்த கட்டமைப்பு முற்றிலுமாக மறைந்துபோகிறது.

இதில் வேடிக்கை என்னவென்றால், சாதிய ஒடுக்குமுறையை அடிப்படையாகக் கொண்ட பிராமணிய தத்துவத்திற்காகத்தான் தங்களது சக்தியையெல்லாம் வீணாக்குகிறோம் என்பதை, இதுபோன்ற நிழல் இராணுவங்களுக்காக களத்தில் அடியாட்களாக செயல்படும் பிற்படுத்தப்பட்ட மற்றும் தாழ்த்தப்பட்ட சாதியைச் சேர்ந்த இளைஞர்கள் பெரும்பாலும் உணர்வதே இல்லை. அதே பிராமணிய இந்துமதம்தான் பல நூற்றாண்டுகளாக அம்மக்களை ஒடுக்கிவந்திருக்கிறது. அதனை எதிர்த்து கடுமையான போராட்டங்களை நடத்திய வரலாறும் ஒடுக்கப்பட்ட சாதி மக்களிடம் இருக்கிறது. வளர்ந்து வரும் வகுப்புவாத எண்ணங்களையும், 'நமக்கு அந்நியர்கள்' (இந்து விரோதிகள்) என்று மாற்று மதத்தவர்களை சித்தரிக்கும் விதமும் பிற்படுத்தப்பட்ட மற்றும் ஒடுக்கப்பட்ட சாதி இளைஞர்களின் கண்களை மறைத்துவிட்டிருக்கிறது. இந்துத்துவா என்கிற கொள்கைக்காக அயராது பாடுபடும் அவர்கள், வரலாறு நெடுகிலும் அவர்களை ஒடுக்கி ஆதிக்கம் செலுத்திவந்த பிராமணர்கள் மற்றும் இன்னபிற ஆதிக்க சாதியினரின் விருப்பத்திற்காகத்தான் உழைக்கிறார்கள் என்பதை உணராமல் இருக்கின்றனர்.

எப்போதாவது சிலசமயங்களில் உண்மை வெளியே தெரிந்துவிடுவதும் உண்டு. உதாரணத்திற்கு, இந்துத்துவ இயக்கங்களில் அதிகாரப்பகிர்வை செய்வதற்கு, சாதிப் படிநிலைகள் தடையாக இருப்பதைக் காணமுடியும். அதுவே சிலநேரங்களில் இயக்கத்திற்குள்ளே கிளர்ச்சி ஏற்படுவதற்கும், புதிய இயக்கங்கள் உருவாவதற்கும் காரணமாக இருக்கிறது. ஸ்ரீராம் சேனா என்கிற இயக்கமும் அப்படியாக உருவான ஒரு இயக்கம்தான். ஆனாலும் சித்தாந்த ரீதியான மாற்றினைத் தேடுவதற்கு பதிலாக, புதிய இந்துத்துவ இயக்கங்களை மட்டுமே உருவாக்குகிறார்கள்.

சமூக சீர்திருத்த இயக்கங்கள் மற்றும் பிராமணிய எதிர்ப்புத் தத்துவங்களின் போராட்டங்களினால் இழந்துகொண்டிருந்த தனது அதிகாரத்தை மீண்டும் கைப்பற்றுவதற்கான வாய்ப்பாக, 2014 மக்களவைத் தேர்தலிலும் அதனைத் தொடர்ந்து நடந்த பல மாநிலத் தேர்தல்களிலும் பாஜக பெற்ற வெற்றிகள் அமைந்திருக்கிறது. வன்முறை, வெறுப்புப் பேச்சு, பயங்கரவாதம் ஆகியவற்றை முதலீடாகக்கொண்டு, தேர்தல் வெற்றிகளையும், 'இந்து தேசியம்' என்ற அடைமொழியோடுகூடிய பிராமணிய இலட்சியத்திற்காகவும் இந்துத்துவாவின் நிழலுலக இயக்கங்கள்

எவ்வாறு உதவிசெய்துவருகின்றன என்பதை இனிவரும் பகுதிகளில் முன்வைக்கப்போகிறேன்.

**குறிப்பு:** உத்திரப்பிரதேசம், பீகார், ஒடிசா, மத்தியபிரதேசம், பஞ்சாப், குஜராத், மகாராஷ்டிரா, கோவா, கர்நாடகா மற்றும் கேரளா உள்ளிட்ட மாநிலங்களில் செய்யப்பட்ட கள ஆய்வின் அடிப்படையிலேயே இந்நூல் எழுதப்பட்டிருக்கிறது. டெல்லி, மும்பை, புனே, திருவனந்தபுரம், லக்னோ, கோரக்பூர் மற்றும் அமிர்தசரஸ் உள்ளிட்ட நகரங்களிலிருந்து தோண்டியெடுக்கப்பட்ட ஆவணங்களின் உதவியால், ஆய்வுக்கு எடுத்துக்கொண்ட இந்துத்துவ இயக்கங்களை வரலாற்றுரீதியாக புரிந்துகொள்ள முடிந்தது.

# சனாதன் சன்ஸ்த்தா-
# பகுத்தறிவாளர்களை சுட்டது யார்?

## I

பச்சைப் பசேலென இருக்கும் கோவாவின் கிராமமொன்றில் சீன அரண்மனை போன்ற முகப்புத் தோற்றத்துடனான ஒரு மாளிகையையும், அதன் வாசலில் இளநீலநிறத்தில் சீருடை அணிந்த காவலர்கள் நின்றுகொண்டிருப்பதையும் கற்பனை செய்து பாருங்கள்... சனாதன் சன்ஸ்த்தா என்கிற அமைப்பின் ஆசிரமம்தான் அது. தன்னைத்தானே கடவுள் என்று அறிவித்துக்கொண்டிருக்கும் ஜெயந்த் பாலாஜி அதாவ்லே அங்குதான் வசித்துவருகிறார். அதிசயித்துப் பார்க்கிறவகையில் கட்டப்பட்டிருக்கும் மூன்று மாடிக்கட்டிடம் அது. ஆனால் அதனைவிடவும், அக்கிராம மக்களின் வெறுப்பையும் கோபத்தையும் அதிகமாக சம்பாதித்த கட்டிடமாகவே அது இருக்கிறது.

ஒவ்வொருநாள் காலையிலும் நூற்றுக்கும் மேற்பட்ட இளவயது ஆண்களும் பெண்களுமாக சனாதன் சன்ஸ்த்தாவின் காவிச்சீருடையுடனும் நெற்றித்திலகத்துடனும் ஆசிரமத்திற்கு வருவார்கள். ஆசிரமத்தில் நிரந்தரமாகத் தங்கியிருக்கும் சீடர்களுடன், வெளியிலிருந்து வருபவர்களும் இணைந்து நாள்முழுக்க ஆசிரமத்தினுள்ளேயே இருப்பார்கள். மீண்டும் மாலையில் கிராமத்துக்கு வெளியே இருக்கும் அவரவர்களுக்கான தங்குமிடங்களுக்கு சென்றுவிடுவார்கள்.

ஆசிரமத்திற்கு எதிரே அகலமான வயல்வெளியும் அதனையொட்டி ஒரு சிறிய ஓடையும் இருக்கின்றன. அதுதான் கிராமத்தின் வடக்கு எல்லை. சமீபகாலத்திற்கு முன்புவரை அபரிமிதமான விளைச்சலை அவ்வயல்வெளி தந்துகொண்டிருந்தது.

ஆனால் 2008ஆம் ஆண்டின் பருவகாலக் காலைப்பொழுதொன்றில், ஓடையில் தண்ணீர் குறைந்து கடுமையான துர்நாற்றம் வீசியது. கிராம மக்கள் தங்களது வீடுகளைவிட்டு வெளியேவந்து பார்த்தபோது, அதிர்ச்சியடைந்தனர்.

*'அங்கிருந்து வந்த துர்நாற்றம் தாங்கிக்கொள்ளவே முடியாததாக இருந்தது. நீர்வற்றிய நிலமெங்கும் ஆயிரக்கணக்கான ஆணுறைகள் கொட்டிக்கிடந்தன. அங்கு வீசிய துர்நாற்றம் எங்களுக்கு நரகவேதனையைத் தந்தது. அதன்பின்னர் விவசாயிகள் யாரும் அவ்விடத்தை சுத்தம் செய்து மீண்டும் விவசாயம் செய்ய முயலவில்லை"*[1]

என்கிறார் அக்கிராமத்தின் மத்தியிலிருக்கும் இராம்நாத் கோவிலின் பூசாரியான பசந்த் பட். கிராம மக்கள் மிகவும் அருவருப்படைந்தனர். ஆணுறைகள் அங்கே எப்படி வந்தன என்பது மர்மமாக இருந்தபோதும், இயல்பாகவே சனாதன் சன்ஸ்த்தா ஆசிரமத்தின்மீதே சந்தேகம் மேலெழும்பியது.

அதாவ்லேவும் அவரது காவி ஆதரவாளர் கும்பலும் 2002இல் வந்ததுமுதலே அங்கு தொடர்ந்து பல்வேறு சர்ச்சைகளுக்குக் காரணமாக இருந்திருப்பதால், ஆணுறை விவகாரத்திற்கும் அவர்களே காரணமாக இருக்கக்கூடும் என்கிற முடிவுக்கு அக்கிராமத்து மக்கள் வரவேண்டியிருந்தது. தற்போது ஆசிரமம் இருக்கிற இராம்நாத் பகுதிக்கு வருவதற்கு இரண்டாண்டுகளுக்கு முன்னர், பார்வதிவடா என்கிற அருகாமை கிராமத்தில்தான் ஆசிரமம் கட்டுவதற்கு முயற்சித்தனர். ஆனால் அங்குள்ள மக்கள் ஆசிரமத்தின் வருகைக்கு கடுமையான எதிர்ப்பினைத் தெரிவித்தனர்.

*'பார்வதிவடாவில் கண்ட தோல்விக்குப்பின்னர்தான் இராம்நதி கிராமத்திற்கு வந்து வெற்றிகரமாக அவர்களது ஆசிரமத்தைக் கட்டியெழுப்பினர்'*

என்கிறார் பார்வதிவடாவில் குடியிருப்பவரும், முன்னாள் பஞ்சாயத்துத் தலைவருமான சேகர் நாயக். அவ்விரண்டு கிராமங்களும் அவர் தலைவராக இருந்த (2002-2004) பண்டோரா பஞ்சாயத்தின் கீழ்தான் வருகிறது.[2]

பாலியல் சர்ச்சைகளில் ஈடுபடுவதாக சனாதன் சன்ஸ்த்தா மீது இராம்நதி மக்களுக்கு சந்தேகங்கள் இருந்தபோதும், அதனை உறுதிசெய்வதற்கான போதிய ஆதாரங்கள் அவர்களிடம் இல்லை. ஆசிரமத்திற்கு எதிரே காணப்பட்ட ஆணுறைகளின் மூலமாக,

தங்களது சந்தேகத்தை அக்கிராம மக்கள் உறுதிசெய்துகொண்டனர். அக்குற்றச்சாட்டை சனாதன் சன்ஸ்த்தா மறுத்தது.

ஆணுறை விவகாரத்தினால் கிராமத்தில் சனாதன் சன்ஸ்த்தாவுக்கு நல்லபெயர் இல்லாத சூழலிருந்தது. 2009 அக்டோபர் 16ஆம் தேதி மாலையில், மடகாவ்னில் நிகழ்ந்த குண்டுவெடிப்புச் சம்பவத்திற்குப் பிறகு, கோவா காவல்துறையினர் அதிரடியாக சனாதன் சன்ஸ்த்தா ஆசிரமத்திற்குள் நுழைந்தனர்.

கோவாவில் வருடாவருடம் நடக்கும் மிகப்பிரபலமான நரகாசுர கொடும்பாவி அழிப்புப் போட்டியினை சனாதன் சன்ஸ்த்தா அமைப்பு (காவல்துறை ஆவணங்களின்படி) எதிர்த்தது. (பண்டிகை நாட்களிலும், நரகாசுரன் கொடும்பாவி அழிப்புப் போட்டியிலும் கிருஷ்ணரைவிட நரகாசுரனுக்கே அதிக முக்கியத்துவம் கொடுக்கப்படுவதாலேயே அதனை எதிர்ப்பதாக அவ்வமைப்பு தெரிவித்திருக்கிறது). 2009 அக்டோபர் 16 ஆம் தேதியன்று சன்ஸ்தா அமைப்பின் உறுப்பினர்களான மல்கொண்டா பட்டேல் மற்றும் யோகேஷ் நாயக் ஆகிய இருவரும், போட்டி நடக்கும் இடத்தில் வைப்பதற்காக வெடிகுண்டினை எடுத்துச் சென்றுகொண்டிருந்தனர். ஆனால், போகும்வழியிலேயே அவர்கள் எடுத்துச்சென்ற வெடிகுண்டு தவறுதலாக வெடித்ததில், அவ்விருவரும் இறந்துபோயினர்.[3]

> *‘நாங்கள் அதிர்ச்சியடைந்துவிட்டோம். அன்றே கிராமத்தினர் சிலருடைய ஒருங்கிணைப்பில், ஜன் ஜக்ருதி மன்ச் என்ற மக்கள் நலச் சங்கமொன்று அமைக்கப்பட்டது. அதற்கு பசந்த் பட் என்பவர் தலைவராகவும், சேகர் நாயக் செயலாளராகவும் நியமிக்கப்பட்டனர். சனாதன் சன்ஸ்த்தாவை இராம்நதி கிராமத்திலிருந்தே விரட்டியடிப்பதுதான் அப்புதிய அமைப்பின் முக்கியமான நோக்கமாக தீர்மானிக்கப்பட்டது’*

என்கிறார் சமூக சேவகரும் இராம்நதியில் வசிப்பவருமான சௌரப் லோட்லிகர்.[4]

மறுநாளே ஒரு கூட்டத்திற்கு அப்புதிய சங்கம் அழைப்புவிடுத்தது. விரல்விட்டு எண்ணக்கூடிய அளவிலான மக்களே கலந்துகொண்டனர்.

> *‘ஆனால் நாங்கள் தொடர்ந்து இயங்கியதால் எங்களால் தாக்குப்பிடிக்க முடிந்தது. ஒவ்வொரு நாளும் எங்களோடு கொஞ்சம் கொஞ்சமாக சிலர் இணையத்துவங்கினர். அதன்பிறகு அக்டோபர் 20ஆம் தேதி மீண்டுமொரு*

*பொதுக்கூட்டத்திற்கு அழைப்புவிடுத்தோம். அன்று கூட்டம் அலைமோதியது. இராம்நதியிலிருந்து மட்டுமில்லாமல், ஒட்டுமொத்த பொண்டா சுற்றுவட்டாரத்திலிருந்தும் மிகப்பெரிய எண்ணிக்கையிலான மக்கள் வந்திருந்தனர். முன்னூறு அல்லது நானூறு பேருக்கு மேல் நாங்களே எதிர்பார்க்கவில்லை. ஆனால் ஏறத்தாழ இரண்டாயிரம் பேர் கலந்துகொண்டனர். பின்னர் சனாதன் சன்ஸ்த்தாவுக்கு எதிரான ஒரு ஊர்வலத்தையும் நடத்தினோம். அதிலும் பெரும்திரளாக மக்கள் கலந்துகொண்டனர்'*

என்கிறார் ஜன் ஜக்ருதி மன்ச் அமைப்பின் தலைவரான பசந்த் பட்.

இராம்நதியில் நடந்த ஆர்ப்பாட்டங்களும் போராட்டங்களும் சனாதன் சன்ஸ்த்தாவை கொஞ்ச காலத்திற்கு பின்வாங்க வைத்தன. உள்ளூர் பத்திரிக்கைகளும் அப்போராட்டங்களை விரிவாகப் பதிவுசெய்தன. அம்மக்களின் போராட்டங்கள் குறித்து, தினந்தோறும் இரண்டு அல்லது மூன்று செய்திகளாவது தொடர்ச்சியாகப் பலவாரங்களுக்கு வெளியாகிக் கொண்டிருந்தன. ஆனால் சனாதன் சன்ஸ்த்தா என்கிற அமைப்பின் தன்மையையும் (நோக்கத்தையும்) அதாவ்லேவின் பிரச்சாரத்தினுடைய அடிப்படை சாராம்சத்தையும் அச்செய்திகளெல்லாம் பெரியளவுக்கு எடுத்துரைக்கவில்லை.

## II

இராம்நதி மக்களுக்கு சன்ஸ்த்தா அமைப்பின்மீது வெறுப்பு இருந்தபோதிலும், அதனை பலமான அமைப்பாகவோ ஆபத்தான அமைப்பாகவோ அம்மக்கள் கருதியிருக்கவில்லை. ஆனால் மடகாவ்ன் குண்டுவெடிப்புக்குப் பின்னர்தான், கொடூரமான செயல்திட்டங்களை அமல்படுத்துவதற்காக எந்த எல்லைக்கும் போகிற அமைப்பு அது என்பதனை மக்கள் உணர்ந்தனர். மடகாவ்ன் குண்டுவெடிப்பைப் போன்று அதற்குமுன்னரே, பல்வேறு பயங்கரவாத நிகழ்வுகளில் சனாதன் சன்ஸ்தா அமைப்பும் அதன் உறுப்பினர்களும் ஈடுபட்டிருக்கிறார்கள் என்பதுகூட அக்கிராம மக்களுக்கு அப்போது தெரிந்திருக்கவில்லை.

2008 ஆம் ஆண்டின் மத்தியிலேயே, தானே மற்றும் வஷி பகுதிகளில் குண்டுவெடிப்பு நிகழ்த்தியதற்காக, சன்ஸ்த்தாவின் உறுப்பினர்கள் பலரையும் மகாராஷ்டிர காவல்துறை கைது செய்தது. அதே ஆண்டு ஜூன் 4ஆம் தேதியன்று, தானேவிலுள்ள கட்காரி ரங்கயதன் அரங்கத்தின் வாகன நிறுத்துமிடத்தில் ஒரு குண்டுவெடித்ததில்

7 பேர் காயமடைந்தனர். இந்துக்கடவுள்களை அவமதிப்பதாகச் சொல்லி, அம்ஹி பச்புதே என்கிற மராத்திய நாடகத்தை எதிர்த்து விளம்பரத்திற்காக சன்ஸ்த்தா இயக்கத்தினர் போராடினர். அதற்கு சில நாட்களுக்கு முன்னர் (மே மாதம் 31ஆம் தேதி), வஷி என்கிற இடத்திலிருக்கும் விஷ்ணுதாஸ் பாவே அரங்கத்திலும் சக்திகுறைந்த குண்டு ஒன்று வெடித்தது. 2011 ஆகஸ்ட் மாதத்தில், அவ்விரண்டு குண்டுவெடிப்புகளுக்கும் காரணமான விக்ரம் பாவேவுக்கும் ரமேஷ் கட்காரிக்கும் (சனாதன் சன்ஸ்த்தா இயக்கத்தின் உறுப்பினர்கள்) பத்தாண்டுகள் கடுங்காவல் தண்டனை விதித்து மும்பை நீதிமன்றம் தீர்ப்பளித்திருந்தது.[5]

இவ்வழக்குகள் அனைத்திலும், குற்றவாளிகள் கைதுசெய்யப்பட்டதுமே, 'குற்றவாளிகளுக்கும் அமைப்புக்கும் தொடர்பில்லை' எனச்சொல்லி சனாதன் சன்ஸ்த்தா தட்டிக்கழித்தது. மடகாவ்ன் குண்டுவெடிப்பு விசாரணையில் அவ்வியக்கத்தின் உண்மையான முகத்தை ஆதாரத்துடன் வெளிக்கொண்டுவந்தபின்னரும், வழக்கம்போலவே குற்றத்தை மறுத்தது சனாதன் சன்ஸ்த்தா.

> *'தற்போது அவ்வியக்கம் (சனாதன் சன்ஸ்த்தா) பயங்கரவாத இயக்கமாக வளர்ந்துகொண்டிருக்கிறது. அமைதியான மாநிலத்தில் அதனை மேலும் வளரவிட்டால், தேசத்தின் உயிர்களுக்கும் உடமைகளுக்கும் சொத்துக்களுக்கும் மதச்சார்பின்மைக்கும் மிகப்பெரிய ஆபத்து'*[6]

என்று 2010இல் கோவா காவல்துறையினர் தயாரித்த அறிக்கையில் கூறப்பட்டிருக்கிறது.

அவ்வறிக்கையை அடிப்படையாகக்கொண்டு, ஆயிரம் பக்க ஆவணமொன்றை மகாராஷ்டிர மாநிலத்தின் பயங்கரவாத தடுப்புப்படையினர் தயாரித்தனர். அதனை மத்திய உள்துறை அமைச்சகத்தில் சமர்ப்பித்து, சனாதன் சன்ஸ்த்தா இயக்கத்தை தடைசெய்யவும் கோரப்பட்டது. மத்திய, மாநில அரசுகளுக்கிடையே உருவான கருத்துவேறுபாடுகளின் காரணமாக, ஒட்டுமொத்த முயற்சியுமே வீணாகிப்போனது மட்டுமல்லாமல், சனாதன் சன்ஸ்த்தா மீது எவ்வித நடவடிக்கையும் எடுக்கப்படவில்லை.

இவ்விவகாரத்தில், மகாராஷ்டிரா மாநிலத்தின் முதல்வராக இருந்த (காங்கிரஸ் கட்சியைச் சேர்ந்த) பிரித்விராஜ் சவான் அதிக ஈடுபாடு செலுத்தவில்லையா, அல்லது சனாதன் சன்ஸ்த்தாவை தடை செய்வதற்கு மத்திய அமைச்சரான சுசில் குமார் சிண்டே

அஞ்சினாரா என்பது தெளிவாகத் தெரியவில்லை. நான்கு ஆண்டுகளுக்குப் பின்னர் (2015இல்), காங்கிரசுக்கு பதிலாக மத்தியிலும் மாநிலத்திலும் பாஜக ஆட்சிக்கு வந்தபின்னர், சனாதன் சன்ஸ்த்தாவை தடைசெய்யவேண்டி மீண்டும் பலத்த கோரிக்கைக்குரல் எழுந்தது. அப்போது, இவ்விவகாரத்தில் சரியான கவனம் செலுத்தாமல் போனது சவான்தான் (முன்னாள் மகாராஷ்டிர முதல்வர்) என்று சிண்டே குற்றஞ்சாட்டினார் (முன்னாள் மத்திய அமைச்சர்). அதற்கு பதிலளித்த சவான், *'கட்சியின் மூத்ததலைவராக அவர் தெரிவித்த கருத்தால் என் மனது புண்பட்டிருக்கிறது. அவருக்கு நான் எந்த பதிலும் சொல்வதாக இல்லை. ஆனால் அவரது கருத்து நகைப்புக்குறியதாகவே இருக்கிறது'* என்றார்.

அதிகாரப்பூர்வமாக, 1991 ஆம் ஆண்டு மும்பையில் 'சனாதன் பாரதீய சன்ஸ்கிருதி சன்ஸ்தா' என்ற பெயரில் ஒரு தொண்டு நிறுவனமாகத்தான் சனாதன் சன்ஸ்த்தா அமைப்பு ப்திவு செய்யப்பட்டது. சொற்பொழிவுகள், கருத்தரங்கங்கள், பயிற்சிப் பட்டறைகள் போன்றவற்றை நடத்துவதன்மூலம், 'ஆன்மீக அறிவியலை மக்களுக்கு கற்பிக்க'த்தான் இவ்வமைப்பு நிறுவப்பட்டதாக கூறப்பட்டது.[7] அமைப்பின் நான்கு அறங்காவலர்களில் ஒருவராக டாக்டர் ஜெயந்த் பாலாஜி அதாவ்லேவும் பதிவுப்படிவத்தில் கையெழுத்திட்டார். அவரது மனைவி டாக்டர் குந்தா ஜெயந்த் அதாவ்லே, அவரது சீடர்களான விஜய் நீல்கந்தா மற்றும் வினய் நீல்கந்தா பாவே உள்ளிட்ட மற்ற மூவரும் கைழுத்திட்டு அவ்வியக்கத்தை துவக்கினர்.

அதாவ்லேவுடைய தலைமையின் கீழ் பல்வேறு புதிய தன்னிச்சையான இயக்கங்கள் உருவாகிக்கொண்டிருந்தாலும், சன்ஸ்தாவுக்கும் அவற்றுக்கும் தொடர்பில்லை என்பதுபோன்ற பிம்பம் உருவாக்கப்பட்டது. சன்ஸ்த்தாவின் கட்டமைப்பு குறித்து பல குழப்பங்களை இது ஏற்படுத்தியது (அல்லது ஏற்படுத்தப்பட்டது). உதாரணத்திற்கு, பின்னாளில் சனாதன் சன்ஸ்த்தா என்கிற அமைப்பு, 'சனாதன் ஆசிரமம், இராம்நதி, பொண்டா, கோவா' என்ற முகவரியில் உருவாக்கப்பட்டது. மகாராஷ்டிராவின் பன்வேல் மற்றும் மேரஜ் ஆகிய இடங்களிலும் சன்ஸ்த்தாவின் ஆசிரமங்கள் அமைக்கப்பட்டபோதும், (ஒன்றுக்கு ஒன்று தொடர்பில்லாததைப் போல) புதிய அமைப்புகளாகவே பதிவு செய்யப்பட்டன. இந்து ஜனஜக்ருதி சமிதி அமைப்பு, தர்மசக்தி சேனா அமைப்பு, சனாதன் பிரபாத் பத்திரிக்கை போன்றவை உருவாக்கப்பட்டதும் அதே முறையைப் பின்பற்றித்தான்.

சன்ஸ்த்தா உள்ளிட்ட அதாவ்லேவின் அனைத்து சுயேட்சை அமைப்புகளும் ஆன்மீகத்திற்கென்றே உருவாக்கப்பட்ட மிக அரிதான அமைப்புகள் என்று வெளிக்காட்டிக்கொள்ளத் தேவையான அனைத்தையும் அவர்கள் செய்தனர். அதாவ்லேவின் சீடர்கள் (சாதகர்கள் மற்றும் சாதிகாக்கள்) தியானங்களையும் பிரார்த்தனைகளையும் தினமும் காலை 6 மணி முதல் 8 மணிவரையிலும் செய்து தங்களது நாளைத் துவங்குவர். பின்னர் சைவ சிற்றுண்டி உண்டுவிட்டு, சனாதன் பிராபத் பத்திரிக்கையைப் படிப்பர். அதன்மூலம் அதாவ்லே அவர்களோடு நேரடியாக உரையாடுவதாக நினைத்துக்கொள்வர். 2003ஆம் ஆண்டிலிருந்தே படுத்த படுக்கையாக இருக்கும் அதாவ்லே, தனக்கு மிகநெருக்கமாக இருக்கும் சீடர்களை மட்டும் நேரில் சந்திப்பார். அதன்பிறகு, ஆசிரமத்தின் வெவ்வேறு பகுதிகளில் பல்வேறு சேவைகளை (பணிகளை) சீடர்கள் செய்யத் துவங்குகின்றனர். (அதாவ்லேவின்) தெய்வீகக் கருத்துக்களை மராத்தி, ஆங்கிலம், இந்தி, கன்னடம் மற்றும் பல்வேறு மொழிகளில் மொழிபெயர்த்து வெளியிடும் பணிகளில் ஈடுபடுவது, சிலைகள் மற்றும் படங்களை வடிவமைப்பது, எட்டு மொழிகளில் பஞ்சாங்கம் தயாரிப்பது, தர்மா/கர்மா குறித்த குறும்படங்கள் தயாரிப்பது, சன்ஸ்த்தாவின் பல்வேறு இணையதளங்களை நிர்வகிப்பது, தர்மா/கர்மா குறித்து மக்களுக்குக் கற்பிப்பதற்கான பயிற்சிகளை பூசாரிகளுக்கு வழங்குவது போன்ற பல்வேறு பணிகளை சன்ஸ்த்தா ஆசிரமத்தின் சீடர்கள் செய்கின்றனர்.

சட்டவிரோத நடவடிக்கையில் ஈடுபடும்போது ஏதாவதொரு இயக்கம் கையும் களவுமாகப் பிடிபட்டுவிட்டால், அதனோடு அதாவ்லேவும் மாட்டிக்கொள்ளாமல் இருப்பதற்காகவே, மற்ற (பெரும்பாலான) இயக்கங்கள் சுயேட்சையான இயக்கங்களாகவே அடையாளப்படுத்தப்படுகின்றன. ஓரியக்கத்தின் கீழ் பல்வேறு கிளைகளை உருவாக்காமல், பல தனித்தனி அமைப்புகளாக உருவாக்கியதற்குப் பின்னர் இருக்கும் சட்ட ரீதியான அனுகூலங்கள்தான் காரணமென்பது எளிதில் புரிந்துகொள்ளக்கூடியதாகவே இருக்கிறது.

‘அதாவ்லேயிசம்’ என்பது இந்திய அரசியல் அரசியலமைப்புச் சட்டத்திற்கே நேரடியான சவாலாகக் காணப்படுகிறது.. அவரது ஆன்மீக போதனைகள் ஆபத்தில்லாதவை போன்றே தோன்றினாலும், அவரது அரசியல் போதனைகள் கேடு நிறைந்தவை. சனாதன் பிரபாத் பத்திரிக்கையின் பல பதிப்புகளில் ‘2023இல் இந்து இராஜ்ஜியத்தை’ அமைப்பதுதான் அமைப்பின்

இலக்கு என்று பிரகடனப்படுத்தப்பட்டிருக்கிறது. முஸ்லிம்கள், கிருத்துவர்கள், பகுத்தறிவாளர்கள் மற்றும் கம்யூனிஸ்ட்டுகளை தீயசக்திகள் என்று அதன் கட்டுரைகளிலும் தலைப்புகளிலும் தொடர்ச்சியாகத் தாக்கியவாறே எழுதப்பட்டு வருகிறது.

> *'ஒரேயொரு கொசுவைக் கொன்றதுமே வெற்றிபெற்றது போன்று உணர்கிறீர்களே, அப்படியென்றால் தீயசக்தியைக் கொன்றால் எப்படி உணர்வீர்கள்? என்று கற்பனை செய்துபாருங்கள்'* [8]

என்று 2007 வெளியான சனாதன் பிரபாத்தில் மேற்கோள்காட்டப்பட்டிருக்கிறது. 2008 ஆம் ஆண்டு பிப்ரவரி 29 ஆம் தேதியிட்ட சனாதன் பிராபத்தில், *'பேருந்துகளையும் தனியார் வாகனங்களையும் சேதப்படுத்தாதீர்கள். அதற்கு பதிலாக, ஆணவக்கார காவல்துறையினரை எதிர்கொள்ளும் மாவோயிஸ்டுகளைப் போல செயல்படுங்கள்'* என்று அதாவ்லேவின் சீடர்களுக்கு அறிவுறுத்தப்பட்டிருந்தது. அப்படியான நடவடிக்கைகளுக்கு பயிற்சி வகுப்புகள் நடத்துவதற்காகத் தொடர்புகொள்ளவேண்டிய ஒரு அலைபேசி எண்ணும் அப்பத்திரிக்கையில் குறிப்பிடப்பட்டிருந்தது.[9]

## III

அதாவ்லேவின் கொள்கைகள் பெரும்பாலான மக்களை அதிர்ச்சியடையச் செய்வதாகவும் பயமுறுத்துவதாகவும் இருந்தபோதிலும், இந்தியாவை இந்து இராஜ்ஜியமாக மாற்றிவிடலாம் என்ற ஆசையின் தூண்டுதலினாலேயே மேற்கு மகாராஷ்டிர ஆதிக்கசாதி இளைஞர்கள் அதிகமாக ஈர்க்கப்பட்டனர்.

1970களில் பிரிட்டனில், மனோவசிய மருத்துவராக தன்னுடைய வாழ்க்கையைத் துவங்கினார் அதாவ்லே. 1980களின் இறுதியில் மும்பையின் சியோன் (மேற்கு) பகுதியில் மனோவசிய மருத்துவமனை ஒன்றை ஆரம்பித்தார். அங்குதான் ஆன்மீக பயிற்சிப்பட்டறைகள் நடத்தத் துவங்கினார். அவரும், அவரது மனைவி குந்தா அதாவ்லேவும் பல்வேறு ஆன்மீகக் குருக்களோடு தொடர்பினை ஏற்படுத்திக்கொண்டு 'ஆன்மீக அறிவியல்' குறித்த சொற்பொழிவுகளை வழங்கத் துவங்கியதும் அதே காலகட்டத்தில் தான்.

1991இல் 'சனாதன் பாரதீய சன்ஸ்கிருதி சன்ஸ்த்தா' அமைப்பைத் துவங்கியதும், அவர் முன்னரே தொடர்பு ஏற்படுத்தி வைத்திருந்த

ஆன்மீக குருக்கள் மற்றும் குழுக்களுக்கு தியான வகுப்புகளை நடந்த ஆரம்பித்துவிட்டார். பல்வேறு மொழிகளில் ஏராளமான நூல்களையும் எழுதி வெளியிட்டார். கடவுளைக் கண்டறிந்து அடைவதும் அவரது உண்மைகளைத் தெரிந்துகொள்வதும்தான், ஒரு சாதகரின் (அதாவ்லேவை பின்பற்றுபவர்) தலையாய கடமை என்று தன்னுடைய நூல்களிலும் பிரசங்கங்களிலும் அழுத்தமாக எடுத்துரைத்தார். அதனை அடைவதற்கு, எவ்விதக்கேள்விகளும் கேட்காமல், ஒவ்வொரு சாதகரும் தன்னை முழுமையாக குருவிடம் அற்பணித்துவிடவேண்டும் என்றும் வலியுறுத்தினார். 'கடவுளின் இராஜ்ஜியத்தை' அமைத்து, தீயபழக்கங்கள், தீய அரசியல், தீய பொருளாதாரம், மற்றும் தீய கலாச்சாரத்தில் ஈடுபடுபவர்களையும், தவறாக வழிநடத்தப்பட்ட மதநம்பிக்கையாளர்களையும், தீயசக்திகளையும் இப்பூமியிலிருந்து அழிப்பதுதான், அவர் உருவாக்கிய அமைப்பின் நோக்கம் என்று அதாவ்லே பகிரங்கமாகவே அறிவித்தார்.

சன்ஸ்த்தாவின் 'தற்காப்புப் பயிற்சி'க்கான கையேடுகள், துப்பாக்கியால் சுடுவதையும் கற்றுக்கொடுக்கின்றன. சன்ஸ்த்தாவின் நூல்களையும் கையேடுகளையும் ஆய்வுசெய்து பார்க்கையில், 'தீயசக்திகள்' என்று அவர்கள் குறிப்பிடுவது பகுத்தறிவாளர்களையும், முஸ்லிம்களையும், கிருத்துவர்களையும், இந்துவிரோதிகளாக அறியப்பட்டவர்களையும்தான் என்பது தெளிவாகத் தெரிகிறது.

அதாவ்லே தொகுத்த கையேடுகளில் ஒன்றான 'சத்திரிய தர்ம சாதனா'வின்படி (சத்திரியர்களின் கடமைகளும் கர்மவிதிகளும்),

> *'கடவுகளை அடையவிரும்புபவர்களில் ஐந்து சதவீதமானோர் ஆயுதப் பயிற்சி எடுத்துக்கொள்ளவேண்டும். அவர்களுக்கான ஆயுதங்களை சரியான தருணத்தில் ஏதாவதொரு வழியில் கடவுள் வழங்குவார். ஒருவருக்கு துப்பாக்கியைப் பயன்படுத்தி சுடும் பழக்கமில்லை என்றாலும் பிரச்சனையில்லை. கடவுள் நாமத்தை சொல்லிக்கொண்டே துப்பாக்கியால் சுட்டால், கடவுளின் பெயரிலிருக்கும் இயற்கையான சக்தியால், நிச்சயமாக சரியான இலக்கை நோக்கித்தான் அக்குண்டு பாயும்'*

என்று குறிப்பிடப்பட்டிருக்கிறது.

1990களின் மத்தியில், கணிசமான சாதகர்கள் (சீடர்கள்) கிடைக்கப்பெற்றதும், சன்ஸ்த்தா இயக்கத்தின் பயிற்சிமுகாம்களுக்கும் சத்சங்கத்திற்கும் (ஆன்மீக குருவுடன் இணைந்து ஆத்மீகத்

தேடலுக்கான ஒன்றுகூடல்) முறையான பாடத்திட்டத்தை அதாவ்லே வகுத்தார். அப்படியாக அவரிடம் பயிற்சிபெறுகிற சாதகர்கள், பல்வேறு புதிய பகுதிகளுக்கு பயணம் செய்து, அதேபோன்ற பயிற்சிமுகாம்களையும் சத்சங்குகளையும் நடத்தினர். அப்பயிற்சி முகாம்களில், தங்களது அனுபவங்களை வெளிப்படையாக தெரிவிப்பதற்கு அனைவரும் ஊக்குவிப்படுவார்கள். அவற்றில் சிறப்பான அனுபவங்கள் குரு அதாவ்லேவுக்கு அனுப்பிவைக்கப்பட்டு, அதற்கான அவருடைய விளக்கங்களுடன் 'சனாதன் பிரபாத்' பத்திரிக்கையில் வெளியிடப்படும். அதோடு, மதம் குறித்தும் தேசம் குறித்தும் பல்வேறு தலைப்பிலான கேள்விபதில்களும் அப்பத்திரிக்கையில் வெளியிடப்படும். ஒவ்வொரு சாதகரும் அன்றாடக் கடமைகளில் ஒன்றாக, சனாதன் பிரபாத் பத்திரிக்கையை தினந்தோறும் படிக்கவேண்டும். இதுவும் சத்திரிய சாதனாவில் ஒன்றாகக் கருதப்படுகிறது.

கடவுளின் அவதாரமாகத் தன்னை அறிவித்துக்கொண்ட அதாவ்லே, மற்ற சாதகர்களின் வளர்ச்சியினைக் கணக்கிட மதிப்பெண் முறையை அறிமுகப்படுத்தினார். 80 சதவீதத்திற்கும் அதிகமாக மதிப்பெண்கள் வாங்கும் சாதகர், புனிதமடைந்தவராக (சந்த்/ஞானி/குரு) சன்ஸ்த்தா அமைப்பில் தரம் உயர்த்தப்படுவார். ஒருவர் 80 சதவீதத்தை கடந்துவிட்டாரா இல்லையா என்பதை அதாவ்லே மட்டுமே முடிவுசெய்வார். புனிதமடைந்தவர் ஆவதினால், சமூகத்தில் உயர்ந்த மரியாதையும் ஏராளமான சலுகைகளும் கிடைக்கும். 'ஹிஸ் ஹோலினஸ்' (சுருக்கமாக ஹெச்ஹெச்) என்று பெயருடன் இணைத்துக்கொள்ளலாம். அவர்கள், அதாவ்லேவை பின்பற்றும் அனைவராலும் பெரிய மரியாதையோடும் பார்க்கப்படுவார்கள். சனாதன் பிரபாத் பத்திரிக்கையிலும் அவர்களது பதவியுயர்வு அறிவிக்கப்படும். புனிதத்துறவி பட்டம் பெறுவதென்பது, ஒவ்வொரு சாதக-சாதகிகளின் மிகப்பெரிய கனவு. ஏனெனில் அவர்களைத் தளபதிகளாகக்கொண்டுதான் கடவுளின் இராஜ்ஜியத்தை அமைக்கப்போவதாகக் கூறியிருக்கிறார் அதாவ்லே.

அதாவ்லேவும், குரு என்ற நிலையிலிருந்து கடவுள் என்ற நிலைக்கு தன்னை உயர்த்திக்கொள்ள தனிப்பயிற்சி எடுத்துக்கொண்டதாகத் தெரிகிறது. சில ஆண்டுகளாகவே அவரது உடலில் ஏற்பட்ட தெய்வீக மாற்றங்களின் காரணமாகவே அது சாத்தியமானதாம். கடவுளாக அவர் மாறிய அதிசய நிகழ்வினை சன்ஸ்த்தாவின் இணையதளங்களும் வலைத்தளங்களும் 2015இல் அறிவித்தன.

> *'தெய்வீகத்தன்மையின் ஒட்டுமொத்த வெளிப்பாட்டினாலும் ஆன்மீக சக்தியின் தாக்கத்தினாலும், கடந்த சில*

*ஆண்டுகளாகவே (ஹிஸ் ஹைனஸ்) டாக்டர் அதாவ்லேவின் உடலில் பல மாற்றங்கள் ஏற்பட்டு வந்திருக்கின்றன'*

என்று சனாதன் சன்ஸ்த்தா இணையதளங்களில் தெரிவிக்கப்பட்டிருப்பதாக 2015 ஆம் ஆண்டு செப்டம்பர் மாத இந்தியன் எக்ஸ்பிரசில் குறிப்பிடப்பட்டிருக்கிறது.[10] தங்க நிறமாக மாறிய அவரது முடி, அவரது உடம்பிலிருந்து உதிர்ந்து விழும் ஆன்மீகத் துகள்கள், அவரது நகங்களிலும் நெற்றியிலும் நாக்கிலும் தோன்றும் ஓம் என்கிற குறியீடு, அவரது உடம்பிலிருந்து வெளிப்படும் பல்வேறுவிதமான வாசனைகள் ஆகியவற்றை அதாவ்லேவின் உடலில் ஏற்பட்ட மாற்றங்களாக சனாதன் சன்ஸ்த்தா இணையதளங்கள் பட்டியலிட்டிருக்கின்றன.[11] சன்ஸ்த்தாவின் ஒரு வலைப்பதிவில் அவர் 'கடவுள்' ஆகிவிட்டார் என்றே குறிப்பிடப்பட்டிருக்கிறது.

*'இந்து தேசத்தை உருவாக்கும் உயரிய இலட்சியத்திற்காக இரவுபகலாகப் பாடுபடும் குரு (டாக்டர்) அதாவ்லே, கடவுளின் உருவமாகிவிட்டார். [...] அதாவ்லேதான் மகாவிஷ்ணுவின் அவதாரம் என்று மகரிஷிக்கள் அறிவித்துவிட்டனர். அவருடைய உடலில் ஏற்பட்ட ஆன்மீக மாற்றங்களும், காணப்படுகிற தெய்வீகக் குறியீடுகளும், அவர் ஒரு சாதாரண மனிதரல்ல என்பதையும், அவரே 'கடவுள்' என்பதையும் உறுதிசெய்கின்றன.'*[12]

இதுபோன்ற நம்பிக்கைகளினாலும் மதக்கோட்பாடுகளினாலும், அதிதீவிர மூடநம்பிக்கைகளை பரப்புகிற அமைப்பாகவும் பாலியல் கூடாரமாகவுமே சனாதன் சன்ஸ்த்தா இருக்கிறது என்கிற விமர்சனம் தொடர்ந்து வைக்கப்பட்டுவருகிறது. அதனை கடுமையான முயற்சிகள் எடுத்து அதாவ்லேவின் சாதகர்கள் மறுத்தும் வருகிறார்கள்.

முற்போக்கு இயக்கங்களின் பாரம்பரியத்தைக் கொண்ட மாநிலம் என்பதால், துவக்கம் முதலே பகுத்தறிவாளர்களோடுடனான மோதலை மகாராஷ்டிராவில் சனாதன் சன்ஸ்த்தா துவக்கிவிட்டிருந்தது. அதாவ்லேவும் அவரது சனாதன் சன்ஸ்த்தா உள்ளிட்ட பழமைவாத பிற்போக்கு இயக்கங்களும் ஏமாற்று வித்தைகளின் மூலமாக மூடநம்பிக்கைகளை விதைத்தனர். அதற்கு எதிராக பகுத்தறிவாளர்கள் கேள்விகளை எழுப்பிக்கொண்டே இருந்தனர். இருவருக்கும் இடையிலான பகைமை வளரத்துவங்கியதும், பகுத்தறிவாளர்கள் நடத்தும் நிகழ்ச்சிகளையும் பயிற்சிப்பட்டறைகளையும் தாக்குவதை சனாதன்

சன்ஸ்தா வாடிக்கையாக்கிவிட்டது. அதேபோன்று, சாதகர்களின் 'அற்புத'ங்களை பொதுவெளியில் நிகழ்த்திக்காட்டுமாறு சன்ஸ்தா இயக்கத்தினருக்கு பகுத்தறிவாளர்களும் சவால்விட்டனர். இப்படியாக ஆரம்பத்திலேயே இருபிரிவினருக்கும் மோதல் போக்கு துவங்கிவிட்டது. அதுவே, ஆபத்தான விளைவை நோக்கியும் நகர்ந்தது.

## IV

*2013*இல் மகாராஷ்டிராவையும் கர்நாடகாவையும் உலுக்கிய கொடூரமான கொலைகளைத் தொடர்ந்து சனாதன் சன்ஸ்தாவின் சாதகர்கள் கைதுசெய்யப்பட்டனர். முதலாவதாகக் கொல்லப்பட்டவர் மகாராஷ்டிர பகுத்தறிவு இயக்கங்களில் பிரபலமாக அறியப்பட்டவரான டாக்டர் நரேந்திர தபோல்கர். அதாவ்லேவின் முதல் இயக்கமான சனாதன் பாரதீய சன்ஸ்கிருதி சன்ஸ்த்தா துவங்கப்படுவதற்கு சிறிதுகாலத்திற்கு முன்னர் *(1989)*, மகாராஷ்டிர அந்தஷ்ரத்தா நிர்மூலன் சமிதி (மன்ஸ்) என்கிற இயக்கத்தைத் துவங்கினார் தபோல்கர். இரு இயக்கங்களின் வளர்ச்சியும் அவர்களுக்கு இடையிலான மோதலும் ஒருங்கே நடந்தது. மருத்துவராக பணிசெய்துகொண்டிருந்த தபோல்கரும் அவரது மன்ஸ் இயக்கமும் மூடநம்பிக்கைகளுக்கு எதிரான சட்டத்தின் முன்வரைவுக்கு மிக முக்கியப் பங்காற்றினர். ஆனால், அச்சட்டத்தை *10* ஆண்டுகளுக்கும் மேலாக மாநில அரசு கிடப்பில் போட்டிருந்தது.

> *'பகுத்தறிவையும் அறிவியல்பூர்வமான வாழ்க்கையையும் பரப்புவதே தபோல்கரின் ஒட்டுமொத்த முயற்சிகளின் மையப் புள்ளி. ஒருவரின் அறியாமையினால் பின்பற்றப்படும் மூடநம்பிக்கைகளின் பின்னுள்ள தந்திரத்தையும் உண்மையையும் எடுத்துரைத்தாலே, எளிதில் அவற்றை முற்றிலுமாக ஒழித்துவிடலாம் என்ற நம்பிக்கையோடு இருந்தார் தபோல்கர்.'*

என்கிறார் 'அந்தஷ்ரத்த நிர்மூலன் வர்தபத்ரா'வின் (மன்ஸ் இயக்கத்தின் பத்திரிக்கை) நிர்வாக இயக்குநரான ராகுல் தோரத்.[13]

*1999*இல் மூடநம்பிக்கை எதிர்ப்பு மசோதாவிற்கான வரைவு ஒன்றினை தபோல்கர் தயாரித்தார். அம்மசோதா இயற்றப்படுதற்காக, அவர் இடைவிடாத பிரச்சாரத்தைத் துவங்கினார். ஆர்ப்பாட்டங்கள், சிறைநிரப்பும் போராட்டங்கள், ஏராளமானோர் ஒரேநேரத்தில்

அரசுக்கு கடிதமெழுதும் கூட்டுக்கடிதப் போராட்டங்கள் என பல்வேறு வகையான அமைதிவழி அகிம்சைப் போராட்ட முறைகளின் மூலமாக அரசுக்கு அழுத்தம் கொடுத்தார் தபோல்கர்.

அம்மசோதாவை எதிர்த்து சனாதன் சன்ஸ்த்தாவும் பிரச்சாரம் செய்தது. மூடநம்பிக்கை எதிர்ப்பு மசோதா நிறைவேற்றப்பட்டால், இந்துக்களால் தங்கள் வீட்டுக்குள்ளேயேகூட கடவுள் வழிபாடு செய்யமுடியாமல் போகும் என்று மக்களிடையே பொய்ப்பிரச்சாரம் மேற்கொண்டது. சிவசேனா, பாஜக மற்றும் ஏராளமான இந்துத்துவ குழுக்கள், சன்ஸ்த்தாவுடன் இணைந்து அம்மசோதாவை எதிர்த்தன.

மூடநம்பிக்கை எதிர்ப்பு மசோதாவுக்கான பிரச்சாரங்களில் மன்ஸ் இயக்கம் மிகத்தீவிரமாக ஈடுபட்டுக்கொண்டிருந்த காலகட்டத்தில், 2013 ஆம் ஆண்டு ஆகஸ்ட் 13 ஆம் தேதியன்று, காலை நடைபயிற்சியில் ஓம்கரேஷ்வரர் கோவிலுக்கு அருகே நடந்துகொண்டிருந்தபோது, தபோல்கரை துப்பாக்கியால் இருவர் சுட்டனர். இலக்கை சரியாகத் தாக்கும் அளவிலான தூரத்திலிருந்து சுட்டுவிட்டு, அருகில் நிறுத்தப்பட்டிருந்த இருசக்கர வாகனத்திலேறி அடையாளம் தெரியாத இருவரும் தப்பிவிட்டனர். தபோல்கர் மீது சுடப்பட்ட குண்டுகளில் ஒன்று அவரது தலையைப் பதம்பார்த்ததால், சம்பவ இடத்திலேயே உயிரிழந்தார். தன்னுடைய வாழ்க்கை முழுவதும் ஏராளமான அச்சுறுத்தல்களையும் தாக்குதல்களையும் எதிர்கொண்டிருந்தாலும், அவர் எப்போதும் காவல்துறையினரின் பாதுகாப்பைக் கோரியதுமில்லை, ஏற்றுக்கொண்டதுமில்லை.

> *‘என்னுடைய சொந்த நாட்டிலேயே எனது சொந்தமக்களிடமிருந்தே பாதுகாத்துக்கொள்ள எனக்கு காவல்துறை பாதுகாப்பு தேவைப்படுமானால், என்னிடமே ஏதோ தவறு இருக்கிறது என்றுதானே பொருள். இந்தியாவின் அரசியலமைப்புச் சட்டத்திற்கு உட்பட்டுதான் நான் போராடிக்கொண்டிருக்கிறேன். என்னுடைய போராட்டம் எல்லோருக்குமானதுதானே தவிர, எந்த தனிமனிதருக்கு எதிராகவும் இல்லை.’*

என்று ஒருமுறை கூறியிருந்தார் தபோல்கர்.

தபோல்கரின் கொலைக்குப் பின்னர் எழுந்த பரவலான கோபமே, மூடநம்பிக்கை எதிர்ப்பு மசோதாவில் கவனம் செலுத்துவதற்கு அரசை நிர்பந்தித்தது. தபோல்கர் கொல்லப்பட்டவுடனேயே, ஒரு அவசரச் சட்டம் பிறப்பிக்கப்பட்டது. பின்னர் அதே ஆண்டு டிசம்பர் மாதத்தில் ‘*மனித பலியீடுகள், மனிதத்தன்மையற்ற தீய*

*செயல்கள், சூனியங்கள், அகோரி நடைமுறைகள் ஆகியற்றை தடுப்பதற்கும் ஒழிப்பதற்குமான மகாராஷ்டிர சட்டமசோதா, 2013'* என்கிற பெயரில் மாநில அரசால் ஒரு சட்டம் நிறைவேற்றப்பட்டது. இருப்பினும், 1999இல் தபோல்கர் உருவாக்கிய அசல் வரைவு மசோதாவுடன் ஒப்பிடுகையில், இப்புதிய சட்டம் ஏறத்தாழ ஒரு கண்துடைப்பாகத்தான் உருவாக்கப்பட்டிருக்கிறது என்று பல பகுத்தறிவாளர்களும் கருத்து தெரிவித்தனர்.

சரியாக இரண்டாண்டுகளுக்குப் பின்னர், தபோல்கர் கொல்லப்பட்டதைப் போலவே, மற்றொரு முக்கியமான பகுத்தறிவாளரும் இந்திய கம்யூனிஸ்ட் கட்சியின் மூத்த தலைவருமான கோவிந்த பன்சாரேவும் கொலைகார குண்டுக்கு பலியாகினார். தபோல்கரைப் போலவே, பன்சாரேவும் சனாதன் சன்ஸ்த்தாவுக்கு எதிராகக் குரல் எழுப்பினார். அதற்காக அவர் மீது மானநஷ்ட வழக்கெல்லாம் சன்ஸ்த்தா இயக்கம் போட்டிருக்கிறது. மன்ஸ் இயக்கத்தை உருவாக்கிய தபோல்கரைப் போலவே, பல கொலைமிரட்டல்களையும் மீறி காவல்துறை பாதுகாப்பை மறுத்தவர்தான் பன்சாரே. தபோல்கர் கொல்லப்பட்ட சில மாதங்களுக்குப் பின்னர், *'தபோல்கரின் விதிதான் உனக்கும்'* என்று எழுதப்பட்ட நேரடியான மிரட்டல் கடிதம் ஒன்று பன்சாரேவுக்கு வந்திருந்தது.

வகுப்புவாத, மூடநம்பிக்கைகளைப் பரப்புகிற, பழமைவாத, பிற்போக்கு சக்திகளுக்கு எதிராகத் தொடர்ந்து அயராது போராடிவந்தார் பன்சாரே. சிவாஜி குறித்து அவர் தெரிவித்த மாற்றுக்கருத்தே, மகாராஷ்டிராவின் பிற்போக்குப் பழமைவாதிகளுக்கு அவர்மீது கடும்கோபத்தை உண்டாக்கக் காரணமாக இருந்தது. இசுலாமிய படையெடுப்பாளர்களின் கட்டாய மதமாற்ற நடவடிக்கைகளிலிருந்து இந்துக்களைக் காப்பாற்றிய முஸ்லிம் எதிர்ப்பு மன்னர்தான் சிவாஜி என்று மகாராஷ்டிராவின் பிராமணிய ஆதிக்கவாதிகளால் காலங்காலமாக சொல்லப்பட்டுவந்திருக்கிறது. நீண்ட ஆய்வுக்குப்பின்னர், தன்னுடைய *'யார் சிவாஜி'* என்கிற நூலில், அனைத்து மதங்களையும் சிவாஜி மதித்தார் என்று நிரூபித்துள்ளார் பன்சாரே. அந்நூல், பல்வேறு பதிப்புகளைக்கண்டு, எட்டு மொழிகளில் மொழிபெயர்க்கப்பட்டிருக்கிறது. சிவாஜியின் இராணுவத்தினர், பாதுகாவலர்கள், தளபதிகள் மற்றும் அவரது தனிச்செயலர்கள் ஆகியோரில் மூன்றில் ஒருபங்கு முஸ்லிம்கள்தான் இருந்திருக்கின்றனர் என்று அந்நூலில் குறிப்பிடப்பட்டிருக்கிறது. இந்திய மண்ணின் விவசாயிகள் மற்றும்

விவசாயக் கூலிகளின் நலனில் அக்கறை கொண்டவராகவும், அவர்களுடைய வரிச்சுமையைக் குறைத்தவராகவும் சிவாஜி இருந்திருக்கிறார் என்கிறது அந்நூல். பெண்களின் மீதும் அதிக மதிப்புகொண்டவராகவே சிவாஜி இருந்திருப்பதாக பன்சாரேவின் எழுத்து நமக்கு சொல்கிறது.

பரவலாக பலராலும் வாசிக்கப்பட்ட, பன்சாரேவின் 'மதங்கள் மீதான புரட்சியாளர்களின் அணுகுமுறை எவ்வாறு இருக்கவேண்டும்' என்ற கட்டுரையில்,

> *'கௌதம புத்தர், பூலே, வி.ஆர்.ஷிண்டே, அகர்க்கர், மகாத்மா காந்தி, சானே குருஜி, டாக்டர் அம்பேத்கர் மற்றும் ராஜர்ஷி ஷாஹு போன்றவர்கள் முன்வைத்த பார்வைகளையும் வாழ்க்கை முறைகளையும் உடைத்தெறிந்து ஆதிக்கம் செலுத்தும் மதவாதசக்திகள், கொடூரமான அடிப்படைவாதக் குரூரத்துடன் அதிகாரத்தை பறித்திருக்கின்றன. அவர்களால் ஏமாற்றப்பட்டவர்களை மீட்டெடுத்து, மதவாத சக்திகளைத் தோற்கடிக்கவேண்டியது நம் முன்னே இருக்கும் மிகமுக்கியமான கடமையாகும்."[14]*

மராத்திய மன்னர் சிவாஜி மற்றும் பிற சமூக சீர்திருத்தவாதிகள் குறித்து கல்லூரிகளில் சொற்பொழிவுகள் ஆற்றியும், குறுநூல்கள் மற்றும் துண்டுப்பிரசுரங்கள் வெளியிட்டும், இலக்கிய நிகழ்ச்சிகள் நடத்தியும், மூடநம்பிக்கைக்கு எதிராக வாதிட்டும், அயராது உழைத்து வந்தார் இந்திய கம்யூனிஸ்ட் கட்சியின் தலைவரான பன்சாரே.[15] 2015 பிப்ரவரி 16ஆம் தேதியன்று, மனைவி உமாவுடன் காலை நடைபயிற்சியில் சென்றிருந்தபோது, இருசக்கர வாகனத்தில் வந்த இரண்டு மர்மநபர்கள் ஐந்துகுண்டுகளை அவரை நோக்கி சுட்டனர். அதில் மூன்று குண்டுகள் பன்சாரேவைத் தாக்கியது. கொலைகாரர்கள் தப்பிக்கும்போது பன்சாரேவின் மனைவியை கீழேதள்ளிவிட்டதில், அவருக்கும் தலையில் பலத்தகாயம் ஏற்பட்டது. நான்கு நாட்களுக்குப் பிறகு, பிப்ரவரி 20ஆம் தேதி சிகிச்சை பலனின்றி பன்சாரே மரணமடைந்தார்.

2015 ஆகஸ்ட் 30ஆம் தேதி, அதேபோன்று மூன்றாவது முறையாக (தபோல்கர் மற்றும் பன்சாரே கொல்லப்பட்ட) கர்நாடகாவின் தர்வாட் பகுதியில் இருசக்கர வாகனத்தில் வந்த இரண்டு மர்மநபர்கள் எம்.எம்.கல்புர்கி என்பவரை அவரது வீட்டுக்கருகில் வைத்து, இரண்டுமுறை சுட்டனர். முதுபெரும் கன்னட எழுத்தாளரான எம்.எம்.கல்புர்கி, தொடர்ந்து மூடநம்பிக்கை பழக்கவழக்கங்களுக்கு எதிராகவும் வலதுசாரி இந்துத்துவ

குழுக்களுக்கு எதிராகவும் கடுமையாகப் பேசியும் எழுதியும் வந்தவர். அவர் சுடப்பட்டதும், அவரைக் காப்பாற்றுவதற்கான முயற்சிகள் மேற்கொள்ளப்பட்டன. முதலில் ஒரு தனியார் மருத்துவமனைக்கும், பின்னர் அங்கிருந்து தர்வாட்டின் மாவட்ட பொது மருத்துவமனைக்கும் எடுத்துச்செல்லப்பட்டார். ஆனால் அதற்குள் அவர் ஏற்கனவே இறந்துவிட்டதாக அறிவிக்கப்பட்டது.

லிங்காயத் சமயத்தின் பாரம்பரியம் குறித்து ஏராளமான ஆய்வுகள் செய்த அறிஞராகவும் ஹம்பி பல்கலைக்கழகத்தின் துணைவேந்தராகவும் இருந்தார் கல்புர்கி. கர்நாடகாவின் முக்கியமான பகுத்தறிவாளராக அவர் அறியப்பட்டார். பிராமணிய பழமைவாதக் கோட்பாடுகளையும் மதவாத அரசியலையும் விமர்சித்த எழுத்தாளர் யூ.ஆர்.அனந்தமூர்த்தியையும் கல்புர்கி ஆதரித்தார். 2014இல் மூடநம்பிக்கை எதிர்ப்பு மசோதா குறித்து பெங்களூரில் நடைபெற்ற கருத்தரங்கில், உருவவழிபாட்டினை கடுமையாக எதிர்த்து கல்புர்கி வாதிட்டார். இந்துத்துவக் குழுக்களிடமிருந்து அவருக்கு வந்த கடுமையான எதிர்ப்புகளைத் தொடர்ந்து, காவல்துறையின் பாதுகாப்பைக் கோரவேண்டியதாகிவிட்டது. இருப்பினும் அவர் கொல்லப்படுவதற்கு சிலநாட்களுக்கு முன்னர்தான், தனக்கு வழங்கப்பட்ட பாதுகாப்பினை திரும்பப்பெற்றுக்கொள்ளுமாறு காவல்துறையினரைக் கேட்டுக்கொண்டார்.[16]

தபோல்கர், பன்சாரே மற்றும் கல்புர்கி ஆகியோர் கொல்லப்பட்ட முறையில் மட்டுமேயல்லாமல், வகுப்புவாத மற்றும் பிற்போக்கு சக்திகளை கடுமையாக எதிர்த்துப் போராடிய பகுத்தறிவாளர்களாக வாழ்ந்தவிதத்திலும் மிகப்பெரிய ஒற்றுமை அவர்களுக்கு இருந்தது. அக்கொலைகள் குறித்த விசாரணை நடந்துகொண்டிருப்பதால், அவர்களைக் கொன்றவர்கள் ஒரே ஆட்களா என்பது இன்னமும் உறுதிசெய்யப்படவில்லை. இருப்பினும், அம்மூன்று கொலைகளிலும் பயன்படுத்தப்பட்ட ஆயுதம் ஒன்றே என்று கலினா தடய அறிவியல் ஆய்வகத்தின் (எஃப்எஸ்எல்) அறிக்கை கூறுகிறது. ஆனால் அதனைப் பயன்படுத்தி குற்றவாளிகளை கண்டுபிடிப்பதில் விசாரணை அதிகாரிகள் போதிய கவனம் செலுத்தவில்லை என்ற வாதம் முன்வைக்கப்படுகிறது. பெங்களூரில் இருக்கும் மற்றொரு எஃப்.எஸ்.எல். ஆய்வகமோ, மூன்று கொலைகளிலும் பயன்படுத்தப்பட்டது வெவ்வேறு ஆயுதங்கள்தான் என்று கூறியிருக்கிறது. அதனால், மூன்றாவதாக மற்றொரு ஆய்வகத்தின் கருத்தை அறிவதற்கான வாய்ப்பு குறித்து பரிசீலிப்பதாக மும்பை

உயர்நீதிமன்றத்தில் மத்திய புலனாய்வு அமைப்பு (சிபிஐ) 2016 பிப்ரவரியில் தெரிவித்திருக்கிறது.[17]

தபோல்கர் மற்றும் பன்சாரேவின் கொலைகளின் விசாரணையின்மூலம் பொதுமக்களின் கவனத்திற்கு சனாதன் சன்ஸ்த்தா இயக்கம் கொண்டுவரப்பட்டது. பன்சாரே கொலை தொடர்பாக கைதுசெய்யப்பட்ட சமீர் கெயிக்வாட், சனாதன் சன்ஸ்த்தா இயக்கத்தில் சாதகராக இருக்கிறார். தபோல்கர் கொலைவழக்கில் தொடர்புடையதாக கைதுசெய்யப்பட்ட விரேந்திர தாவ்டேவும் சன்ஸ்த்தா அமைப்பின் சாதகர்தான். தாவ்டேவை முக்கிய சதியாளராகவும், சாரங் அகோல்கர், வினய் பவார் மற்றும் ருத்ர பாட்ரில் ஆகியோர் இதர குற்றவாளிகளாகவும் 2016 ஆம் ஆண்டு நவம்பரில் தயாரிக்கப்பட்ட குற்றப்பத்திரிக்கையில் குறிப்பிடப்பட்டிருக்கிறது. தபோல்கர் வழக்கிலோ, பல்வேறு சாதகர்களை விசாரித்தபின்னர், சனாதன் சன்ஸ்த்தாவின் தலைவரான அதாவ்லேவையும் அவரது நெருங்கிய உதவியாளரான விரேந்திர மராத்தேவையும் இராம்நதி ஆசிரமத்தில் 2016 பிப்ரவரி மாதத்தில் சிபிஐ விசாரித்தது.

மும்பை மிரர் என்கிற பத்திரிக்கையில் 2016 பிப்ரவரி 25 ஆம் தேதியில் வெளியான செய்தியின்படி,

> *'சிபிஐயின் கூடுதல் ஆய்வாளரான எஸ்.ஆர்.சிங்கின் தலைமையிலான குழு, அதாவ்லே மற்றும் சன்ஸ்த்தா இயக்கத்தின் இயக்குனர்களில் ஒருவரான விரேந்திர மராத்தே ஆகியோரை இரண்டு நாட்களுக்கும் மேலாக பொண்டாவில் இருக்கும் சன்ஸ்த்தாவின் தலைமையகத்தில் விசாரணை நடத்தியது'* [18]

என்று குறிப்பிடப்பட்டிருக்கிறது. அதே ஆண்டு பிப்ரவரி மாதத்தில் இரண்டாவது முறையும், 2017 மார்ச் மாதத்தில் மூன்றாவது முறையாகவும் பன்சாரே கொலைவழக்கு தொடர்பாக அதாவ்லேவிடம் சிறப்பு புலனாய்வுக் குழு விசாரணை நடத்தியது.

## V

சனாதன் சன்ஸ்த்தா அமைப்புக்கும் பகுத்தறிவாளர்களின் கொலைகளுக்கும் இடையிலான தொடர்பு, உலகை அதிர்ச்சியடைய வைத்தது. ஆனால், அவ்வமைப்போ எதற்கும் வருத்தப்படவே இல்லை.

*‘தபோல்கர் மற்றும் பன்சாரேவை எதிர்ப்பதென்பது, அறிவுத்தளத்திலான எங்கள் முடிவு. எங்களுடைய தத்துவத்தில் வன்முறையோ அல்லது தீவிரவாதமோ இல்லவே இல்லை. பிரச்சனையின் அறிகுறிகளை சரிசெய்வதைவிடவும், அதன் மூலகாரணத்தை ஒழிப்பதில்தான் நாங்கள் நம்பிக்கைகொண்டிருக்கிறோம்’* [19]

என்று 2015 அக்டோபரில் சன்ஸ்த்தாவின் செய்தித்தொடர்பாளரான அபய் வர்தக் ஒரு பேட்டியில் தெரிவித்திருந்தார்.

தன்னை விமர்சிப்பவர்கள் மீது தொடர்ந்து அவதூறு வழக்குகள் போடுவதிலேயே சனாதன் சன்ஸ்த்தா அமைப்பு வெறித்தனமாக இருந்துவருகிறது என்பதையும் கருத்தில்கொள்ள வேண்டியிருக்கிறது. அதாவ்லேவின் ஆன்மீகக் குறிக்கோளுக்கு இந்து விதித்ய பரிஷத் (ஹெச்விபி) என்கிற இயக்கத்தின் கீழிருக்கும் ஏராளமான வக்கீல்கள் உதவிபுரிந்துவருகின்றனர். (ஹெச்விபி என்பது இந்துத்துவா வக்கீல்களின் அமைப்பு. எந்த இந்துத்துவ அமைப்புக்கு சட்டரீதியான உதவி தேவைப்பட்டாலும், ஹெச்விபி தான் முன்னுக்கு வரும்).

*‘பல்வேறு கொலை மற்றும் குண்டுவெடிப்பு வழக்குகளில் சிக்கியிருக்கும் (சனாதன் சன்ஸ்த்தா அமைப்பின்) சாதகர்களை பாதுகாப்பதையும், பத்திரிக்கையாளர்கள் மற்றும் விமர்சகர்களின் மீது எண்ணற்ற அவதூறு வழக்குகள் போடுவதையும் ஹெச்விபியின் வக்கீல்கள் குழு வேலையாகவே வைத்திருக்கிறது.’*

என்கிறார் விஜய் நாம்தியோ ரோகாடே. சனாதன் சன்ஸ்த்தா அமைப்பை தடைசெய்யக்கோரி அவர் தாக்கல் செய்த பொதுநலன்வழக்கு இன்னமும் மும்பை உயர்நீதிமன்றத்தில் நிலுவையில் இருக்கிறது.

தபோல்கரும் பன்சாரேவும் கொல்லப்படுவதற்கு முன்னர், சனாதன் சன்ஸ்த்தாவின் எண்ணற்ற அவதூறு வழக்குகளை அவர்கள் சந்திக்கவேண்டியிருந்தது. தபோல்கர் மீது பதினெட்டு கிரிமினல் மற்றும் சிவில் அவதூறு வழக்குகள் போடப்பட்டிருந்தன.

*‘அவர்மீது போடப்பட்ட கிரிமினல் வழக்குகளில் ஒன்றில்கூட அவர் குற்றவாளியாக தண்டிக்கப்படவில்லை. 2013 ஆகஸ்ட் மாதத்தில் அவர் இறந்தபோது, ஆறு சிவில் வழக்குகள் நிலுவையில் இருந்தன. சன்ஸ்த்தாவைப் பொருத்தவரையில் அவதூறு வழக்குகளை சிரத்தையெடுத்து*

*நடத்துவதிலெல்லாம் விருப்பமில்லை. அவர்களுக்கு எதிராகப் பேசுகிறவர்களையும் எழுதுகிறவர்களையும் மிரட்டுவதற்கான ஆயுதமாகத்தான் அவதூறு வழக்குளைப் பயன்படுத்துகிறார்கள். என்னுடைய எழுத்துக்காக, என்மீதும் ஏழு அவதூறு வழக்குகளைப் போட்டிருக்கிறார்கள். சில வழக்குகளை வென்றிருக்கிறேன், மீதமுள்ளவை நிலுவையில் உள்ளன. சிலநேரம் ஒரே பிரச்சனையின் மீது சிவில் மற்றும் கிரிமினல் வழக்குகள் இரண்டையுமே பதிவு செய்கிறார்கள்'*

என்கிறார் பல்வேறு அவதூறு வழக்குகளை சந்தித்துக் கொண்டிருக்கும் ராகுல் தொரட் என்பவர்.

அதாவ்லேவுடன் ஏற்கனவே ஏராளமான வக்கீல்கள் இருந்தபோதும், ஹெச்விபி என்கிற பெயரில் வக்கீல்களின் குழுவினை அமைப்பதென்று 2012இல் முடிவு எடுக்கப்பட்டது. இந்து ஜனஜக்ருதி என்கிற சனாதன் சன்ஸ்த்தாவின் துணை அமைப்பு, அனைத்துஇந்துத்துவ குழுக்களையும் தன்குடையின்கீழ் கொண்டுவரும் நோக்கில், இராம்நதியில் இருக்கும் இராம்நதி கோவிலில் தனது முதல் மாநாட்டை நடத்தியது. ஹெச்விபி என்கிற (வக்கீல்களுக்கான) அமைப்பினை உருவாக்கும் திட்டமும் அதே மாநாட்டில் உருவாக்கப்பட்டது. 'குரு அதாவ்லேவுக்கு சட்டரீதியான அறிவுரை அளிப்பதும் சாதனாவின் (சாதகர்களின் பணி) ஒரு அங்கம்' என்கிறார் ஹெச்விபியில் உறுப்பினராக இருந்த வக்கீல் ஒருவர்.

*'நீதிமன்றத்தில் எடுக்கும் ஒவ்வொரு முயற்சிக்கும், குருவின் மதிப்பெண்கள் கிடைக்கும். ஏராளமான வக்கீல்கள் அவர்களது அமைப்பில் இருப்பதால், சன்ஸ்த்தா அமைப்பின் சட்டரீதியான தேவைகளுக்கு வெளியில் வக்கீல்கள் தேடவேண்டிய அவசியமே இல்லை'*

என்கிறார் பெயர்குறிப்பிட விரும்பாத மும்பையைச் சேர்ந்த வக்கீல் ஒருவர்.

விமர்சகர்களுக்கும் எதிராளிகளுக்கும் தொல்லை கொடுப்பதற்காகவே அவதூறு வழக்குகளை சன்ஸ்த்தா இயக்கம் எவ்வாறு ஆயுதமாகப் பயன்படுத்துகிறது என்பதை இந்து நாளிதழில் 2015 செப்டம்பர் 27ஆம் தேதி வெளியான கட்டுரை விவரிக்கிறது.[20] அக்கட்டுரையின்படி, பெரும்பாலான வழக்குகள் மும்பை மற்றும் பஞ்சிம் நீதிமன்றங்களில்தான் போடப்பட்டிருக்கின்றன. மகாராஷ்டிரா மற்றும் கோவாவின் பல்வேறு ஊர்களிலும் வழக்குகள் பதிவுசெய்யப்பட்டிருக்கின்றன. பதிப்பகங்கள், பத்திரிக்கையாளர்கள், பத்திரிக்கை ஆசிரியர்கள் மற்றும் சமூக

செயல்பாட்டாளர்கள் மீதுதான் பெரும்பாலான வழக்குகள் போடப்பட்டிருக்கின்றன. பதிப்பகத்தின் மீதோ அல்லது பத்திரிக்கையாளர் மீதோ வழக்கு பதியும்போது, அவர்களின் ஊருக்கு வெளியே வேறெங்காவது வழக்கு பதிவதுதான் சன்ஸ்தா இயக்கத்தினர் பின்பற்றும் உத்தி. இதன்மூலம் வழக்கை எதிர்கொள்கிறவர்களை வேறொரு ஊருக்கு அலைக்கழித்து மிரட்டுவதுதான் சன்ஸ்த்தாவின் நோக்கம். சித்ரலேகா என்கிற பத்திரிக்கையின் மீது சனாதன் சன்ஸ்த்தா இயக்கம் தொடுத்த அவதூறு வழக்கினை புனேவைச் சேர்ந்த அசிம் சரோடே என்கிற வழக்கறிஞர் எதிர்த்து வாதிட்டார்.

*'நீதிமன்ற வளாகத்தில் சன்ஸ்த்தாவின் சாதகர்கள் கூடிநின்று, வழக்கை எதிர்கொள்ள வருபவர்களைப் பார்த்து சிரிப்பதையும் இகழ்வதையும் மிரட்டுவதையும் வழக்கமாக வைத்திருக்கின்றனர். கோவா நீதிமன்றத்திற்கு சென்றபோது நானே அதனை அனுபவித்திருக்கிறேன். கோவாவுக்கு செல்கிறபோது, பயணப் பாதையைக்கூட மாற்றிப் பார்த்திருக்கிறேன். இயன்றவரை பொண்டா மலைப்பாதையை தவிர்த்துவிட்டும் பயணித்திருக்கிறேன்.'*

என்கிறார் அசிம் சரோடே. இறுதியாக, பாதுகாப்பு வேண்டி, மகாராஷ்டிர உள்துறை அமைச்சகத்துக்கு அவர் கடிதம் எழுதவேண்டியிருந்தது.[21]

*'2009இல் நடந்த மடகாவ்ன் குண்டுவெடிப்புக்குப் பின்னர், சனாதன் சன்ஸ்த்தாவின் ஆசிரமத்தை இராம்நதியிலிருந்து வெளியேற்றக்கோரி போராடிய அக்கிராம மக்களின் மீதும் இதேபோன்ற தந்திரங்களைத்தான் பயன்படுத்தியது அவ்வியக்கம். என்மீதும் மூன்று வழக்குகள் போட்டனர். அனைத்துமே அர்த்தமற்ற வழக்குகள்தான். அவற்றில் ஒருவழக்கு இன்னமும் நீதிமன்றத்தில் நிலுவையில் இருக்கிறது'*

என்கிறார் அவ்வூரின் கோவில் பூசாரியும் போராட்டத்தைத் தலைமையேற்று நடத்தியவருமான பசந்த் பட்.

பசந்த் பட்டுக்கு எதிரான வழக்குகள், இராம்நதி கிராம மக்களை அச்சுறுத்தின. அதனால் சன்ஸ்த்தாவுக்கு எதிரான போராட்டத்திலிருந்து மக்கள் சற்று பின்வாங்கத்தான் செய்தனர். பண்டோரா பஞ்சாயத்தின் முன்னாள் தலைவரும், சனாதன் சன்ஸ்த்தாவுக்கு எதிரான போராட்டக்குழுவின் மற்றொரு

தலைவருமான சேகர் நாயக்கையும் பல்வேறு வழக்குகளில் சிக்கவைத்தனர்.

*‘சனாதன் சன்ஸ்த்தா இயக்கத்தின் மீது மக்களுக்கு கடும் கோபமிருந்தது. ஆனால் வழக்குகளின் அணிவகுப்பால், அவர்கள் சிறிதுகாலத்திற்கு அமைதியாகினர்.’*

என்கிறார் சேகர் நாயக்.

தபோல்கர், பன்சாரே மற்றும் கல்புர்கி ஆகியோரின் கொலைகளுக்குப் பின்னர், மீண்டும் இராம்நதி கிராம மக்கள் சனாதன் சன்ஸ்த்தா ஆசிரமத்தை ஒழித்துக்கட்டுவதற்கான முயற்சியில் ஈடுபட்டனர். இம்முறை இராம்நாத் யுவக் சங்க் என்கிற இளைஞர் சமூக அமைப்பு அப்பணிக்கு தலைமையேற்றிருக்கிறது. பன்சாரே கொலைவழக்கில் சனாதன் சன்ஸ்த்தா இயக்கத்தைச் சேர்ந்த சமீர் கெயிக்வாட் கைதுசெய்யப்பட்ட சில நாட்களிலேயே, அதன் ஆசிரமத்தை அகற்றக்கோரி 2015 செப்டம்பர் 30ஆம் தேதியன்று ஒரு பத்திரிக்கையாளர் சந்திப்பினை நடத்தி கோரிக்கைவிடுத்தார் இராம்நாத் யுவக் சங்க் இயக்கத்தின் தலைவர் சௌரப் லொட்லிகர்.

*‘இங்குள்ள மக்களுக்கு சனாதன் சன்ஸ்த்தா அமைப்பு தேவையில்லை. ஏனெனில் அவர்கள் என்ன செய்கிறார்கள் என்றே யாருக்கும் தெரியவில்லை.’*

என்று ஊடகங்களில் தெரிவித்தார். மற்றவர்களைத் தாக்குவதற்காக சன்ஸ்த்தா அமைப்பு சிலருக்கு பயிற்சியளிப்பது குறித்தும் அச்சம் தெரிவித்தார்.

*‘சனாதன் சன்ஸ்த்தாவை பற்றி வெளியாகும் செய்திகளைப் பார்க்கையில், மக்களுக்கு அவர்கள்மீது சந்தேகம்தான் வருகிறது. அதனால் அவர்கள் இங்கிருப்பதை மக்கள் விரும்பவில்லை’*[22]

என்று குறிப்பிட்டார்.

ஏழுநாட்களுக்குள் சன்ஸ்தாவின் ஆசிரமத்தை அரசே மூடவில்லையென்றால், மிகப்பெரிய போராட்டத்தை துவக்கப்போவதாக இராம்நாத் யுவக் சங்க் இயக்கம் மிரட்டலும் விடுத்தது.[23] எந்த நடவடிக்கையும் எடுக்கப்படாததால், கையெழுத்தியக்கத்தை அவ்வியக்கம் துவங்கியது. கோவா கவர்னருக்கும், மாநில முதலமைச்சருக்கும், மற்ற அமைச்சர்களுக்கும் மற்றும் சட்டமன்ற உறுப்பினர்களுக்கும் கிராம மக்களின் சார்பாக சேகரிக்கப்பட்ட கையெழுத்துகள் அனுப்பிவைக்கப்பட்டன.

*‘அரசு எந்திரத்தை எப்படியெல்லாம் வளைக்கமுடியும் என்பதையும், பாசிசம் எவ்வாறெல்லாம் நடைமுறைப்படுத்தப்படுகிறது என்பதையும் சனாதன் சன்ஸ்த்தா இயக்கம் பெற்றிருக்கிற வெற்றிகள் நமக்கு எடுத்துக்காட்டுகின்றன’*

என்கிறார் லொட்லிகர். 2009இல் சன்ஸ்த்தா ஆசிரமத்தை ஏறத்தாழ வெளியேற வைத்துவிடும் அளவிற்கு நடந்த மிகப்பெரிய போராட்டங்களை மீண்டும் தற்போதைய சூழலில் நடத்துவது கடினம்தான் என்றும் அவர் ஒப்புக்கொள்கிறார். *‘மத்தியிலும் மாநிலத்திலும் பாஜக அரசுதான் ஆட்சியில் இருக்கிறது. சனாதன் சன்ஸ்த்தா இயக்கத்தின் மீது பாஜக தடைவிதிக்கும் என்று நாம் எதிர்பார்க்கமுடியாது’* என்கிறார். அது முழுவதுமாக உண்மையல்ல. ஏனெனில் 2008-2009களில் நடந்த தொடர் குண்டுவெடிப்புகளுக்குப்பின்னர் மகாராஷ்டிர அரசால் 1000த்திற்கும் மேற்பட்ட பக்கங்களில் அறிக்கை சமர்ப்பிக்கப்பட்ட பின்னரும், சனாதன் சன்ஸ்த்தா இயக்கத்தை தடைசெய்யாமல் அமைதிகாத்தது முந்தைய காங்கிரஸ் அரசு. சனாதன் சன்ஸ்த்தாவுக்கு ஆதரவளிப்பவர்கள் பாஜகவில் மட்டுமல்ல, மற்ற இடங்களில் இருக்கிறார்கள் என்பதுதான் நிதர்சனமான உண்மை.

# இந்து யுவ வாகினியும்–
# யோகி ஆதித்யநாத்தும்

## I

1999 ஆம் ஆண்டின் ஒரு பிப்ரவரி நாளில், ஆயுதமேந்திய தொண்டர்களுடன் முஸ்லிம்கள் பெரும்பான்மையாக வாழும் உத்திரபிரதேசத்தின் பஞ்சுருக்கியா கிராமத்திற்குள் பாஜகவின் எம்பியாக இருந்த யோகி ஆதித்யநாத் நுழைந்தார். (கோரக்பூரில் இருக்கும்) கோரக்நாத் கோவில் மடத்தின் மகந்தாக (பீடாதிபதி) இருந்த அவர், தன்னுடைய புத்தம்புதிய விலையுயர்ந்த எஸ்யூவி காரிலும், ஏராளமான கார்கள் மற்றும் இருசக்கர வாகனங்கள் படைசூழ சென்றுகொண்டிருந்தார். கிழக்கு உத்திரப்பிரதேசத்தில் ஆதித்யநாத்தின் பாராளுமன்றத் தொகுதிக்கு அருகிலிருக்கும் மகாரஜ்காஞ்ச் என்னும் நகரை நோக்கி சென்றுகொண்டிருந்தனர். வழியில் சமாஜ்வாதி கட்சியின் பாராளுமன்ற உறுப்பினரான தாலாத் அசிசின் தலைமையில் ஆளும் பாஜக அரசை எதிர்த்து போராட்டம் நடந்துகொண்டிருந்தது.

இருபிரிவினருக்கும் ஏற்பட்ட வாய்த்தகராறு, துப்பாக்கிச்சூடு வரைக்கும் சென்றது. ஆதித்யநாத்தின் பக்கத்திலிருந்து வந்த துப்பாக்கி குண்டு தாக்கியதால், தாலாத் அசிசின் பாதுகாவலராக இருந்த தலைமைக்காவலர் சத்யபிரகாஷ் யாதவ் இரத்தவெள்ளத்தில் கீழே சாய்ந்தார். பயந்துபோன அசிஸ் மற்றும் அவர் சார்ந்த சமாஜ்வாதி கட்சியின் ஆதரவாளர்கள், சாலையின் இருபுறமும் இருந்த வயல்வெளிகளுக்குள் தப்பியோடினர். பிறகு ஆதித்யநாத் மற்றும் அவரது கூட்டாளிகள் நிதானமாக அங்கிருந்து சென்றனர். 1999 ஆகஸ்ட் 10ஆம் தேதியன்று நடந்த நிகழ்விது. மூன்று மணிநேரத்திற்குப் பின்னர், மகாரஜ்காஞ்சின் காவல்துறையினர் ஆதித்யநாத்

மற்றும் மேலும் இருபத்துநான்கு பேர் மீது பல்வேறு வழக்குகளில் எப்ஃஐஆர் (முதல் தகவல் அறிக்கை) பதிவு செய்தனர். கொலைமுயற்சி (ஐபிசி பிரிவு 307), கலவரம் செய்தது (பிரிவு 147), கொடூரமான ஆயுதங்களை வைத்திருந்தது (பிரிவு 148), வழிபாட்டுத்தளத்தை சேதப்படுத்தியது (பிரிவு 295), முஸ்லிம்களின் சுடுகாட்டுக்குள் அத்துமீறி நுழைந்தது (பிரிவு 297), இரு மதத்தினருக்கு இடையே பகையை வளர்த்தது (பிரிவு 153ஏ) மற்றும் சட்டவிரோத மிரட்டல் (பிரிவு 506) போன்ற பிரிவுகளில் வழக்குகள் பதிவு செய்யப்பட்டன.[1]

ஆதித்யநாத்தும் அவரது கூட்டாளிகளும், பஞ்சுருக்கியாவில் முஸ்லிம்களுக்கு எதிராக இந்துக்களைத் தூண்டிவிட்டதையும், முஸ்லிம்களின் சுடுகாட்டிலிருந்து (கபரஸ்தான்) கல்லறைகளைத் தோண்டியெடுத்ததையும் எஃப்.ஐ.ஆர்.இல் மிகவிரிவாக காவல்துறையினர் பதிவுசெய்துள்ளனர். காவல்துறையினர் கைது நடவடிக்கையைத் துவங்கியதையடுத்து, ஆதித்யநாத்தும் அவரது கூட்டாளிகளும் அக்கிராமத்திலிருந்து தப்பித்துச் சென்றனர். அங்கிருந்து போகிறவழியில் பாஜக அரசைக் கண்டித்து போராட்டம் நடத்திக்கொண்டிருந்த சமாஜ்வாதி கட்சியினர் மீது ஆதித்யநாத்தின் கூட்டாளிகள் நடத்திய துப்பாக்கிச்சூட்டில் சத்யபிரகாஷ் யாதவ் உள்ளிட்ட மூவரைக் காயப்படுத்தியிருக்கின்றனர் (பின்னர் அவர் உயிரிழந்தார்) என்று காவல்துறையினரின் அறிக்கையில் குறிப்பிடப்பட்டிருக்கிறது.

தீவிர அரசியலில் ஆதித்யநாத் ஈடுபடத் துவங்கிய ஓராண்டில் பஞ்சுருக்கியா சம்பவம் நடந்தது. அவர், 1998இல் கோரக்பூர் தொகுதியில் 26000 ஓட்டுவித்தியாசத்தில் வெற்றிபெற்று பாராளுமன்ற உறுப்பினராகத் தேர்ந்தெடுக்கப்பட்டார். 1999இல் நடந்த பாராளுமன்றத் தேர்தலில் அதே தொகுதியில், தன்னை எதிர்த்துப் போட்டியிட்ட சமாஜ்வாதி கட்சி வேட்பாளரான ஜமுனா பிரசாத் நிஷத்தை, மிகக்குறைந்த வாக்குவித்தியாசத்தில்தான் (7339 ஓட்டுகள்) வெற்றிபெற்றார். தன்னுடைய முதல் தேர்தல் வெற்றிக்குப்பின்னர் (1998) அடுத்துவரும் தேர்தல்களில் தனக்கு சாதகமாக, வாக்காளர்களை பிளவுபடுத்துவதற்காகவே "கௌரக்ஷா மன்ச்" என்கிற இயக்கத்தைத் துவங்கினார். ஆனால் அடுத்த ஓராண்டில் (1999இல்) நடந்த தேர்தலில் பெரியளவில் அது அவருக்கு உதவிடவில்லை.

2002இல் நடந்த உத்திரப்பிரதேச சட்டமன்றத் தேர்தலில் மிகமோசமாகத் தோற்று, அதிகாரத்தையும் சமாஜ்வாதி கட்சியிடம் பாஜக இழந்தது. அத்தேர்தலில் ஆதித்யநாத்தின் பாராளுமன்ற

தொகுதிக்குட்பட்ட சட்டமன்றத் தொகுதியில் அவருடைய விசுவாசியான ராதா மோகன்தாஸ் அகர்வாலை வேட்பாளராக நிறுத்துவதற்கு பாஜக மேலிடம் மறுத்துவிட்டது. அதனால் அவரை சுயேட்சையாக நிற்கவைத்து வெற்றிபெறவைத்தார் ஆதித்யநாத். இருப்பினும் செல்வாக்குமிகுந்த அவரது தொகுதிக்குள்தான் அவ்வெற்றி கிடைத்தது.

இத்தகைய சூழலின் காரணமாகவே, புதியதொரு அமைப்பைத் தொடங்கி, பரந்துபட்ட ஆதரவைப் பெற்று, தேர்தலில் எவராலும் வென்றுவிடமுடியாத அரசியல் சக்தியாக உருவாகும் எண்ணம் ஆதித்யநாத்துக்கு உருவானது.

2002 பிப்ரவரி 27 ஆம் தேதி, குஜராத்தில் கோத்ரா இரயில் நிலையத்திற்கு அருகில் சபர்மதி எக்ஸ்பிரஸ் இரயிலின் ஒரு பெட்டியில் தீப்பிடித்து 58 பேர் இறந்துபோயினர். அண்மைக்கால இந்திய வரலாற்றில் முஸ்லிம்களுக்கு எதிரான மிகப்பெரிய வன்முறை கட்டவிழ்த்துவிடப்பட்டதன் தொடக்கப்புள்ளியாக அது இருந்தது. குஜராத்தில் முஸ்லிம்கள் கொடூரமான படுகொலைகளுக்கு ஆளாகிக்கொண்டிருக்கிற அதேவேளையில், (உத்திரபிரதேசம்) கோரக்பூரில் *'சிறுபான்மையினர் எதிர்ப்புக்குழு'* ஒன்றினை புதிதாகத் துவங்குவதற்கான முயற்சிகளை ஆதித்யநாத் எடுத்துக்கொண்டிருந்தார்.

ஏற்கனவே இருந்த 'கௌரக் ஷா மன்ச்' இயக்கம், அதன் தொண்டர்களையும் கோரக்நாத் கோவிலையும் தாண்டி பெரியளவு ஆதரவினைப் பெற்றுவிடவில்லை. அதனால் இந்துக்கள் மத்தியில் விரிவான ஆதரவைப் பெறுவதற்கேற்ப, இயக்கத்தின் பெயரை மாற்றவேண்டிய தேவையிருந்தது. 'கௌரக் ஷா மன்ச்' இயக்கத்தையும் உள்வாங்கிக்கொண்டு, ஆதித்யநாத்தின் அரசியல் அதிகார ஆசைகளை அடைவதற்கும், கோரக்பூரைத் தாண்டியும் விரிவடைவதற்கும், "இந்து யுவ வாகினி" என்று புதிய அமைப்பு துவங்கப்பட்டது.

புதிய இயக்கம் துவங்கப்பட்டதிலிருந்தே, நச்சு கலந்த மதப்பிரச்சாரத்தை இந்து யுவ வாகினி மிகத்தீவிரமாக முன்னெடுத்தது. எந்தவொரு வாய்ப்பையும் தவறவிடாமல் மிகச்சிறிய பிரச்சனையைக்கூட, முழுவீச்சிலான மதப்போர்களைப் போன்று மாற்றுவதையும், சிறுபான்மையினரை இந்துக்களின் எதிரிகளாக சித்தரிப்பதையும் வழக்கமாக்கியது. 'லவ் ஜிகாத்', முஸ்லிம்களின் புலால் உண்ணும் 'பழக்கங்கள்', 'அவர்களது வன்முறை நிறைந்த குணம்', இந்து மதநம்பிக்கைகளையும் தேசிய

சின்னங்களையும் அவர்கள் 'வேண்டுமென்றே அவமதிப்பது', எங்கேயாவது 'அவர்கள் பெரும்பான்மை ஆகிவிட்டால் ஆதிக்கம் செலுத்தும் போக்கு', போன்ற கருத்துருவாக்கங்களை தொடர்ந்து பிரச்சாரம் செய்து, மக்களிடையே பயத்தை விதைக்க முயற்சித்தது அவ்வியக்கம்.

வகுப்புவாத செயல்பாடுகளாலும் வன்முறைப் பேச்சுக்களாலும், இந்து யுவ வாகினி இயக்கம் உருவாக்கிய இடையூறுகளினாலும், அடுத்தடுத்த தேர்தல்களில் கைமேல் பலன் கிடைத்தது. 1999 ஆம் ஆண்டு பாராளுமன்றத் தேர்தலில் 7339 ஓட்டுகள் அதிகம் பெற்று வெற்றிபெற்றிருந்த ஆதித்யநாத், 2004 தேர்தலில் அதே தொகுதியில் 1,42,000 வாக்குகள் வித்தியாசத்தில் வெற்றி பெற்றார். அவரது வாக்கு வித்தியாசம் அப்படியே உயர்ந்து, 2009இல் 3,00,000 த்தையும் கடந்தது. அதே போன்ற வாக்கு வித்தியாசத்தை 2014 பாராளுமன்றத் தேர்தலிலும் அவரால் தக்கவைக்க முடிந்தது.

## II

ஓர் அரசியல் கட்சியின் எம்பியாக இருந்துகொண்டே, அக்கட்சிக்கு வெளியே மற்றொரு இயக்கத்தை துவங்கி நடத்துவது வழக்கத்திற்கு மாறானது ஒன்றுதான். ஆனால், நாடாளுமன்றத்தில் தான் பிரதிநிதித்துவப்படுத்தும் கட்சியைக் கடந்தும் தனக்கென்று ஒரு அடையாளத்தை வைத்துக்கொள்வதன் அவசியத்தை ஆதித்யநாத் நன்கு உணர்ந்திருந்தார். அவருக்கு முன்னால் 1935 முதல் 1969 வரை கோரக்நாத் கோவிலின் பீடாதிபதியாக இருந்த திக்விஜய்நாத் பின்பற்றிய அதே நடைமுறையைத்தான் பாஜக மற்றும் ஆர்எஸ்எஸ் இயக்கங்களுடன் ஆதித்யநாத்தும் பின்பற்றினார்.

1894இல் தாகூர் சாதியில் பிறந்த திக்விஜய்நாத், (தன்னுடைய 8 வயதில் பெற்றோரை இழந்ததால்,) கோரக்நாத் கோவிலில் ஆதரவற்றவராக வளர்க்கப்பட்டார்.[2] அவர் 1939இல் இந்து மகாசபாவில் இணைந்து, அவ்வியக்கத்தில் வேகமான வளர்ச்சியினை அடைந்தார். அதற்கு, கோரக்நாத் கோவில் (கௌரக் ஷா மடம்) பீடத்தின் மகந்தாக இருந்ததும், அரசியல் அறிவும் உதவின. பெரும்பாலான இந்துமகாசபாவின் உறுப்பினர்களைப்போல, மகாத்மா காந்தியை அவரும் கடுமையாக எதிர்த்தார். 1948 ஆம் ஆண்டு ஜனவரி 27 ஆம் தேதி (காந்தி கொல்லப்படுவதற்கு மூன்று நாட்களுக்கு முன்னர்), காந்தியைக் கொல்லுமாறு இந்துத்துவவாதிகளுக்கு அழைப்புவிடுத்தார். அவருடைய நச்சுத்தன்மை வாய்ந்த பேச்சு குறித்து, 'மகாத்மா

காந்தி கொலைக்கான சதியின் பின்னணியை விசாரிப்பதற்கு அமைக்கப்பட்ட குழு'வின் அறிக்கையில் குறிப்பிடப்பட்டிருக்கிறது.

வி.ஜி.தேஷ்பாண்டே, மகந்த் திக்விஜய்நாத் மற்றும் பேராசிரியர் ராம்சிங் (உள்ளிட்ட இந்துமகாசபைத் தலைவர்கள்) ஆகியோர் 27ஆம் தேதி (1948 ஜனவரி) கன்னாட்டு பிளேசு என்னுமிடத்தில், டெல்லி இந்து மகாசபையின் ஆசீர்வாதங்களோடு நடத்தப்பட்டக் கூட்டத்தில், மகாத்மா காந்தியின் அணுகுமுறையால் பாகிஸ்தானின் கை ஓங்கியிருப்பதாகப் பேசினர். மகாத்மா காந்தி மற்றும் இன்னபிற இந்துவிரோதக் குழுக்களை அழித்துவிடவேண்டுமென்று மகந்த் திக்விஜய்நாத் அங்கே கூடியிருந்த கூட்டத்தினரிடம் வலியுறுத்தினார்.[3]

1949இல் இந்துமகாசபையின் ஐக்கிய மாகாணப் பகுதிகளின் தலைவராக இருந்த திக்விஜய்சிங், அயோத்தியில் இருக்கும் பாபர் மசூதியின் அடையாளத்தை பயன்படுத்திக்கொண்டால், (குறிப்பாக மதநம்பிக்கை கொண்ட மக்களிடத்தில்) காங்கிரஸ் கட்சியைவிட இந்துமகாசபைக்கு அதிக ஆதரவு கிடைத்துவிடும் என்பதை உணர்ந்தார். ஒட்டுமொத்த திட்டத்தையும் வகுத்ததோடு மட்டுமில்லாமல், யாருக்கும் தெரியாமல் மறைமுகமாக 1949 டிசம்பரில் இராமர் சிலையைக் கொண்டுபோய் பாபர் மசூதிக்குள் வைக்கும் திட்டத்திற்கு தலைமைதாங்கினார். 'அகில இந்திய இராமாயண மகாசபை' என்ற இயக்கத்தின் பெயரில் இந்து மகாசபை உறுப்பினர்களின் முயற்சியில், திக்விஜய்நாத்தின் வழிநடத்தலில், பாபர் மசூதிக்குள் ராமர் சிலை வைக்கப்பட்டது.[4]

அந்நிகழ்வுக்குப்பின்னர், இந்துமகாசபையின் தேசியப் பொதுச் செயலாளராக்கப்பட்டார் திக்விஜய்நாத்.

> *'இந்து மகாசபை ஆட்சிக்கு வந்தால், ஐந்து முதல் பத்து ஆண்டுகள் வரை, இந்தியாவில் முஸ்லிம்களுக்கு வாக்களிக்கும் உரிமை மறுக்கப்படும். அக்கால இடைவெளிக்குள் அவர்கள் தங்களது விருப்பங்களும் உணர்வுகளும் இந்திய தேசியத்தையொட்டிதான் இருக்கின்றன என்று இந்திய அரசிற்கு நிரூபிக்கவேண்டும்'[5]*

என்று 1950இல் ஸ்டேட்ஸ்மேன் பத்திரிக்கைக்கு அளித்த பேட்டியில் அறிவித்தார் திக்விஜய்நாத்.

இந்துமகாசபையைப் போன்றே இதர சங்பரிவார இயக்கங்களிடமிருந்து இராம இராஜ்ஜிய பரிஷத் என்கிற மற்றொரு இயக்கமும் சற்று தள்ளியே இருந்தது.[6] அதன்

இந்து யுவ வாகினியும் யோகி ஆதித்யநாத்தும் । 41

நிறுவனரான சுவாமி கர்பாத்ரிஜியுடனும் மிக நெருக்கமாக இருந்தார் திக்விஜய்நாத். இந்துத்துவாவின் மற்றொரு மாறுபட்ட பரிமாண இயக்கங்களிலிருந்து வந்திருந்தபோதும், ஆர்எஸ்எஸ் உள்ளிட்ட அதன் தொடர்பு இயக்கங்களோடும் இணைந்து பணியாற்றுவதில் திக்விஜய்நாத் எப்போதும் ஆர்வமுடனேயே இருந்தார். இந்தியா விடுதலை அடைந்ததற்குப் பின்னர், ஆரம்பப்பள்ளிகளை துவக்குவதற்கு ஆர்எஸ்எஸ் இயக்கத்திற்கு உதவியாக இருந்தார் திக்விஜய்நாத். 1952இல் அதன் முதல் சரஸ்வதி சிசு மந்திர் துவங்கப்பட்டது கோரக்பூரில்தான்.[7] 1966இல் ஆர்எஸ்எஸ் இயக்கத்தின் மற்றொரு இயக்கமான விசுவ இந்து பரிஷத் உருவாக்கிய 'சர்வதலிய கௌரக்சா மஹா அபியான் சமிதி'யிலும் (பசுப் பாதுப்பாப்பிற்கான குழு) அவர் பங்கெடுத்தார்.[8]

இருப்பினும் அவர் தொடர்ந்து தனது வாழ்க்கை முழுவதும் இந்துமகாசபையிலேயே இருந்தார். அதே கட்சியின் சார்பாக 1967இல் போட்டியிட்டு கோரக்பூர் தொகுதியின் எம்பியாகவும் தேர்ந்தெடுக்கப்பட்டார். அவர்தான் முதன்முதலில், கோரக்நாத் கோவிலின் மகந்தாகவும் இருந்துகொண்டு தீவிர அரசியலிலும் பங்கெடுத்தவர். இந்து, முஸ்லிம் என இரு மதத்தவருக்குமான வழிபாட்டுத்தலமாகவும், ஒடுக்கப்பட்ட சாதி மக்களும் வழிபடுகிற இடமாகவும் இருந்த கோரக்நாத் கோவில், (ஆதிக்கசாதி) தாகூர்களின் அரசியல் மற்றும் மத அதிகார பீடமாக மாற்றப்பட்டதும் அவருடைய காலகட்டத்தில்தான்.

திக்விஜய்நாத்தின் மறைவுக்குப் பின்னர், அவரைத்தொடர்ந்து அப்பொறுப்புக்கு வந்த அவரது சீடரான அவைத்யநாத்தும் 1989 வரை இந்துமகாசபையின் வேட்பாளராக எல்லா தேர்தல்களிலும் போட்டியிட்டார். அவருக்கு முன்பாகவே திக்விஜய்நாத் விதைத்த விதையின் பலனாக, 1980களில் அயோத்தியா பிரச்சனையினை சங்பரிவார இயக்கங்கள் கையில் எடுத்ததும், இரண்டுவிதமான காவி பாரம்பரிய இயக்கங்களுக்கும் (சங்பரிவார இயக்கங்கள் மற்றும் இந்துமகாசபை) இடையில் நல்லிணக்கம் உருவாக ஆரம்பித்தது.

அப்படியாக காவி அமைப்புகளுக்கிடையில் உருவான சமரசம்தான், அடுத்த சில ஆண்டுகளிலேயே இந்திய தேசத்தின் அடித்தளத்தையே அசைத்துப்போடும் தாக்குதல்களையெல்லாம் சாத்தியமாக்கியது. காவியரசியலின் அந்த அத்தியாயத்தில் அவைத்யநாத் முக்கியப் பங்காற்றினார். 1989இல் நடந்த அலகாபாத் கும்பமேளாவில் சாதுக்களை ஒருங்கிணைத்து 'தர்ம சன்சத்' என்ற பெயரில் விஹெச்பி நடத்திய கூட்டம்தான், பாபர்மசூதியை இடிக்கிற நடவடிக்கையை துரிதப்படுத்தியது. தர்ம சன்சத்தின் அறிக்கையொன்றில்,

*“இன்று [31 ஜனவரி 1989] பேசிய பெரும்பாலான குருக்கள், முஸ்லிம்களுக்கு எதிராகவும் அரசுக்கு எதிராகவும் கடுமையான தொனியில் பேசியிருக்கிறார்கள். ‘மற்ற மதத்தின் புனிதத்தலம் இருக்குமிடத்தில் மசூதிகள் கட்டுவதை குரான் தடைசெய்திருக்கிறது.’ என்று கோரக்பூரின் மகந்த் அவைத்யநாத் சுட்டிக்காட்டியிருக்கிறார். ‘அதோடு, பிரச்சனைகளை தவிர்ப்பதற்காக நம்மை வேறொரு இடத்தில் கோவில் கட்டிக்கொள்ளச் சொல்வதென்பது, இராவணனுடனான போரினைத் தவிர்ப்பதற்காக வேறொரு சீதையைத் திருமணம் செய்துகொள்ளச் சொல்வதுபோல் இருக்கிறது’”*

என்று குறிப்பிடப்பட்டிருக்கிறது.

1991 மற்றும் 1996 பாராளுமன்றத் தேர்தல்களில் பாஜகவின் வேட்பாளராக அவைத்யநாத் போட்டியிட்டார். இருப்பினும், பாஜகவைத் தாண்டி தனக்கென தனியான அடையாளத்தையும் செல்வாக்கையும் தக்கவைத்துக்கொண்டார். அவரது மறைவுக்குப்பின்னர் (12 செப்டம்பர் 2014), கோரக்நாத் கோவிலின் மகந்தாக பொறுப்பேற்றுக்கொண்ட (யோகி) ஆதித்யநாத்தும் அதையே பின்பற்றினார்.[9]

# III

திக்விஜய்நாத் மற்றும் அவைத்யநாத் போன்றே, அவர்களது சீடரான ஆதித்யநாத்தும் தாகூர் சாதியைச் சேர்ந்தவர்தான். உத்தரகாண்டின் பவுரி மாவட்டத்தின் யாம்கேஷ்வர் தாலுக்காவைப் பூர்வீகமாகக்கொண்ட அவரின் இயற்பெயர் அஜய் மோகன் பிஷ்த்.[10] அதே பகுதியைச் சேர்ந்த அவைத்யநாத்தான், ஆதித்யநாத்தை அழைத்துவந்து, புதிய பெயரையும் சூட்டி, தன்னுடைய வாரிசாக 1994இல் அறிவித்தார். அதற்கு நான்காண்டுகள் கழித்து, தன்னுடைய அரசியல் வாரிசாகவும் மாற்றினார். 1998இல் 26 வயதேயான ஆதித்யநாத், கோரக்பூர் தொகுதியிலிருந்து தேர்ந்தெடுக்கபட்டு, இளம் எம்பியாக பாராளுமன்றத்திற்குள் காலடி எடுத்துவைத்தார். அதன்பிறகு, நான்கு முறை தொடர்ச்சியாக (அதே தொகுதியில்) வெற்றிபெற்றிருக்கிறார்.

ஒவ்வொரு முறை தேர்தலின்போதும் பாஜகவின் வேட்பாளராகவே ஆதித்யநாத் களமிறங்கினாலும், கிழக்கு உத்திரப்பிரதேசத்தில் இந்து யுவ வாகினியின் மூலம், ஆர்எஸ்எஸ் மற்றும் அதன்

சகோதர அமைப்புகளின் துணையின்றி, தன்னுடைய செல்வாக்கை நிலைநாட்டி ஆதிக்கம் செலுத்திவருகிறார். தன்னையொரு பண்பாட்டு அமைப்பு மட்டுமே என்று கடந்த 90 ஆண்டுகளாக சொல்லிக்கொள்ளும் ஆர்எஸ்எஸ் பயன்படுத்தும் அதே உத்தியைத்தான் ஆதித்யநாத்தும் பின்பற்றுகிறார்.[11] ஆனால் அதன்மூலம் அரசியல் ஆதாயத்தை அடைவதுதான் ஒரே குறிக்கோள்.

இந்து யுவ வாகினியின் உறுப்பினர்கள், களத்தில் ஆதித்யநாத்தைத் தவிர யாருக்கும் அடிபணியாத அடியாட்களைப் போல்தான் நடந்துகொள்வார்கள். பாஜக மற்றும் ஆர்எஸ்எஸ்ஸை நம்பியெல்லாம் அவருடைய அரசியல் எதிர்காலம் இருக்கவில்லை என்றும் அதிதீவிர வகுப்புவாத செயல்பாடுகளின்மூலம் தான் அது சாத்தியப்படும் என்பதையும் அவர் நன்றாகவே விளங்கி வைத்திருந்தார். அதனால்தான், இந்து யுவ வாகினி துவக்கப்பட்டதிலிருந்தே, அதன் தத்துவத்தையும் நடவடிக்கைகளையும் தீர்மானிக்கும் ஒற்றையாளாக இருந்துவருகிறார். மற்ற இயக்கங்களைப் போலவே, தலைவர், துணைத்தலைவர், செயலாளர்கள், ஒருங்கிணைப்பாளர்கள், மாநில-மாவட்ட-மண்டல-பஞ்சாயத்து அளவிலான செயற்குழுக்கள் என எல்லாமும் வெறும் பெயரளவுக்கு மட்டுமே இருக்கின்றன.

இந்து யுவ வாகினியின் உறுப்பினர்களோ மற்ற தலைவர்களோ, ஆதித்யநாத்தை அவரது பெயரையோ அல்லது சுருக்கமாக மரியாதையுடன் வேறெதையேனும் சொல்லியோ அழைக்கவே மாட்டார்கள். *'கௌரக் ஷா பீதாதீஷ்வர் பரம்பூஜ்ய யோகி ஆதித்யநாத் ஜி மஹராஜ்'* என்று மிகநீண்ட பட்டப்பெயரால்தான் அழைக்கிறார்கள். அதனை ஒவ்வொரு வரிக்கும் எத்தனை முறை வேண்டுமானாலும் திரும்பத்திரும்பச் சொல்வதற்கு அவர்கள் கவலைப்படுவதேயில்லை. சாதாரணமாக பேசும்போதுகூட ஏன் இவ்வளவு முறை நீண்ட அப்பட்டப்பெயரைச் சொல்லிக்கொண்டே இருக்கிறீர்கள் என்று கேட்டால், அவர்களுக்கு கடுமையான கோபம் வந்துவிடுகிறது. (குறைந்தபட்சம் இரண்டு இந்து யுவ வாகினி தலைவர்களாவது, அக்கேள்வியினால் கோபமடைந்து பேட்டியிலிருந்து பாதியிலேயே வெளியேறுவோம் என்று மிரட்டி, மன்னிப்புக்குப் பின்னர்தான் பேட்டியையே தொடர்ந்திருக்கின்றனர்.)

*"நாங்கள் எங்களுடைய தலைவரை எந்தளவுக்கு விரும்புகிறோம் என்பதையே அது காட்டுகிறது"* என்று விளக்குகிறார் (ஜனவரி 2016) இந்து யுவ வாகினியின் மாநிலத்தலைவரான சுனில் சிங். மற்ற உறுப்பினர்களைப் போல, அவருக்கும் இந்த வினோதப்

பழக்கம் இருக்கிறது. இதனை வைத்தும், இந்து யுவ வாகினியைச் சேர்ந்தவர்களை அடையாளம் காணலாம். அதேபோன்று கழுத்தில் காவி துண்டு அணிந்திருப்பதும், அவர்களது மற்றொரு அடையாளமாகும். *"அதுவே எங்களை மற்றவர்களிலிருந்து வேறுபடுத்திக்காட்டுகிறது"* என்கிறார் சுனில் சிங்.

ஆதித்யநாத்துக்கு மிகவும் நம்பிக்கையான தளபதிகளில் ஒருவரான சுனில் சிங்கும் தாகூர் சாதியைச் சேர்ந்தவர்தான். அவர் 1998இல் ஆதித்யநாத்தின் குழுவில் இணைந்து, இந்து யுவ வாகினியில் முக்கியப் பொறுப்புகளை வகித்திருக்கிறார்.

> *"ஆரம்பத்தில் இந்த இயக்கத்திற்கு பெயர்வைப்பதில் விவாதங்கள் நடந்தன. புதிய இயக்கத்திற்கு 'இந்து சேனா' என்ற பெயரை வைக்கவேண்டுமென்ற பரிந்துரையே முதலில் வந்தது. 'இந்து வாகினி' என வைக்கலாம் என்று கௌரக் ஷா பீதாதீஷ்வர் பரம்பூஜ்ய யோகி ஆதித்யநாத் ஜி மஹராஜ் பரிந்துரை செய்தார். இறுதியில், இந்து யுவ வாகினி என்ற பெயர் முடிவு செய்யப்பட்டது"*

என்றார் சுனில் சிங்.

மார்ச் 2002இல் பெயர் தேர்ந்தெடுக்கப்பட்டதுமே, கோரக்பூரில் இளைஞர்களைத் திரட்டும் பணியினை இந்து யுவ வாகினியின் உறுப்பினர்கள் துவங்கிவிட்டனர்.

> *'இயக்கத்திற்கு பெருத்த வரவேற்பு கிடைத்தது. முதல் சில வாரங்களிலேயே, நகரின் அறுபது வார்டுகளிலும் ஏராளமானோர் இணைந்தனர். பக்கத்து மாவட்டங்களிலும் கடுமையாக உழைத்தால்தான் கோரக்பூரில் சிறப்பான இயக்கமாக்க முடியும் என்பதை வெகுவிரைவில் புரிந்துகொண்டார் கௌரக் ஷா பீதாதீஷ்வர் பரம்பூஜ்ய யோகி ஆதித்யநாத் ஜி மஹராஜ் (யோகி ஆதித்யநாத்). அதனால் இராம நவமியன்று குஷிநகரிலும் பொதுக்கூட்டம் நடத்தி இந்து யுவ வாகினி துவங்கப்பட்டது'*

என்கிறார் கோரக்பூர் மாவட்டத்தின் இந்து யுவ வாகினி ஒருங்கிணைப்பாளராக இருந்த சுனில் சிங்.

இந்து யுவ வாகினியின் உத்திரப்பிரதேச மாநிலப் பொறுப்பாளர்களை ஆதித்யநாத்தே முடிவுசெய்தார். சுனில் சிங்கை மாநிலத் தலைவராகவும், ஆதித்யநாத்துக்கு நெருக்கமானவரான ராகவேந்திர சிங் என்கிற மற்றொரு தாகூரை

மாநில ஒருங்கிணைப்பாளராகவும் தேர்ந்தெடுத்தார். இருவரும் அப்பதவிகளை இன்றுவரை வகித்துவருகின்றனர்.

இந்து யுவ வாகினியின் தலைவர்கள் ஆண்டு முழுமைக்கும் கட்டாயமாகப் பின்பற்றவேண்டிய வேலைத்திட்டத்தைத் ஆதித்யநாத் தயாரித்துத் தருகிறார். ஜனவரி மத்தியிலிருந்து பிப்ரவரி மாதத்தின் இடைவரையிலும், ஆதிதிராவிட மற்றும் பழங்குடியின மக்களோடு இணைந்து சமபோஜனா திருவிழாவை அவர்களது வாழ்விடங்களிலேயே நடத்தவேண்டும். பிப்ரவரி மாத மத்தியிலிருந்து மார்ச் மாத இடைவரையிலும், உறுப்பினர் சேர்ப்புப் பணியில் ஈடுபடவேண்டும். மே மாத இறுதிவரை, பொதுக்கூட்டங்களையும் ஊர்வலங்களையும் நடத்தவேண்டும். ஆண்டின் மீதமுள்ள மாதங்களில், பல்வேறு மாவட்டங்களுக்கு சென்று அமைப்புரீதியான பணிகளைக் கவனிக்கவேண்டும். ஆரம்பத்தில் கோரக்பூரை மட்டுமே கவனம் செலுத்தி இயங்கிவந்தனர். அதன்பின்னர், கோரக்பூர், பஸ்தி-கோரக்பூர், தேவரியா, குஷிநகர், மகராஜ்கஞ்சு, பஸ்தி, சந்து கபீர் நகர், சித்தார்த்நகர் என ஏழு புதிய மாவட்டங்களுக்கும் அவர்களது கவனம் விரிவாக்கப்பட்டது. தற்போது, ஃபைசாபாத், கோண்டா, மவூ, ஆசம்கர் உள்ளிட்ட பல கிழக்கு உத்திரப்பிரதேச மாவட்டங்களில் இந்து யுவ வாகினியின் இருப்பைக் காணலாம்.

இந்து யுவ வாகினியுடைய வளர்ச்சியின் வேகத்தைப் பார்த்தால், அவ்வியக்கத்தை கவனமாகத் திட்டமிட்டு வளர்த்தெடுத்திருப்பதை அறிந்துகொள்ளலாம். மாநில, மாவட்ட, மண்டல, பஞ் சாயத்து வாரியாக அவ்வியக்கத்திற்கு பல்வேறு மட்டங்களில் நிர்வாகக்குழுக்கள் இருக்கின்றன. முதல் மூன்று மட்டங்களைப் பொருத்தவரையில், 101 பேர் என்ற எண்ணிக்கையை எட்டிவிட்டால், முழுமையடைந்துவிட்டாகக் கருதப்படும். ஆனால், பஞ்சாயத்துக் குழுவில், 250 பேரை சேர்த்தாகவேண்டும் என்ற விதியை வைத்திருக்கிறார்கள். அதனால் ஒவ்வொரு கிராமத்திலும், கணிசமான அளவிலான இளைஞர்களை இணைக்கவேண்டிய கட்டாயம் அதன் பொறுப்பாளர்களுக்கு ஏற்படுகிறது.

> *‘எங்களது எண்ணிக்கை இலக்கினை அடைந்ததும், குழுவின் அனைத்து உறுப்பினர்களின் பெயர்களும் எழுதப்பட்ட ஒரு பலகையை அக்கிராமப் பஞ்சாயத்தில் வைப்போம். உறுப்பினர்கள் அனைவரும் தங்களது வீடுகளில் இந்து யுவ வாகினியின் முக்கோண காவிக் கொடிகளை ஏற்றி வைத்திருக்கவேண்டும்’*

என்கிறார் சுனில் சிங்.

சுனில்சிங்கைப் பொருத்தவரை, ஒரு மாவட்டத்தின் அனைத்து பஞ்சாயத்துகளிலும் இந்து யுவ வாகினியின் கிளையினை அமைத்தால்தான், முழுமையான இலக்கை அம்மாவட்டம் எட்டியதாகக் கருதப்படுமாம்.

*'அது நடக்கும்வரையில், இலக்காக்கப்பட்ட குறிப்பிட்ட கிராமங்களுக்கு வாரந்தோறும் சென்று, இந்து யுவ வாகினியில் இணையுமாறு இளைஞர்களைத் தொடர்ந்து தூண்டிக்கொண்டே இருப்போம். கோரக்பூர், குஷிநகர், மகராஜ்கஞ்சு மற்றும் தேவரியா ஆகிய மாவட்டங்கள் முழுவதிலும் அமைப்பை உருவாக்கும் இலக்கை எட்டிவிட்டோம். கிழக்கு உத்திரப்பிரதேசத்தின் மற்ற மாவட்டங்களில் வேகமாக முன்னேறிக்கொண்டிருக்கிறோம்'*

என்கிறார்.

கோரக்பூரிலுள்ள வியாபாரிகளின் உதவியோடு, 2005 ஆம் ஆண்டில் தனக்கென்று, 'இந்தவி' என்ற புதிய நாளிதழை இந்து யுவ வாகினி அமைப்பு துவக்கியது. ஆதித்யநாத் குழுவினரால் சிலகாலம் நடத்தப்பட்டு, பின்னர் 2007இல் பொருளாதார மற்றும் அரசியல் காரணங்களுக்காக நிறுத்தவேண்டியாகிவிட்டது.[12]

இந்து யுவ வாகினியின் முக்கியமான பொறுப்புகள் அனைத்தையும் தாகூர் சாதியைச் சேர்ந்தவர்களே ஆக்கிரமித்திருக்கின்றனர். ஆதித்யநாத், சுனில் மற்றும் ராகவேந்திர சிங்கும் தாகூர்தான். (மாநில அளவில்) தலைமைப்பொறுப்பில் இருப்பவர்கள் மட்டுமல்ல, கோரக்பூரிலிருந்து நெடுந்தொலைவிலிருக்கும் ஃபைசாபாத் உள்ளிட்ட மாவட்டங்களிலும் அதேநிலைதான். ராகேஷ் சிங் என்ற தாகூர்தான் ஃபைசாபாத்தின் தலைமைப்பொறுப்பில் இருக்கிறார். ஆதித்யநாத்தின் படையாட்கள் நேரடியாக ஆதிக்கம் செலுத்தும் கோரக்பூர் மற்றும் பாஸ்தி பகுதிகள் முழுவதிலும் கூட தாகூர்களின் ஆதிக்கம்தான்.

*'இது சாதிப்பாகுபாட்டைப் போன்று தெரியலாம். ஆனால் அதைவிடவும் மோசமானதாக இருக்கிறது.[13] இந்து யுவ வாகினியின் பலமாக இருக்கும் கோரக்நாத் கோவிலின் மடம், திக்விஜய்நாத்தின் காலத்திலிருந்தே தொடர்ந்து தாகூர்களின் ஆதிக்கத்தில்தானே இருந்துவருகிறது. அதிலிருந்து இந்து யுவ வாகினி மட்டுமென்ன மாறுபட்டா இருக்கும்? தாகூர்களை மட்டுமே மகந்தாக நியமிப்பதை துவங்கிவைத்ததே*

*திக்விஜய்நாத் தான். அந்த வழக்கத்தை தன்னுடைய இந்து யுவ வாகினி இயக்கத்திற்கும் கொண்டுசேர்த்தவர் ஆதித்யநாத்’*

என்கிறார் கோரக்பூரைச் சேர்ந்த மூத்த பத்திரிக்கையாளர் மனோஜ் குமார்.

மேலும், வீரேந்திர பிரதாப் ஷாஹி என்கிற தாகூர் சாதியைச் சேர்ந்த குண்டர்படைத்தலைவனின் பாரம்பரியத்தையும் கொண்டவர் ஆதித்யநாத். வீரேந்திர ஷாவுக்கும் மற்றொரு (பிராமண) குண்டர்படைத்தலைவனான ஹரிஷங்கர் திவாரிக்கும் இடையேயான அடிதடிப்போராட்டம் கிழக்கு உத்திரப்பிரதேசத்தில் இருந்துவந்தது. வளர்ந்துவரும் புதிய குண்டர்ப்படைத் தலைவராக இருந்த ஸ்ரீபிரகாஷ் ஷுக்லாவினால், ஷாஹி சுட்டுக் கொல்லப்பட்டதும், அப்பகுதியில் தாகூர்கள் பின்னடைவைச் சந்திக்க நேரிட்டது. முதலில் கௌரக் ஷாவின் மூலமாகவும், பின்னர் இந்து யுவ வாகினியின் மூலமாகவும், தாகூர் மடமாக இருந்த கோரக்நாத் கோவிலின் செல்வாக்கைப் பயன்படுத்தியும், வீரேந்திர ஷாஹியின் மறைவினால் ஏற்பட்ட வெற்றிடத்தை நிரப்பியும் முன்னுக்கு பிரபலமானார் ஆதித்யநாத்.

ஆனால் இவையெல்லாம், ஆதித்யநாத்துக்கு பிற்படுத்தப்பட்ட மட்டும் தலித் மக்கள் வழங்கிய ஆதரவினைத் தடுத்துவிடவில்லை.

*‘அம்மடம் உருவாக்கப்பட்ட நோக்கத்திலிருந்து விலகி, பிற்படுத்தப்பட்ட மற்றும் தலித் மக்களுக்கு எதிராகத் திரும்பியபோதும், அவர்களது ஆதரவு மடத்துக்கானதாக தொடர்ந்துகொண்டிருந்தது. மடத்துக்கான அவர்களது ஆதரவினை, தனக்கானதாக ஆதித்தியநாத் பயன்படுத்திக்கொண்டார். ஆதித்யநாத் தன்னுடைய தனிப்பட்ட பலத்தினை சோதித்துப்பார்க்க விரும்பினால், மடத்துக்கும் தனக்குமான தொடர்பினை முற்றிலுமாக துண்டித்துக்கொண்டு, அவர் தேர்தலில் போட்டியிட்டு வென்றுகாட்டட்டும்’*

என்கிறார் மனோஜ் குமார்.

ஆனால் அதற்கான வலிமை தன்னிடம் இருப்பதாக இதுவரை ஆதித்யநாத் நிரூபிக்கவே இல்லை. இருப்பினும் அடாவடித்தனமான முழக்கங்களை இந்து யுவ வாகினி இயக்கம் தொடர்ந்து முன்னெடுக்கிறது. ‘கோரக்பூர் மேன் ரெஹ்னா ஹை தோ ‘யோகி யோகி’ கெஹ்னா ஹோகா’ (கோரக்பூரில் வாழவேண்டுமென்றால், ‘யோகி யோகி’ என்று முழங்கவேண்டும்) என்று கோரக்பூரில்

முழங்குகின்றது அவ்வியக்கம். அதுவே கிழக்கு உத்திரபிரதேசத்தில், 'பூர்வான்சல் மேன் ரெஹ்னா ஹை தோ 'யோகி யோகி' கெஹ்னா ஹோகா (பூர்வான்சல் அல்லது கிழக்கு உத்திரப்பிரதேசத்தில் வாழவேண்டுமென்றால், யோகி யோகி என்று முழங்கவேண்டும்)

# IV

அரசியல் மற்றும் மதத்தலைவர் என்பதைவிடவும், தன்னையொரு துணிச்சலான தாகூர் குண்டர்ப்படைத் தலைவராகவே பெருமைப்பட்டுக்கொள்ளும் ஆதித்யநாத், 2007 மார்ச் 12 ஆம் தேதி பாராளுமன்ற மக்களவையில் கண்ணீர்விட்டு அழுதார். அவர் மீதும் அவரது இயக்கம் மீதும் உள்ளூர் காவல்துறையினர் முதன்முறையாக தைரியமாக நடவடிக்கை எடுத்ததே அவருடைய அழுகைக்குக் காரணம். ஆதித்யநாத்தும் அவரது இந்து யுவ வாகினி இயக்கத்தினரும், தொடர்ந்து நடத்திய வெறுப்புப் பிரச்சாரத்தினால் இந்துக்களுக்கும் முஸ்லிம்களுக்கும் இடையில் கோரக்பூரில் கலவரங்கள் உருவானது. அக்கலவரத்தினால், இருவர் கொல்லப்பட்டனர், கோடிக்கணக்கில் பொருட்சேதம் ஏற்பட்டது, (2007 ஆம் ஆண்டு) ஜனவரி கடைசியிலும் பிப்ரவரி துவக்கத்திலும் பலநாட்களுக்கு ஊரடங்கு உத்தரவு அமல்படுத்துமளவுக்கான நிலைமை மோசமானது.[14]

இருப்பினும் இந்து யுவ வாகினி ஈடுபட்ட முதல் கலவரமல்ல அது. 2002இல் இந்து யுவ வாகினி தொடங்கப்பட்டதிலிருந்தே, கோரக்பூரிலும் அதன் சுற்றுவட்டாரங்களிலும், கலவரங்கள் நடப்பது வழக்கத்திற்கு மாறாக வாடிக்கையானதாகிவிட்டது. அச்சம்பவங்கள் ஒவ்வொன்றிலும், நேரடியாகவோ அல்லது மறைமுகமாகவோ இந்து யுவ வாகினிக்கு தொடர்பு இருந்துவந்திருக்கிறது. தனிமனிதர்களுக்கு இடையிலான சண்டைகளுக்குள்ளும், ஆதித்யநாத்தோ அல்லது அவரது இந்து யுவ வாகினியின் மற்ற தலைவர்களோ நுழைந்து, மதக்கலவரங்களாக மாற்றி வந்திருக்கின்றனர்.

இந்து யுவ வாகினி துவங்கிய ஓராண்டுக்குள்ளாகவே, குறைந்தபட்சம் ஆறு பெரிய கலவரங்கள் நடந்திருக்கின்றன. 2002 ஜூன் மாதத்தில் நடந்த மோகன் முந்தேரா கிராமக்கலவரம் (குஷிநகர் மாவட்டம்), நதுவா கிராமக்கலவரம் (கோரக்பூர் மாவட்டம்) மற்றும் துர்கமன்பூர் பகுதிக்கலவரம் (கோரக்பூர் நகரம்) ஆகியவையும், 2002 ஆகஸ்ட் மாதத்தில் நடந்த நர்கட்டாகா கலவரம், செப்டம்பர் முதல் வாரத்தில் நடந்த பேதகி கிராமக்கலவரம் மற்றும் தங்கட்டா பகுதிக்கலவரம் (சந்து கபீர்நகர் மாவட்டம்) ஆகியவை

அவற்றில் அடங்கும். உள்ளூர் நிர்வாகம் செயலற்றதாக இருந்ததால், எவ்விதத் தடையுமின்றி மதக்கலவரங்கள் தொடர்ந்தன.

> '2007இல் ஆதித்யநாத் கைதாகும்வரை, கோரக்பூரிலும் அதன் சுற்றுவட்டாரப்பகுதிகளிலும் குறைந்தபட்சம் 22 மிகப்பெரிய கலவரங்கள் நடத்தப்பட்டிருக்கின்றன'

என்கிறார் கோரக்பூர் நிகழ்வுகளை கவனித்து வந்திருக்கும் பத்திரிக்கையாளர் மனோஜ் குமார்.

2007 ஜனவரி 28 ஆம் தேதி, ஆதித்யநாத்தும் சில இந்து யுவ வாகினி தலைவர்களும், கோரக்பூரின் பதட்டமான பகுதிகளுக்கு அணிவகுத்து சென்று கொண்டிருக்கையில் காவல்துறையினரால் கைதுசெய்யப்பட்டனர். அதற்கு முந்தையநாள், அங்கு நடந்திருந்த சிறிய பிரச்சனையை மிகப்பெரிய மதக்கலவரமாக மாற்றும் குறிக்கோளோடு உணர்ச்சியைத் தூண்டும் விதமாகப் பேசியிருந்தார் ஆதித்யநாத். ஈராக்கிலிருக்கும் இமாம் உசைனின் சமாதியைப் போன்றே வடிவமைத்து (அதன் பெயர் தசியா என்றழைக்கப்படுகிறது), அதனை முகரம் பண்டிகை நாளின்போது புதைப்பது இந்திய முஸ்லிம்களின் வழக்கம். தசியாவை இந்து யுவ வாகினி இயக்கத்தினர் எரித்து அழிப்பதைத் தடுக்கவே கைது நடவடிக்கை எடுக்கப்பட்டது. கைதுக்குப் பிறகும்கூட, கோரக்பூர் மற்றும் அதன் அருகாமை மாவட்டங்களில் ஆங்காங்கே கலவரங்கள் வெடித்தன. பிப்ரவரி 7ஆம் தேதி ஆதித்யநாத்திற்கு பிணை கிடைக்கும்வரையில், 11 நாட்கள் சிறையில் இருக்கவேண்டியிருந்தது.[15]

உள்ளூர் நிர்வாகம் துணிவுடன் செயல்பட்டு ஆதித்யநாத்தையும் அவரது அடியாட்களையும் கைதுசெய்த முதலும் கடைசியுமான நிகழ்வு அதுதான். ஜனவரி 2007இல் ஆதித்யநாத் மீது அப்போதைய முதல்வராக இருந்த முலாயம்சிங், வழக்கத்திற்கு மாறாக சற்று கடுமையாக நடந்துகொண்டார் என்பது சந்தேகத்திற்குரியதாகவே இருக்கிறது. அதே ஆண்டு ஏப்ரல்-மே மாதங்களில் நடக்கவிருந்த சட்டமன்றத் தேர்தலை மனதில்வைத்து மதக்கலவரங்களை ஆதித்யநாத் தூண்டிவிடலாம் என்பதாலேயே முலாயம்சிங் அவ்வாறு நடவடிக்கை எடுத்திருக்கக்கூடும். கலவரங்களைத் தடுக்கமுடியாமல் போனால், முஸ்லிம் மக்களின் வாக்குகள் முழுவதுமாக முலாயம்சிங்கின் அரசியல் எதிரியான மாயாவதிக்கு சென்றுவிடுமோ என்கிற அச்சமும் அக்கைதுக்கு காரணமாக இருந்திருக்கலாம்.

காரணம் எதுவாக இருப்பினும், ஆதித்யநாத்தை கைது செய்ததும் அவருடைய பாதுகாப்பிற்காக நியமிக்கப்பட்ட காவலர்களைத் திரும்பப்பெற்றதும், அவரை அதிகளவில் பதட்டமடையச் செய்தது. அதனால்தான், மக்களவையில் சபாநாயகர் சோம்னாத் சாட்டர்ஜி முன்னிலையில், *'தனக்கெதிரான அரசியல் சூழ்ச்சிதான் இது'* என்று கண்ணீர்விட்டு அழுதார்.

இது குறித்து இந்து பத்திரிக்கையில் வெளியான செய்தியில்,

> *கோரக்பூர் சிறையில் 11 நாட்களைக் கழித்துவிட்டு வெளியேவந்த எம்பி, மாநில அரசின் பிடியில் சிக்கித்தவித்த தன்னுடைய அனுபவத்தை மக்களவையில் கண்ணீர்விட்டு பேசினார். மூன்றாவது முறையாக எம்பியான அவரை சபாநாயகர் சோம்னாத் சாட்டர்ஜி பேச அனுமதித்ததும் உடைந்து தேம்பி அழுதார். 'எங்களுக்கு பாதுகாப்புக் கிடைக்குமா அல்லது சுனில் மஹாதோ போன்று எங்களுடைய நிலையும் ஆகிவிடுமா?' என்று சபாநாயகரைப் பார்த்து கேட்டார். ஜார்கண்ட் முக்தி மோர்ச்சா கட்சியைச் சேர்ந்த எம்பி சுனில் மஹாதோ, கடந்த வாரம்தான் ஜம்ஷத்பூர் அருகில் கொல்லப்பட்டார் என்பது குறிப்பிடத்தக்கது.*[16]

ஆதித்யநாத் கண்ணீர்விட்ட காட்சியினால் அவரது தாகூர் ஆதரவாளர்கள் அதிர்ச்சியடைந்தனர். வீரமிக்கதாக அவர்கள் நினைத்துக்கொண்டிருக்கும் (தாகூர்) சாதியில் பிறந்த ஆண் அழுவதை பலவீனத்தின் அறிகுறியாகப் பார்த்தனர். ஆதித்யநாத்தை வெறுமனே வன்முறையைப் பரப்பும் கோழையென்று உள்ளூர் மக்கள் கூறியபோதிலும், அவர் உணர்ச்சிவசப்படக்கூடிய மனிதர் என்ற வாதத்தை முன்வைத்து அவருக்கான பிம்பத்தை மீட்டுருவாக்கம் செய்யும் முயற்சியில் இந்து யுவ வாகினியின் தொண்டர்கள் இறங்கினர்.

எப்படியாகினும், அதிரடித் தலைவராக அவருக்கிருந்த பிம்பம் அப்போது கொஞ்சம் அடிபட்டுத்தான் போனது. கிழக்கு உத்திரப்பிரதேசத்தில் அவரது இயக்கத்தின் செயல்பாடுகளிலும் சுணக்கம் ஏற்பட்டது. கலவரங்களைத் தலைமையேற்று நடத்துவதை தவிர்க்கவும், முஸ்லிம்களை தாக்கும் நடவடிக்கைகளிலிருந்து பின்வாங்கவும் ஆரம்பித்தார் ஆதித்யநாத். பின்னர், அமைப்புச் செயல்பாடுகளுக்கு புத்துயிர் கொடுத்து, மக்களுடைய உணர்ச்சியைத் தூண்டும் பேச்சுக்களை பேசுவதோடும் அடையாளப் போராட்டங்களில் பங்கேற்பதோடும் நிறுத்திக்கொண்டார் ஆதித்யநாத்.

அவருடைய பேச்சுக்களில் தொடர்ந்து அதிதீவிர அரசியல்தான் பரவியிருந்தது. அவ்வாறு தன்னைப் பழைய யோகிதான் என்று நிலைநிறுத்தமுயன்றபோதும், மிகக்கவனமாகவே செயல்பட ஆரம்பித்தார்.

(மதவெறிப் பேச்சுக்களின் மூலம்) மக்களை ஒருவிதமான பதட்டமான கொதிநிலையிலேயே ஆதித்யநாத்தும் இந்து யுவ வாகினியும் வைத்திருந்தனர். அதே தந்திரம்தான், 2014 ஏப்ரல்-மே மாதங்களில் பாராளுமன்றத் தேர்தலுக்கு முன்னரும் பயன்படுத்தப்பட்டது. 2013 டிசம்பர் 4ஆம் தேதி, அம்பேத்கர் நகர் மாவட்டத்தின் தண்டா என்னுமிடத்தில் இந்து வியாபாரி ஒருவர் கொல்லப்பட்டார். அப்பிரச்சனையில் அருகிலிருந்து தலையிடாமல், தள்ளிநின்று மிரட்டல் விடுத்தார் ஆதித்யநாத். அதே மாதம் 16 ஆம் தேதி, அம்பேத்கர் நகர் மாவட்டத் தலைநகரான அக்பர்பூரில் ஏற்பாடு செய்யப்பட்ட ஒரு பொதுக்கூட்டத்தில், சமாஜ்வாதி கட்சியின் எம்எல்ஏவான ஆசிஸ் உல் ஹக் மீது கொலைப்பழியை சுமத்தியதோடு அல்லாமல், 'அவரை 15 நாட்களில் கைது செய்யாவிட்டால், தண்டாவுக்குள் ஊர்வலம் செல்வேன்' என்றும் மிரட்டல் விடுத்தார் ஆதித்யநாத்.

டிசம்பர் 31 ஆம் தேதி அவர் கொடுத்த கெடு முடிந்தபோதும், மிரட்டியபடி ஊர்வலமேதும் அவர் நடத்திவிடவில்லை. ஆனாலும், அப்பிரச்சனையை தக்கவைத்துக் கொண்டிருக்க, (ஆதித்யநாத் இல்லாமல்) தண்டாவில் இந்து யுவ வாகினியின் உறுப்பினர்கள் தர்ணா போராட்டமும், 2014 பிப்ரவரியில் லக்னோவில் முதலமைச்சரின் வீடுமுன்பு ஆர்ப்பாட்டமும் நடத்தினர். ஆர்ப்பாட்டத்தின் போது, இந்து யுவ வாகினியைச் சேர்ந்த இருவர் தற்கொலைக்கும் முயன்றனர். ஆனால் காவல்துறை அதனை எளிதாகத் தடுத்துவிட்டது.[17]

வெறுமனே வெறுப்புப் பேச்சுக்களை உதிர்ப்பதை மட்டுமே வேலையாக மாற்றிக்கொண்டிருப்பதை 2013 ஆம் ஆண்டும் டிசம்பர் 29 ஆம் தேதி பல்ராம்பூரில் பேசிய அவரது பேச்சின் மூலம் மீண்டுமொரு முறையும் உறுதியானது.

'தீவிரவாதிகளைத்தான் தங்களது பாதுகாவலர்களாக முஸ்லிம்கள் கருதுகின்றனர். எங்கெல்லாம் முஸ்லிம்கள் வாழ்கிறார்களோ, அங்கெல்லாம் இந்துக்கள் ஒன்றிணைந்து கவனமாக இருக்கவேண்டும். தேவைப்பட்டால், முஸ்லிம்களை இந்துக்கள் எதிர்கொள்ளவும் வேண்டும்'[18]

என்று பேசினார் ஆதித்யநாத்.

ஆதித்யநாத்தின் அபிமானத்தைப் பெற்ற சுனில் சிங்கோ, அவரைவிடவும் ஒருபடி மேலேபோய் பேசினார்.

'இசுலாமிய பயங்கரவாதத்தை அழிப்பதற்கு, பயங்கரவாதத்திற்கான பயிற்சிகள் கொடுக்கப்படும் (முஸ்லிம்களின்) மதராசாக்களையும் மசூதிக்களையும் இந்துக்கள் இல்லாமல் செய்திட வேண்டும். ஆசான் என்ற வார்த்தையைக் கேட்கிறபோதெல்லாம் ஜெய் ஸ்ரீராம் என்று உரக்கக் குரல் எழுப்புங்கள். இந்து யுவ வாகினிக்காக உழைப்பவர்கள், இந்துஸ்தானில் முஸ்லிம்களை வாழவிடமாட்டார்கள்.'19

## V

2007இல் ஒரு முறை கைதுசெய்ததைத் தவிர, ஆதித்யநாத்தையும் அவர் வாழும் கோரக்பூர் மற்றும் அதன் சுற்றுவட்டாரத்தைச் சேர்ந்த இந்து யுவ வாகினியின் உறுப்பினர்களையும் கையாள்வது காவல்துறையினருக்கு கடினமானதாகவே இருந்தது. அரசியல் அதிகார மையத்தில் அவருக்கு இருந்த ஆதரவும், வன்முறையைத் தூண்டும் இந்து யுவ வாகினியின் திறனும், அவர்கள் வைப்பதுதான் சட்டம் என்கிற சூழலை உருவாக்கின. சிறுபான்மை மக்களிடையே நம்பிக்கையின்மையையும் உருவாக்கின. ஆதித்யநாத் மற்றும் அவரது இயக்கத்தின் உறுப்பினர்கள் தொடர்பான வழக்குகளில் விசாரணை அதிகாரிகளாக இருப்பவர்கள், வேறு ஊர்களுக்கு இடமாற்றம் செய்யப்பட்டனர். இதுவே, ஆதித்யநாத்தும் அவரது இயக்கத்தினரும் சட்டத்திற்கு மேலானவர்கள் என்ற பிம்பத்தை மக்கள் மத்தியில் உருவாக்கியது. அதனால் வேறுவழியில்லாமல், மதவெறிபிடித்த இந்து யுவ வாகினியின் உறுப்பினர்களை உள்ளூர் காவல்துறையினர் சகித்துக்கொள்வதும் மண்டியிடுவதுமாக இருக்கின்றனர்.

இதனால்தான், ஏராளமான எஃப்.ஐ.ஆர்.களில் ஆதித்யநாத்தின் பெயர் தொடர்ந்து இடம்பெற்றுவந்தபோதும், விசாரணைக்குப் பின்பு வெளியாகும் குற்றப்பத்திரிக்கையில் அவருடைய பெயர் பெரும்பாலும் விடுபட்டுப்போகிறது. 1999 ஆம் ஆண்டு பிப்ரவரி 10 ஆம் தேதியன்று பஞ்சுருக்கியா கிராமத்தில், சமாஜ்வாதி கட்சியின் எம்பி தலாத் ஆசிசின் பாதுகாவலர் பட்டப்பகலில் சுடப்பட்ட வழக்கின் எஃப்.ஐ.ஆரில், ஆதித்யநாத்தின் பெயர்தான் குற்றஞ் சாட்டப்பட்டவர்களில் முதலில் இருந்தது. ஆனால் அவரும் அவரது ஆட்களும் இன்றுவரை சுதந்திரமாக சுற்றித்திரிகின்றனர். மாநில அரசின் சிபிசிஐடி பிரிவு நடத்திய விசாரணையின் இறுதியில்

குற்றச்சாட்டிலிருந்து ஆதித்யநாத் விடுவிக்கப்பட்டிருக்கிறார். அதற்கு சிபிசிஐடி சொன்ன காரணம்தான் வினோதமானது.

> *'கலவரத்தில் இருபிரிவினரும் மாறிமாறி சுட்டுக்கொண்டனர் என்பதால் யார் சுட்ட குண்டினால் அக்காவலர் இறந்தார் என்பதை உறுதிபடுத்தமுடியவில்லை'*

என்று தனது அறிக்கையில் குறிப்பிட்டிருக்கிறது சிபிசிஐடி.

ஆதித்யநாத்தின் பெயரோ அல்லது இந்து யுவ வாகினி இயக்கத்தைச் சேர்ந்த முக்கியமான நபர்களின் பெயர்களோ ஏதாவதொரு எஃப்.ஐ.ஆர்.இல் வந்துவிட்டால், உடனே சிபிசிஐடி அவர்களை மீட்கும். இதுவே கோரக்பூரின் தொடர்கதையாகிவிட்டது. அதில், இன்றுவரையிலும் சிபிசிஐடியில் விசாரணை நடத்தும் உள்ளூர் அதிகாரிகள் ஆதித்யநாத்தை ஏமாற்றவில்லை.

இருப்பினும் கோரக்பூரில் சட்டத்தை நிலைநாட்டும் உறுதியான முயற்சிகளும் சிலரால் மேற்கொள்ளப்பட்டிருக்கின்றன. தன்னுடைய பாதுகாவலர் கொல்லப்பட்ட வழக்கில் நியாயமான தீர்ப்பிற்காக, 17 ஆண்டுகளாக உறுதியாகப் போராடிக்கொண்டிருக்கிறார் தலாத் ஆசிஸ்.

> *'காவல்துறையின் எஃப்.ஐ.ஆர்.ஐத் தவிர நானும் ஒரு எஃப்.ஐ.ஆர். பதிவு செய்தேன். சிபிசிஐடி-யின் அறிக்கைக்குப் பின்னர், ஆதித்யநாத் மீதான வழக்கை காவல்துறை கைவிட்டுவிட்டபோதிலும், நான் நீதிமன்றத்தில் தொடர்ந்துகொண்டிருக்கிறேன். எவ்வளவோ குளறுபடிகளையும் சூழ்ச்சிகளையும் ஆதித்யநாத் செய்திருக்கிறபோதும், ஒருநாள் எனக்கு நீதி கிடைக்கும் என்கிற நம்பிக்கை இருக்கிறது. அப்போது நீதிமன்றமே ஆதித்யநாத்துக்கு எதிராகக் குற்றப்பத்திரிக்கை பதிவு செய்யச்சொல்லி உள்ளூர் நிர்வாகத்திற்கு ஆணையிடும்'*[20]

என்று நம்பிக்கையோடு சொல்கிறார் ஆசிஸ். அவர் தற்போது காங்கிரஸ் கட்சியில் இருக்கிறார்.

ஆதித்யநாத்தின் மதவெறியைத் தூண்டும் பேச்சுக்களுக்காகவும், கோரக்பூரில் 2007 ஆம் ஆண்டு நடந்த மதக்கலவரங்களில் ஆதித்யநாத் முக்கியப் பங்காற்றியதற்காகவும், குற்றப்பத்திரிக்கை பதிவு செய்யவேண்டி, மூத்த உருது பத்திரிக்கையாளரான பர்வேஸ் பர்வாஸ் கடுமையாகப் போராடிக்கொண்டிருக்கிறார்.

> *'இது பேரழிவில்தான் போய்முடியும் என்று ஆரம்பத்தில் நினைத்தேன். முடிவில்லாத் தொடர்கதையாக சென்று*

கொண்டிருந்த நீதிமன்ற வழக்கிற்கு செலவுசெய்வதற்காகவே எனக்கென்று இருந்த அனைத்து சொத்துக்களையும் விற்றுவிட்டேன். இருப்பினும் ஆதித்யநாத்துக்கு எதிராக என்னிடம் வலுவான ஆதாரங்கள் உள்ளன என்பதாலேயே, இவ்வளவு அவநம்பிக்கையான சூழலிலும் தொடர்ந்து போராடி வருகிறேன்.' [21]

கோரக்பூரின் அரசு எந்திரம் எந்தளவுக்கு ஆதித்யநாத்துக்காக வளைந்துகொடுக்கிறது என்பதை பர்வேசின் சட்டப்பூர்வமான போராட்டத்தின்மூலம் நாம் அறிந்துகொள்ளலாம். 2007 ஆம் ஆண்டு ஜனவரி 27 ஆம் தேதியன்று வன்முறையைத் தூண்டும் வகையிலான ஆதித்யநாத்தினுடைய பேச்சின் ஆதாரப்பதிவுகள் இருந்தபோதும், கோரக்பூர் நீதிமன்றமும் அலகாபாத் உயர்நீதிமன்றமும் அழுத்தம்கொடுத்தபோதும், ஏறத்தாழ இரண்டாண்டுகளுக்குப் பின்னர்தான் ஆதித்யநாத் மீது உள்ளூர் காவல்துறையினரை எஃப்.ஐ.ஆர் பதிவு செய்யவைக்கவே முடிந்திருக்கிறது.[22]

'வழக்கை எடுத்து நடத்துவதற்கு தயங்கியபடி, அதனை பதிவு செய்த 24 மணிநேரத்திலேயே சிபிசிஐடி-க்கு மாற்றிவிட்டது காவல்துறை. எனக்கு இவர்களின் விளையாட்டு புரிந்துவிட்டது. அதனால் சிபிஐ போன்ற சுதந்திரமான அமைப்பு இவ்வழக்கை விசாரிக்கவேண்டும் என்று கேட்டு உயர்நீதிமன்றத்தை நாடினேன். ஆனால் அதில் பதிலேதும் கிடைப்பதற்கு முன்பே, எஃப்.ஐ.ஆர். பதிவு செய்யவேண்டுமென்று உயர்நீதிமன்றம் வழங்கிய ஆணையை எதிர்த்து, குற்றஞ்சாட்டப்பட்டவர்களில் ஒருவர் உச்சநீதிமன்றத்திற்கே சென்று தடை வாங்கிவிட்டார்'

என்கிறார் பர்வேஸ்.

ஒருவழியாக, உயர்நீதிமன்றத்தின் தீர்ப்பை 2012இல் உச்சநீதிமன்றம் உறுதிசெய்தது.

'அதன்பின்னர் விசாரணையைத் துவக்கி சிபிசிஐடி மெதுவாக இழுத்துக்கொண்டிருந்தது. சிபிசிஐடி நாடகமாடுகிறது என்பதை நான் உணர்ந்ததும், ஆதித்யநாத்தைக் காப்பாற்றுவதற்காகவே பல முக்கியமான சாட்சிகளிடம் சிபிசிஐடி வாக்குமூலம் வாங்காமல் இருக்கிறது என்று உயர்நீதிமன்றத்தில் ஒரு துணை மனுவினை தாக்கல் செய்திருக்கிறேன். வழக்கின் இன்றைய நிலை இதுதான்'

என்கிறார் பர்வேஸ்.

பர்வேசுக்கு தற்போது அறுபது வயதுக்கும் மேலாகிறது. தீராத இருமலால் அவர் பாதிக்கப்பட்டிருக்கிறார். இருப்பினும் அவர் பயமின்றி அதே ஊரில் தன்னுடைய இருசக்கர வாகனத்தில் வலம்வந்துகொண்டிருக்கிறார்.

'அவர்களைப் பார்த்து எனக்கு பயமில்லை. என்னுடைய வாழ்க்கையை நான் வாழ்ந்து முடித்துவிட்டேன். ஆனால் நான் இறப்பதற்கு முன்பு, இங்கு வாழும் மக்களுக்கு நிச்சயமாக நியாயம் கிடைக்கும்படி செய்துவிடுவேன்'

என்று இருமல்களுக்கிடையே சிரித்துக்கொண்டே சொல்கிறார் பர்வேஸ்.

## VI

2017இல் உத்திரப்பிரதேச சட்டமன்றத் தேர்தலில் பாஜக பெற்ற இமாலய வெற்றியைத் தொடர்ந்து ஆதித்யநாத் முதல்வராகப் பதவியேற்றுக்கொண்டார். தொடர்ச்சியாக ஆதித்யநாத்தை எதிர்த்துப் போராடிக்கொண்டிருந்த போராளிகளை அது சோர்வடையச் செய்தது. ஆனால் அதற்காகவெல்லாம் தங்களது முயற்சிகளிலிருந்து அவர்கள் பின்வாங்கிவிடவில்லை. வெற்றியின் உச்சத்தில் உள்துறை அமைச்சகத்தைத் தன் கட்டுப்பாட்டில் வைத்திருந்தபோதுகூட, ஆதித்யநாத்தின் மீது நடவடிக்கை எடுக்கக்கோரும் காவல்துறையினரின் கோப்புகள் அவருடைய அலுவலக மேசையின் மேல்தான் இருந்தன. அது பர்வேசின் கடுமையான முயற்சியினாலேயே சாத்தியமானது.[23]

2007இல் ஆதித்யநாத்தின் மதவெறிப் பேச்சுகளையும் அதனைத் தொடர்ந்து நடைபெற்ற கலவரங்களையும் தீரவிசாரித்த பின்னர் ஆதித்யநாத் மற்றும் மேலும் நான்கு பேர் மீது வழக்குப்பதிவு செய்ய அரசின் அனுமதிக்காக 2015லேயே சிபிசிஐடி அனுப்பிவைத்த கோப்புகள்தான் அவை. ஆனால் 2017 வரையிலும் முதல்வராக இருந்த அகிலேஷ் யாதவ், அக்கோரிக்கையின் மீது எந்தவொரு நடவடிக்கையும் எடுக்காமல் ஆதித்யநாத்திடம் மென்மையான போக்கைக் கடைபிடித்தார். இப்போது அந்த ஆதித்யநாத்தே முதல்வராகி இருக்கிறார். அவர் மீதான வழக்கு விசாரணையை நடத்துவதற்கு அவரே அனுமதி வழங்குவாரா என்று மக்கள் ஆவலோடு பார்த்துக்கொண்டிருக்கின்றனர். ஒருவேளை அவர்மீதான வழக்கு விசாரணையை அவரே அனுமதித்தால், அவரால் முதல்வர் பதவியில் நீடிப்பது கடினமாக இருக்கும்.

அனுமதிக்கவில்லையென்றாலோ, பர்வேஸ் மற்றும் இன்னபிறர் எழுப்பும் குரலுக்கு ஆதித்யநாத் பதில் சொல்ல வேண்டிய கட்டாயம் முன்பைவிட மேலும் அதிகரிக்கும். முதல்வராகும் வரையிலும் அவர் கோரக்நாத் கோவிலின் மகந்தாக செயல்பட்டு அச்செல்வாக்கைப் பயன்படுத்தி தனக்குத் தேவையானவற்றை சாதித்துக்கொண்டார். ஆனால் இப்போது முதல்வர் ஆகிவிட்டதால், ஊடகங்கள் மற்றும் கடந்தகால எதிர்ப்பாளர்கள் உள்ளிட்டோரைக் கடந்து, அவருக்கு சாதகமானதை செய்துகொள்வது எளிதாக இருந்துவிடாது.

அகிலேஷ் யாதவைப் போன்று அவ்வழக்குகளைக் கண்டுகொள்ளாமல் இருப்பதும் சாத்தியமில்லை. அவ்வழக்குகள் குறித்த உபி அரசின் நிலைப்பாட்டினை வெகுவிரைவில் தெரிவிக்க வேண்டுமென ஆதித்யநாத் முதல்வராகப் பதவியேற்பதற்கு சில நாட்களுக்கு முன்பாக (மார்ச் 10, 2017) அலகாபாத் நீதிமன்றமே அரசுக்குக் கட்டளையிட்டிருந்தது. இந்நூலின் ஆங்கிலப் பதிப்பு அச்சுக்குப் போகிற வரையிலும் ஆதித்யநாத்தும் அவரது அரசும் இதில் எந்த முடிவையும் எடுக்காமல் அமைதி காத்தனர்.

ஆதித்யநாத்தின் மீது வழக்கு பதியவேண்டி சிபிசிஐடி விடுத்த கோரிக்கை என்னவானாலும், தேர்தலுக்கு முன்பாக பிளவுபட்டிருந்த இந்து யுவ வாகினி இயக்கத்தை நிலைப்படுத்திக்கொள்வதற்கான வழியினைக் கண்டறிய ஆதித்யநாத்தின் தேர்தல் வெற்றி உதவப்போகிறது. உபி சட்டமன்றத் தேர்தலில் போட்டியிட வாய்ப்பளிக்காததால் இந்து யுவ வாகினியின் உபி மாநிலத் தலைவராக இருந்த சுனில் சிங்கின் தலைமையில் ஒரு பிரிவினர் அவ்வியக்கத்திலிருந்து வெளியேறினர். அவர்கள் பத்துக்கும் மேற்பட்ட தொகுதிகளிலும் தனித்துப் போட்டியிட்டு பாஜகவுக்கு எதிராகப் பிரச்சாரமும் செய்தனர். அவர்களில் யாருமே எந்தத் தொகுதியிலும் வெற்றிபெறவில்லை என்றாலும், ஆதித்யநாத் முதல்வராவதற்கு முன்னர் இந்து யுவ வாகினி இயக்கத்தில் கடுமையான நெருக்கடி இருந்தது என்பதென்னவோ உண்மைதான்.

**இந்நூலின் ஆங்கிலப் பதிப்பு வெளியான பின்னரான நிலை:**

1. ஆதித்யநாத் மீது வழக்கு பதிவு செய்து விசாரிக்க வேண்டும் என்று 2015இல் உபி அரசிடம் விண்ணப்பிருந்த சிபிசிஐடியின் கோரிக்கையை உபி அரசு நிராகரித்துவிட்டது. அதாவது தன்மீதான விசாரணையை, தானே இரத்து செய்தார் ஆதித்யநாத். மூன்று ஆண்டுகளாக அரசின் அனுமதிக்காகக் காத்திருந்த சிபிசிஐடியும் ஆதித்யநாத்தின் மீது வழக்குவிசாரணையை நடத்த வேண்டிய அவசியமில்லை என்று நீதிமன்றத்தில் பின்வாங்கிவிட்டது.

2. ஆதித்யநாத்தின் மீது வழக்கு தொடுத்து இத்தனை ஆண்டுகளாகக் காத்திருந்த பர்வேஸ் மீதே, தவறான தகவல்களைக் கொடுத்ததாகக் குற்றஞ்சாட்டி எதிர்வழக்கு பதியப்பட்டிருக்கிறது.

3. ஏற்கனவே பல ஆண்டுகளாக நடந்தகொண்டிருக்கும் ஏதோவொரு பாலியல் வன்புணர்வு வழக்கில் இரண்டாம் குற்றவாளியாக பர்வேஸ் இணைக்கப்பட்டு சிறையில் அடைக்கப்பட்டிருக்கிறார்.

# பஜ்ரங்தளம் -
# உடல்பலமும் அடிப்படைவாத இளைஞர்களும்

## I

கர்நாடகாவின் மங்களூரைச் சேர்ந்த ஷரன் பம்ப்வெல் என்பவர் சுமார் 40 வயது மதிக்கத்தக்கவர். அவர் பஜ்ரங்தள் இயக்கத்தின் தலைவர் மட்டுமல்லாமல், மிகத்தந்திரமான வியாபாரியும் கூட. தேவையை ஒட்டியே உற்பத்தியும் (டிமாண்ட்-சப்ளை) இருக்கும் என்கிற வியாபார உத்தியின்படி, பஜ்ரங்தள் இயக்கத்தின் செயல்பாடுகளினால் உள்ளூர் வியாபாரிகளிடம் ஏற்பட்டிருக்கும் பயத்தினை பயன்படுத்திக்கொள்கிறார். தான் சார்ந்திருக்கிற பஜ்ரங்தள் அமைப்பின் உறுப்பினர்களையே அடியாட்களாகப் பயன்படுத்தி, வியாபாரிகளுக்கு பாதுகாப்பு வழங்கும் நிறுவனத்தை நடத்தி வருகிறார். ஆக, அவருடைய நிறுவனம் நேரடியாகவோ மறைமுகமாகவோ இருவேறு பணிகளைச் செய்துவருகிறது. வியாபாரிகளுக்கு பஜ்ரங்தள் இயக்கத்தின் மூலமாக பாதுகாப்பும் கிடைக்கிறது. வன்முறை வெறியாட்டத்தினாலும் சமூகவிரோச் செயல்களாலும், வியாபாரிகளுக்கு அச்சுறுத்தலாக இருக்கின்ற பஜ்ரங்தள் செயல்பாட்டாளர்களுக்கு தொடர்ச்சியான வேலைவாய்ப்பும் கிடைக்கிறது.

ஷரனுடைய அரசியல் பொருளாதாரத்தைப் புரிந்துகொள்வதற்காக, நான் அவரோடு பேசினேன். அப்போது,

> *‘நாங்கள் வியாபார விதிகளைக் கடுமையாகப் பின்பற்றத்தான் செய்கிறோம். நியாயமான விலையில் பாதுகாப்பு சேவைகளை வழங்குவதால், வியாபாரிகள் எங்களோடு இணையத் தயாராக இருக்கின்றனர்’* [1]

என்றார் ஷரன். ஆர்எஸ்எஸ்-ன் துணை இயக்கமான விஹெச்பியின் அடிப்படைவாத இளைஞர் படைதான் பஜ்ரங்தள் என்கிற இயக்கம். அரசியல்தான் அதன் அடிப்படைக் குறிக்கோள் என்றாலும், மங்களூரைப் பொருத்தவரையில் இலாபமீட்டும் நோக்கங்களுக்கேற்பவே அதன் செயல்பாடுகளும் அமைந்திருக்கின்றன. மங்களூரில் மிகத்தீவிரமாக அவ்வியக்கம் இயங்கிக்கொண்டிருப்பதும் குறிப்பிடத்தக்கது.

கலவரங்கள், சமூகவிரோத செயல்கள் மற்றும் வன்முறை வெறியாட்டங்களின் மூலமாக பயத்தையும், பாதுகாப்பின் தேவையையும் பஜ்ரங்தள் முதலில் உருவாக்குகிறது. இதுபோன்ற செயல்பாடுகளினால், வணிகவளாகங்கள், கடைகள் மற்றும் அடுக்குமாடிக் குடியிருப்புகளின் உரிமையாளர்களுக்கு பாதுகாப்பற்ற உணர்வினையும் ஏற்படுத்துகிறது. பின்னர் ஈஸ்வரி மேன்பவர் சொல்யூசன்ஸ் லிமிடட் (ஷரனின் நிறுவனம்) நிறுவனத்தை, பயத்திலிருக்கும் வியாபார நிறுவனங்கள் அணுகும்போது, அக்கட்டிடங்களின் பாதுகாப்புக்காக ஆட்கள் அனுப்பிவைக்கப்படுகிறார்கள். இவ்விரண்டு நடவடிக்கைகளுக்கும் பயன்படுத்தப்படும் ஆட்களின் குழு ஒன்றுதான்.

> 'என்னுடைய நிறுவனத்தில் மேற்பார்வையாளர்களாகவும் பாதுகாப்புக்காவலர்களாகவும் பணிபுரிபவர்கள் அனைவரும், பஜ்ரங்தள்ளின் செயல்பாட்டாளர்கள்தான். இந்நகரத்தின் பஜ்ரங்தள் தலைவராக இருப்பதால், அதில் உறுப்பினர்களாக (கார்யகர்த்தாக்கள்) இருப்பவர்களின் வாழ்வாதாரத்தை உறுதிசெய்வதும் என்னுடைய கடமையாக இருக்கிறது. என்னிடம் வேலைக்கு வரும் எவரையும் நான் திருப்பி அனுப்புவதில்லை. ஏனெனில் இந்நகரில், பாதுகாப்புப் பணியாளர்களுக்கான தேவை மிகவும் அதிகமாகவே இருக்கிறது. எங்களது பாதுகாவலர்களில் ஒருசில முஸ்லிம்கள்கூட இருக்கிறார்கள்'

என்கிறார் ஷரன்.

2005இல் பஜ்ரங்தள் இயக்கத்தில் இணைந்ததிலிருந்தே அதிவேக வளர்ச்சியைக் கண்டிருக்கிறார் ஷரன் பம்ப்வெல். 2011இல் மங்களூர் கோட்டத்தின் பஜ்ரங்தள் அமைப்பாளரானார். 2014இல் தெற்கு கர்நாடகா முழுவதுக்குமான அமைப்பாளரானார். பஜ்ரங்தள் இயக்கத்தின் கட்டமைப்பின்படி, தெற்கு மற்றும் வடக்கு என இரு பகுதிகளாக கர்நாடகாவைப் பிரித்து, இரண்டுக்கும் தனித்தனி அமைப்பாளர்கள் நியமிக்கப்படுவர். வடக்கு கர்நாடகாவில்

பலவீனமாகவும் தெற்கு கர்நாடகாவில் பலம்வாய்ந்ததாகவும் அவ்வமைப்பு இருக்கிறது. நாட்டின் மற்றெந்தப் பகுதியைவிடவும் தெற்கு கர்நாடகாவில்தான் பலமான அமைப்பாகவும் பஜ்ரங்தள் இருக்கிறது.

ஈஸ்வரி மேன்பவர் சொல்யூசன்ஸ் லிமிடட் நிறுவனத்தின் தொழில் தொடர்ந்து நடப்பதற்கும், ஷரோனின் தலைமையிலான பஜ்ரங்தள் இயக்கத்தின் வருமானத்திற்கும், கலவர நடவடிக்கைகள் மிகவும் அவசியம் என்றே அவ்வியக்கம் கருதுகிறது.

*'மங்களூரின் அமைப்பாளராக்கப்பட்டதுமே, இந்நிறுவனத்தைத் துவக்கிவிட்டேன். இப்போது சிட்டி சென்டர், ஃபோரம் ஃபிசா மற்றும் பிக் பசார் ஆகிய மூன்று வணிக வளாகங்களுடனான ஒப்பந்தங்கள் என்னிடம் இருக்கின்றன. அதுமட்டுமில்லாமல் நகரின் பல்வேறு கடைகள் மற்றும் அடுக்குமாடிக் கட்டிடங்களுடனும் நான் ஒப்பந்தம் போட்டிருக்கிறேன்'*

என்கிறார். கே.எஸ். ராவ் சாலையில் இருக்கும் சிட்டி சென்டரும் பாண்டேஷவரில் இருக்கும் ஃபோரம் ஃபிசாவும் மங்களூரின் மிகப்பெரிய வணிகவளாகங்களாகும். நகரின் லால் பாக் பகுதியில் இருக்கும் பிக் பசாரும் மற்றொரு முக்கியமான வணிகவளாகமாகும்.

சிட்டி சென்டரிலும் ஃபோரம் ஃபிசாவிலும் இருக்கும் பெரும்பாலான கடைகள் முஸ்லிம்களுக்கு சொந்தமானவை என்பதுதான் இதில் கவனிக்கப்படவேண்டிய செய்தி. நாட்டின் மற்ற பகுதிகளைப்போலவே, மங்களூரிலும் பஜ்ரங்தள் இயக்கத்தினுடைய தாக்குதல்களின் முக்கியமான இலக்காக முஸ்லிம்கள்தான் இருந்துவருகிறார்கள். பஜ்ரங்தள் இயக்கத்தின் முஸ்லிம் எதிர்ப்பு அரசியலின் காரணமாக, இந்துத்துவ இயக்கங்கள் நடத்தும் தனியார் பாதுகாப்பு நிறுவனங்களின் வருமானம் இருமடங்காகிறது. எந்த இயக்கத்தினால் தங்களது கடைகளின் பாதுகாப்புக்கு பாதிப்பு ஏற்படுகிறதோ, அவர்களிடமே பாதுகாப்பு கோரி நிற்கவேண்டிய நிலைக்கு சிறுபான்மையினர் தள்ளப்பட்டிருக்கின்றனர். அப்போதைக்கு மட்டும் மதநல்லிணக்கம் ஏற்படுவதைப் போன்ற தோற்றம் தற்காலிகமாக உருவாக்கப்படுகிறது

*'முஸ்லிம்கள் முதலாளிகளாக இருக்கும் கடைகளிடமிருந்தும் வணிகவளாகங்களிடமிருந்தும் எங்களுக்கு நிறைய வியாபார ஒப்பந்தங்கள் கிடைக்கின்றன. எங்களின் மீதும் எங்களுடைய*

*நிறுவனத்தின் மீதும் அவர்களுக்கு இருக்கும் நம்பிக்கைதான் அதற்கு முதன்மையான காரணம்.'*

என்று, தனது சாதுர்யமான வியாபாரமுறையே வெற்றிக்கான காரணமென்று குறிப்பிடுகிறார் ஷரன். ஆனால், பயத்தின் காரணமாகத்தான் முஸ்லிம் வியாபாரிகள், அவருடைய நிறுவனத்தைத் தேர்ந்தெடுக்கிறார்கள் என்கிற இரகசியத்தை ஒப்புக்கொள்ளாமல் மறைக்கிறார்.

*'அவர்களுடைய (பஜ்ரங்தள் உறுப்பினர்கள்) செயல்பாடுகளை வைத்துப்பார்க்கிறபோது, அமைதியாக வியாபாரத்தை நடத்துவதற்கான ஒரேவழி இதுமட்டுமாகத்தான் இருக்கிறது. மங்களூரைப் போன்ற ஒரு நகரில், தனியார் பாதுகாப்பு நிறுவனங்களின் துணையில்லையென்றால், மிகஅதிகமான பாதிப்புகளை எதிர்கொள்ளவேண்டியிருக்கும். மோசமான உடன்பாடாகவும் எங்களுக்கு இது தெரியவில்லை. அந்நிறுவனங்களிடமிருந்து பாதுகாவலர்களைப் பெறுவதோடு, இந்துத்துவ நடவடிக்கைகளினால் எவ்வித பாதிப்பும் ஏற்படாது என்கிற மறைமுக உத்திரவாதத்தையும் பெறமுடிகிறது. எங்களுடைய வியாபாரத்தை ஒட்டுமொத்தமாக வீழ்த்துவதற்கு, அவர்களுக்கு ஒரேயொரு தாக்குதல் போதும் என்பதை நாங்கள் கவனத்தில் கொள்ளவேண்டியிருக்கிறது'*

என்கிறார் சிட்டி சென்டரில் கடை வைத்திருக்கும் முஸ்லிம் வியாபாரியொருவர்.[2]

தெருக்கலவரங்களிலிருந்து தனியார் பாதுகாப்பு நிறுவனமாக உருமாறுவது பஜ்ரங்தள்ளின் இயல்பான வளர்ச்சியின் ஒரு பகுதியல்லதான். இருப்பினும், பஜ்ரங்தள் இயக்கத்தினால் நிகழ்த்தப்படும் கலவரங்களிலிருந்து பாதுகாத்துக்கொள்வதற்கு காவல்துறையினை அணுகுவதும் பயனற்றது என்று மங்களூர் வியாபாரிகளும் பொதுமக்களும் கருதுவதாலேயே, மங்களூரில் மட்டும் பஜ்ரங்தள் இயக்கத்திற்கு இப்படியான ஒரு வளர்ச்சிப்பாதை சாத்தியமாகியிருக்கிறது. அரசினால் கட்டுப்படுத்தமுடியாமலும், அரசின் சட்டதிட்டங்களை மதிக்காமல் மீறுபவர்களை எதிர்க்கமுடியாமல் போவதனாலும், சமூகவிரோதிகளிடமே சரணடையவேண்டிய நிலைக்கு அம்மக்கள் தள்ளப்பட்டிருக்கிறார்கள்.

## II

சமூகத்தின் பிந்தங்கிய பொருளாதாரப் பின்னணியில் இருந்துவரும் வேலைகிடைக்காத இளைஞர்கள்தான், மங்களூர் பஜ்ரங்தள் இயக்கத்தின் வியாபார நோக்கங்கொண்ட அரசியல் அணுகுமுறையில் அதிகமாக சிக்கிக்கொள்கிறார்கள். போட்டி நிறைந்த சந்தைப்பொருளாதார நிலைமையை சமாளிக்கமுடியாமல், அதில் கடுமையாகப் போராடித் தோற்கிற இளைஞர்கள்தான் பஜ்ரங்தள் இயக்கத்திலும் அதன் தனியார் பாதுகாப்பு நிறுவனங்களிலும் இணைந்து பணியாற்ற முன்வருகிறார்கள்.

அயோத்தி (பாபர் மசூதியை இடிப்பதையும், இராமர் கோவிலைக் கட்டுவதையும் மையமாகக்கொண்ட) இயக்கத்திற்கு ஆட்களை சேர்ப்பதற்காவே 1984இல் விஹெச்பியால் உருவாக்கப்பட்ட இளைஞர் குண்டர்படை தான் பஜ்ரங்தள் என்கிற இயக்கம். பஜ்ரங்தள்ளை துவங்குவதற்கு சில மாதங்கள் முன்புதான், அயோத்தி இயக்கத்தை தன்னுடைய முக்கியப்பணியாக விஹெச்பி எடுத்துக்கொண்டிருந்தது. இராமருடைய படையை போரில் வழிநடத்திய வானரக் கடவுளான அனுமனோடு தொடர்புடையதுதான் 'பஜ்ரங்' (பொருள்: பலமும் வலிமையும் உடைய) என்கிற வார்த்தை. இயக்கத்தின் உடல்வலிமையை குறிப்பாக உணர்த்துவதற்காகவே அப்பெயர் தேர்ந்தெடுக்கப்பட்டிருந்தது.

> '(அயோத்தியிலிருக்கும்) பாபர் மசூதியின் இடத்தில் இராமர் கோவில் கட்டுவதை குறிக்கோளாகக் கொண்டே பஜ்ரங்தள் உருவாக்கப்பட்டதால், அயோத்தியைச் சேர்ந்த வினய் கட்டியார் என்பவர்தான் அவ்வியக்கத்தின் முதல் ஒருங்கிணைப்பாளராக நியமிக்கப்பட்டார். 1980 முதல் ஆர்எஸ்எஸ் இயக்கத்தின் பிரச்சாரகராகவும் அவர் இருந்து வந்தவர்'

என்கிறார் அயோத்தியைச் சேர்ந்த சாதுவான யுகல் கிஷோர் ஷரன் ஷாஸ்திரி. அவர் விஹெச்பியின் ஃபைசாபாத் மாவட்ட ஒருங்கிணைப்பாளராக இருந்தவர். விஹெச்பியின் இளைஞர் படையைத் துவங்குவதிலும் பங்காற்றியவர்.[3] அயோத்தியில் வாழ்ந்த இளம் சாதுவான சாஸ்திரி, 1977 ஆம் ஆண்டு ஆர்எஸ்எஸ் இயக்கத்தில் தன்னை இணைத்துக்கொண்டார். பின்னர், 1981ல் ஆர்எஸ்எஸ் இயக்கத்தில் பிரச்சாரகரானார். அதற்கு இரண்டு ஆண்டுகளுக்குப் பின்னர், விஹெச்பிக்கு அவர் மாற்றப்பட்டு, ஃபைசாபாத் மாவட்டத்தின் விஹெச்பியின் தலைவராக்கப்பட்டார்.

'பஜ்ரங்தள் உருவாவதற்கு சில வாரங்கள் முன்னதாக, அலகாபாத்தின் கிட்கஞ்ச் என்னும் ஊரில் ஒரு கூட்டத்தை விஹெச்பி நடத்தியது. கிரிராஜ் கிஷோர், அசோக் சிங்கால், தாகூர் குஞ்சன் சிங் மற்றும் மகேஷ் நாராயண் சிங் உள்ளிட்ட விஹெச்பியின் அகில இந்தியளவிலான மூத்த தலைவர்களும், உத்திரப்பிரதேச விஹெச்பின் பல்வேறு மாவட்டங்களின் தலைவர்களும் அக்கூட்டத்தில் கலந்துகொண்டனர். ஃபசாபாத் மாவட்ட விஹெச்பி சார்பாக நானும் கலந்துகொண்டேன். தேசிய தலைமை ஒருங்கிணைப்பாளர் பதவிக்கு வினய் கட்டியாரின் பெயரை முடிவுசெய்வதற்கு முன்னர், புதிதாக உருவாக்கப்போகும் அமைப்பின் பெயரைத் தேர்வு செய்வது தொடர்பான விவாதம் நடந்தது. "பஜ்ரங் சேனா" என்ற பெயரை அசோக் சிங்கால் பரிந்துரைத்தார். ஆனால் அக்கருத்துடன் விஹெச்பியின் ஒருங்கிணைப்பு செயலாளரான மகேஷ் நாராயண் சிங் முரண்பட்டார். "சேனா" என்கிற பெயர் வைத்தால் தொல்லை கொடுக்கும் இயக்கமாக அரசு நினைக்கக்கூடும் என்ற கருத்தை முன்வைத்தார். அப்போது அவர்தான் "பஜ்ரங்தள்" என்னும் பெயரை முன்வைத்தார். கூட்டத்தில் பங்கேற்ற அனைவரும் ஒருமனதாக அப்பெயரை ஏற்றுக்கொண்டனர்'

என்று நினைவுகூறுகிறார் சாஸ்திரி.

சாஸ்திரியால் விஹெச்பியில் நீண்டகாலம் தாக்குப்பிடிக்க முடியவில்லை. 1986இல் சங் பரிவாரோடுடனான ஒட்டுமொத்த உறவையும் முறித்துக்கொண்டார்.

'விஹெச்பிக்கும் பஜ்ரங்தள்ளுக்கும் இராமர் கோவில் கட்டுவதில் அதிக ஈடுபாடில்லை. மாறாக, பாஜகவின் அரசியல் ஆதாயத்திற்காக மட்டுமே செயல்படுகின்றன'

என்று கருதினார் சாஸ்திரி. அப்போதிலிருந்து, நாட்டின் பல்வேறு பகுதிகளுக்கு பயணித்து, வகுப்புவாத ஒற்றுமை குறித்தும், வகுப்புவாத அரசியலை எதிர்த்தும் தொடர்ந்து பேசிவருகிறார் சாஸ்திரி.

'இதனை உணர்ந்தது நான் மட்டுமே அல்ல. இராமர் கோவில் கட்டப்படும் என்று நம்பி விஹெச்பியில் இணைந்த அயோத்தியின் பல்வேறு சாதுக்கள், அவ்வியக்கத்தின்

*உண்மையான நோக்கம் என்னவென்று தெளிவாகத் தெரிந்ததும், அமைதியாக வெளியேறினர்'*

என்கிறார் சாஸ்திரி.

அதனால்தானோ என்னவோ, இராமர் கோவிலைக் கட்டுவதையே குறிக்கோளாகக் கொண்டு துவங்கப்பட்டிருந்தும், அயோத்தியைச் சேர்ந்த ஒருவரையே தேசிய ஒருங்கிணைப்பாளராக நியமித்தும், உள்ளூர் சாதுக்களிடமிருந்துமே பஜ்ரங்தள் இயக்கத்திற்கு ஆரம்பகாலத்தில் பெரியளவிற்கு வரவேற்பு இருக்கவில்லை. அதனால்தான், 'அயோத்தியின் இராமர் கோவிலை மீட்பதற்கான' ஊர்வலத்தை பீகாரின் சீதாமர்கியிலிருந்து அயோத்தி வரை பஜ்ரங்தள் நடத்தியபோது, சொல்லிக்கொள்ளும்படியான சிறப்பான வரவேற்பை அயோத்தியின் சாதுக்கள் வழங்கவில்லை என்கிறார் டச்சு மானுடவியலாளரான பீட்டர் வான் தர் வேர்.

இராமர்கோவில் கட்டுவதற்காக இந்துக்களை திரட்டும் பணியினை செய்வதற்காகத்தான் பஜ்ரங்தள் இயக்கமே உருவாக்கப்பட்டது என்பதை வெளிக்காட்டுவதற்காகவே 'இராமர்-ஜானகி இரத யாத்திரை' நடத்தப்பட்டது. அதுதான் முதன்முறையாக நடத்தப்பட்ட பெரிய நிகழ்ச்சியுமாகும். **1984** ஆம் ஆண்டு அக்டோபர் 6ஆம் தேதி, அவ்வூர்வலம் அயோத்தியை வந்தடைந்தது. ஊர்வலத்தின் வெற்றியைக் கொண்டாடுவதற்காக மறுநாளே அயோத்தியில் நடத்தப்பட்ட பொதுக்கூட்டத்தை பெருமளவிலான உள்ளூர் சாதுக்கள் புறக்கணித்தனர்.

*'நான் பார்த்தவரையில், ஐயாயிரம் முதல் ஏழாயிரம் வரையிலான மக்கள்தான் பொதுக்கூட்டத்தில் கலந்துகொள்ள வந்திருந்தனர். இது ஏமாற்றம் தரக்கூடிய எண்ணிக்கையாகவே இருந்தது. அவ்வெண்ணிக்கையை 50000 என்று இந்தி பத்திரிக்கைகள் உயர்த்திச்சொல்லின. இன்னும் சில பத்திரிக்கைகள் ஒரு இலட்சத்திற்கு மேற்பட்டோர் கலந்துகொண்டதாக செய்தி வெளியிட்டன. அதனையே தேசியப் பத்திரிக்கைகளும் அறிவித்தன'* [4]

என்கிறார் பீட்டர் வான் தர் வேர். ஊர்வலமாக வந்திருந்தவர்கள் அயோத்தியில் அன்று தங்கிவிட்டு, மறுநாள் உத்திரப்பிரதேச முதல்வரிடம் மனு கொடுப்பதற்காக, லக்னோவை நோக்கிப் புறப்பட்டுச் சென்றனர்.

*'அவர்களோடு அயோத்தியின் சாதுக்கள் சிலரும் இணைந்து லக்னோவுக்கு சென்றனர். அயோத்தியை விடவும்*

*லக்னோவுக்கு போகிற வழிகளிலும் லக்னோவிலும்தான் அதிக அளவிலான கூட்டம் கூடியது என்பதை அயோத்தியிலிருந்து சென்று திரும்பிய சாதுக்கள் பதிவு செய்திருக்கின்றனர்"*[5]

என்று பீட்டர் வான் தர் வேர் கூறுகிறார்.

ஆரம்பகாலத்தில் அயோத்தியிலேயே வரவேற்பில்லாமல் இருந்தபோதும், உத்திரப்பிரதேசத்தின் மற்ற பகுதிகளிலும், அண்டை மாநிலங்களிலும் பஜ்ரங்தள் இயக்கம் பிரபலமடையத் துவங்கியது. 1980களின் இறுதியில் பாஜக, விஹெச்பி மற்றும் ஆர்எஸ்எஸ் இயக்கங்களுக்கு கிடைக்கத்துவங்கிய பொதுவான ஆதரவும் அதற்கு ஒரு காரணமாகும். 1990 செப்டம்பரில், குஜராத் சோம்நாத் கோவிலிலிருந்து துவங்கி, இந்தியாவின் மேற்கு மற்றும் வடக்கின் பத்தாயிரம் கிலோமீட்டர்கள் கடந்து அயோத்தியைச் சென்றடைவது போன்றதொரு இரதயாத்திரையை பாஜக தலைவர் எல்.கே.அத்வானி திட்டமிட்டிருந்தார். அது தொடர்பான பணிகளில் பஜ்ரங்தள் இயக்கம் முக்கியப் பங்காற்றியது. தங்களின் அர்ப்பணிப்பை வெளிக்காட்டுவதற்காகவே, ஒரு கோப்பை அளவிற்கான தங்களது இரத்தத்தினை பஜ்ரங்தள் இயக்கத்தின் தொண்டர்கள் அத்வானிக்கு தானமாக அளித்தனர்.[6] பயணத்திலும் அவருடனேயே இருந்தனர். இரத்தத்தினால் அத்வானியின் நெற்றியில் திலகமிட்டும் வழிநெடுகிலும் அவரை வரவேற்றனர்.[7] இரதயாத்திரை பயணிக்கும் வழியெங்கும் அலங்காரத் தோரணங்கள் அமைப்பதையும், மதவாதப் பிரச்சாரத்தை மேற்கொள்ளும் பொறுப்பையும் ஏற்று செவ்வனே செய்தனர்.[8]

அயோத்திக்குள் இரத யாத்திரை நுழையமுடியாமல் போனது. பீகாரில் லல்லு பிரசாத் யாதவ் தலைமையிலான ஜனதாதள அரசின் ஆணையின்படி, அக்டோபர் 23இல் அத்வானி கைதுசெய்யப்பட்டார். இருப்பினும், கடுமையான பாதுகாப்பு வளையத்தைக் கொண்டிருந்த பாபர் மசூதிக் கட்டிடத்தின் மையப்பகுதியில் அடுத்தவாரமே (அக்டோபர் 30) காவிக் கொடியை பஜ்ரங்தள் செயல்பாட்டாளர்கள் ஏற்றிவிட்டனர். அதன் விளைவாக உள்ளூர் காவல்துறையினருக்கும் ஆயிரக்கணக்கான கரசேவகர்களுக்கும் இடையே நடந்த மோதலில் பலர் உயிரிழக்கவும் நேரிட்டது.

1991இல் உத்திரபிரதேசத்தில் பாஜக ஆட்சியமைத்ததும், அயோத்தி பிரச்சனையில் நேரடியாகத் தலையிடும் இயக்கமாக பஜ்ரங்தள் மட்டுமே மாறியது. சங் பரிவாரின் பிரதான அமைப்புகளான

ஆர்எஸ்எஸ், பாஜக, மற்றும் விஹெச்பியும் கூட பொதுவெளியில் வெளிப்படையாக செயல்படுவதை நிறுத்திக்கொண்டன.[9] சங்பரிவார் இயக்கங்களின் படிநிலையில் மிகவும் கீழே இருக்கும் அமைப்பான பஜ்ரங்தள் இயக்கம் களத்தில் இறக்கிவிடப்பட்டது. அதன்மூலம் அயோத்தி பிரச்சனையின் வீரியம் குறையாமல் வைத்திருந்தது, பிற்காலத்தில் தேவைப்படும் நேரத்தில் ஆதாயம் அடைந்துகொள்ளலாம் என்பதே சங்பரிவாரின் மிகத்தெளிவாகத் திட்டமிடப்பட்ட தந்திரமாக இருந்தது. அதேவேளையில், பாஜக அரசுக்கு எவ்வித சங்கடமும் வராமல் பார்த்துக்கொள்வதற்காகவே, அதன் பிரதான சகோதர இயக்கங்கள் அனைத்தும் அமைதிகாத்தன.

கரசேவைக்காக நகரத்து இளைஞர்களைத் திரட்டுவதில் சங்பரிவாரின் முக்கிய ஆயுதமாக, 1990 ஆம் ஆண்டைப் போலவே, 1992லும் தொடர்ந்து பஜ்ரங்தள் பயன்படுத்தப்பட்டது. 1992 டிசம்பர் 6ஆம் தேதியன்று பாபர் மசூதி இடிக்கப்பட்டபோது, பஜ்ரங்தள் இயக்கத்தின் உறுப்பினர்கள்தான் முன்னணியில் இருந்து தாக்குதலை நடத்தினர்.

## III

பாபர் மசூதி இடிக்கப்பட்ட நிகழ்வு, நாட்டையே அதிர்ச்சிக்குள்ளாக்கியது. ஆனால் பி.வி.நரசிம்மராவ் அரசின் நடவடிக்கைகளோ இருமுகப்போக்காகத்தான் இருந்தது. 1992 டிசம்பர் 10ஆம் தேதி (பாபர் மசூதி இடிக்கப்பட்ட நான்கு நாட்களுக்குப் பின்னர்), விஹெச்பி, ஆர்எஸ்எஸ்சுடன் சேர்த்து பஜ்ரங்தள்ளையும் பி.வி.நரசிம்மராவின் மத்திய அரசு தடைசெய்தது. இருப்பினும் அவ்வியக்கங்களுக்கு எதிராக உறுதியான நடவடிக்கைகளை எடுப்பதற்கு பதிலாக சமரசப்போக்குடனேயே நடந்துகொண்டது. மிகமிக சொற்ப எண்ணிக்கையிலான நபர்களே கைது செய்யப்பட்டனர். பெரும்பாலான முக்கியப் பிரமுகர்கள் மறைவாகச் சென்றுவிடவும் அனுமதிக்கப்பட்டனர். 1993 ஜூன் 4ஆம் தேதி, டெல்லி உயர்நீதிமன்ற நீதிபதியான பி.கே.பஹ்ரி தலைமையிலான விசாரணக்குழுவினுடைய உத்தரவின்படி, பஜ்ரங்தள் மற்றும் ஆர்எஸ்எஸ் மீதான தடையும் நீக்கப்பட்டது. ஆனால் விஹெச்பியின் மீதான தடையை மட்டும் உறுதி செய்து உத்திரவிடப்பட்டது.

அயோத்தி கலவரமும் பாபர் மசூதி இடிப்பும், இந்துத்துவ இயக்கங்களுக்குள் பஜ்ரங்தள் இயக்கத்தின் நிலையை உயர்த்தின. அதற்கான ஆதரவும் பெருகியது. ‘இராமருக்கு சேவை செய்யாத

இளைஞர்கள் ஒன்றுக்கும் உதவாதவர்கள்’ என்ற அவர்களது முழக்கம் சமூகத்தின் குறிப்பிட்ட பகுதியினருடைய மதிப்பினைப் பெற்றது. 1992 டிசம்பர் 16 ஆம் தேதியன்று, போபாலிலிருந்து வெளியாகும் ஆர்எஸ்எஸ் ஆதரவு இந்தி பத்திரிக்கையான சுவதேசில் பஜ்ரங்தள் செயல்பாட்டாளரான தர்மேந்திர சிங் குர்ஜரின் பேட்டி வெளியானது. அதில், தனது நூறு பேர் கொண்ட பலம்வாய்ந்த குழுவினர் பெற்ற பயிற்சி குறித்தும், அதன்மூலம் பாபர் மசூதியை எவ்வாறு இடிக்கமுடிந்தது என்பதையும் விரிவாக விளக்கியிருக்கிறார். அதேபோன்ற வேறுசில உண்மைகளும் அதன்பிறகு தொடர்ச்சியாக வெளியாகின.

அப்படியான சூழலில் பஜ்ரங்தள் மீது விதிக்கப்பட்டிருந்த தடை நீக்கப்பட்டவுடனே, அமைப்புரீதியாகவும் தத்துவார்த்தரீதியாகவும் பஜ்ரங்தள் இயக்கத்தை தனது கட்டுப்பாட்டில் முழுமையாகக் கொண்டுவர ஆர்எஸ்எஸ் முயற்சித்தது. அதுவரையிலும் கண்டிப்பான கட்டுப்பாடுகளில்லாமல் பஜ்ரங்தள் இயங்கிவந்திருந்தது. ‘இராமா’ என்று எழுதப்பட்ட காவித்துணியினை தலையில் கட்டுவதை மட்டுமே தங்களது அடையாளமாக பஜ்ரங்தள் இயக்கத்தின் உறுப்பினர்கள் காட்டிக்கொண்டிருந்தனர். ஆனால் ஆர்எஸ்எஸ் இயக்கத்தின் நேரடிக்கட்டுப்பாட்டில் வந்தபின்னர், அகில இந்தியளவிலான அமைப்பாக மாற்றப்பட்டு ஆர்எஸ்எஸ் இயக்கத்தைப் போன்றே அதிகளவிலான விதிமுறைகளும் கட்டுப்பாடுகளும் விதிக்கப்பட்டன. முதலில் நீலநிற கால்சட்டை, வெள்ளைநிற மேல்சட்டை மற்றும் காவித் தலைப்பட்டை கொண்ட சீருடை அறிமுகப்படுத்தப்பட்டது. இரண்டாவதாக, நேரடியான வன்முறைகளில் இயங்கிவந்த பஜ்ரங்தள் இயக்கத்தை முழுக்கட்டுப்பாட்டில் வைத்துக்கொள்ள நன்கு பயிற்சிபெற்ற ஆர்எஸ்எஸ் இயக்கத்தின் உறுப்பினர்கள் அமர்த்தப்பட்டனர். மூன்றாவதாக, பஜ்ரங்தள் இயக்கத்தின் செயல்பாட்டாளர்களுக்கு ஏராளமான பயிற்சிப்பட்டறைகள் நடத்தப்பட்டன. 1993 ஆம் ஆண்டில் மட்டும், 350 பயிற்சிப்பட்டறைகள் நடத்தப்பட்டிருக்கின்றன.[11]

மேலும், பஜ்ரங்தள் செயல்பாட்டாளர்களுக்கு பயிற்சியளிக்கும் பொறுப்பாளர்களுக்கென்றே ஒரு சிறப்புக் கையேடு தயாரிக்கப்பட்டு வழங்கப்பட்டது. அதன் முன்னுரையில், 1992 டிசம்பர் 6 ஆம் தேதியில் நடந்த நிகழ்வுகளில் பஜ்ரங்தள்ளின் பங்களிப்பினை வெகுவாகப் பாராட்டியிருக்கிறார் விஹெச்பியின் மூத்த தலைவரான ஆச்சார்யா கிரிராஜ் கிஷோர்.

'அந்நாளில் தலைவர்களையும் மீறி, தொடர்ச்சியான தலையீடுகளையும் தாண்டி, [பாபர் மசூதி என்னும்] அவமானச் சின்னத்தை அழிக்கும் பணியினை முன்னேறி நிறைவேற்றியது இளைஞர்சக்திதான்.'[12]

அக்கையேட்டில் ஒழுக்கத்தின் அவசியம் குறித்தும் விரிவாக விளக்கியிருக்கிறார்.

'தனிநபராகவோ, தேசமாகவோ, ஒரு அமைப்பாகவோ அல்லது ஒட்டுமொத்த சமூகமாகவோ இருந்தாலும், ஒழுக்கத்தைக் கற்றுக்கொண்டவர்களால் மட்டும்தான் வெற்றியையும் விழிப்புணர்வையும் உயர்வையும் அடையமுடியும். ஒழுக்கமில்லாமல், எந்த வெற்றியும் சாத்தியமில்லை. தொடர்பயிற்சியும் உடற்பயிற்சியும்தான் ஒழுக்கத்தைத் தரும். ஒரு ஒழுக்கமுள்ள மனிதன் தைரியசாலியாகவும் இருந்துவிட்டால், வேறென்ன வேண்டும்?'[13]

இருப்பினும் கட்டுக்கோப்பான ஒழுக்கவிதிகளைப் பின்பற்றும் இயக்கமாக பஜ்ரங்தள் மாறிவிடவில்லை. ஆர்எஸ்எஸ் இயக்கத்தைப் போன்று பஜ்ரங்தள்ளில் முறையான ஷாகாக்கள் நடைபெறுவதில்லை. அவ்வப்போது பயிற்சிமுகாம்கள் ஏற்பாடு செய்யப்படுகின்றன என்றாலும், அவை தொடர்ச்சியாக நடத்தப்படுவதுமில்லை. இயக்கத்தின் அங்கமாக இருக்கும் கொள்கையற்ற சமூகவிரோதக் கும்பல்களை ஊக்கப்படுத்துவதற்காக மட்டுமே அவை நடத்தப்படுகின்றன. ஆர்எஸ்எஸ் இயக்கத்தைப் போன்று முறையான தத்துவார்த்த பயிற்சியோ உடற்பயிற்சியோ திட்டமிட்ட செயல்பாடுகளோ இல்லாமல் இருப்பதாலேயே, சங்பரிவாருக்காக கலவரங்களை உருவாக்குவதற்கான துணைப்படையாக மட்டுமே பஜ்ரங்தள் பயன்படுத்தப்படுகிறது.

பஜ்ரங்தள் இயக்கத்தின் செயல்பாடுகள் விரிவடையாமலும் இல்லை. பல்வேறு மாற்றங்களுக்குப் பின்னரும், அடியாட்களைக் கொண்டதாகவும், அதன்மூலம் வன்முறைகளை நிகழ்த்தவும், கலவரத்தை உருவாக்கவும், பயங்கரவாதச் செயலில் ஈடுபடுவதுமே பஜ்ரங்தள் இயக்கத்தின் பணிகளாகத் தொடர்ந்தன.

"மற்ற (சங்பரிவார்) இயக்கங்களைப் பாதுகாக்கும் அதிரடி சண்டைக்கார இயக்கமாகத்தான் பஜ்ரங்தள் இயங்கிவருகிறது. சங்பரிவார படிநிலையில் அதன் நிலை பரிதாபகரமாக இருந்தபோதும், (ஹிட்லரின் வளர்ச்சிக்கு உதவிய) நாஜி.எஸ்.ஏ. படையினைப் போல மிக ஆபத்தானதாக இருக்கிறது"[14]

என்று சுட்டிக்காட்டுகிறார் பால்.ஆர்.பிராஸ். முறையான பயிற்சியற்ற பஜ்ரங்தள் இயக்கம் நடத்தும் வன்முறை வெறியாட்டங்களுக்கு ஒழுக்கக்கட்டுப்பாடு இல்லாத தன்மைதான் காரணமென்று குறைகூறியபடியே அதன் செயல்பாடுகளுக்கு பொறுப்பேற்காமல் ஆர்எஸ்எஸ் இயக்கம் தப்பித்துக்கொள்கிறது.

அதே வேளையில், பஜ்ரங்தள் உறுப்பினர்களின் பின்னணி குறித்தும் வேண்டுமென்றே திட்டமிட்டு சங்பரிவாரால் பரப்பப்படுகிற குழப்பமிகுந்த செய்திகளையும் கவனத்தில் கொள்ளவேண்டியிருக்கிறது. என்னுடைய ஆய்வின் ஒரு பகுதியாக பல ஆர்எஸ்எஸ், விஎஹ்ச்பி மற்றும் பஜ்ரங்தள்ளைச் சேர்ந்த தலைவர்களைச் சந்தித்தேன். அவர்களில் பெரும்பாலானோர், பஜ்ரங்தள்ளின் உறுப்பினர்கள் பெருவாரியாக பிற்படுத்தப்பட்ட சாதியைச் சேர்ந்தவர்கள்தான் என்று கூறினர். பஜ்ரங்தள் துவங்கப்பட்ட ஆரம்பகாலத்தில் உறுதியாக இது உண்மையாக இருந்திருக்கவே முடியாது.

> *'பொருளாதார ரீதியாக பிந்தங்கிய ஆதிக்க சாதி மற்றும் இடைநிலை சாதியைச் சேர்ந்தவர்கள்தான் பஜ்ரங்தள்ளில் அதிகளவில் உறுப்பினர்களாக இருக்கிறார்கள் என்றும் அவர்கள்தான் பாபர் மசூதி இடிப்பில் பங்கெடுத்தவர்கள்'*

என்று கிறிஸ்டோப் ஜஃப்ரெலோத் என்பவர் 1990களின் துவக்கத்திலும் மத்தியிலும் நடத்திய ஆய்வில் குறிப்பிடப்பட்டிருக்கிறது.[15]

அரசு வேலைகளில் இதர பிற்படுத்தப்பட்ட சாதியினருக்கான இடஒதுக்கீட்டை பரிந்துரைத்த மண்டல் கமிசன் அறிக்கையை அமல்படுத்துவதற்கு எதிரான போராட்டங்களின் பின்னணியோடு இதனை இணைத்து விவரிக்கிறார் ஜஃப்ரெலோத். அவருடைய வாதத்தின்படி, 1990 ஆம் ஆண்டு ஆகஸ்ட்-செப்டம்பர் காலகட்டத்தில், 'மண்டல் கமிசனின் அறிக்கை அமல்படுத்தப்படும்' என்று வி.பி.சிங் அரசு அறிவித்தவுடனேயே, அதனை எதிர்த்து ஆதிக்க சாதி மற்றும் இடைநிலை சாதியைச் சேர்ந்த எளிய பொருளாதாரப் பின்னணியைக் கொண்ட இளைஞர்கள் தெருவில் இறங்கிப் போராடினர் என்கிறார். புதிய இடஒதுக்கீட்டை அமல்படுத்தினால், தங்களுக்கான வேலைவாய்ப்புகள் பாதிக்கப்படுமோ என்று அஞ்சினர். அதன்மூலம் சமூகஅமைப்பும் சீர்குலையும் என்றும் கருதினர்.[16]

*'இரு போராட்டங்களிலும் பெரும்பாலும் அதே இளைஞர்கள்தான் பங்கெடுத்தனர் (அயோத்தி போராட்டம் மற்றும் மண்டல் கமிசனை எதிர்த்த போராட்டம்)'.*[17]

சாதி அடிப்படையிலான இடஒதுக்கீட்டை எதிர்த்துவந்த பாஜக, 1990 ஆகஸ்ட் மாதத்தில் பொருளாதார நிலையின் அடிப்படையில் இடஒதுக்கீடு வழங்குவதற்கு ஆதரவு தெரிவித்தது. உண்மையில், இதர பிற்படுத்தப்பட்டோரின் இடஒதுக்கீட்டுக் கோரிக்கைகளின் வீரியத்தை தணிப்பதற்காகத்தான், (அயோத்தி) இரத யாத்திரையையே அத்வானி துவங்கினார் என்றும் பரவலாக சொல்லப்படுகிறது.

இன்றைய நிலவரப்படி, படிப்பறிவற்ற வேலையில்லாத இளைஞர்களும், தங்களது வேலையில் அதிருப்திகொண்டவர்களுமே பெரும்பாலும் பஜ்ரங்தள்ளின் செயல்பாடுகளில் தங்களை ஈடுபடுத்திக்கொள்கின்றனர். தலைமைப் பதவிகளில் ஆதிக்கசாதி அல்லது இடைநிலை சாதியைச் சேர்ந்தவர்கள் இருக்கிறார்கள் என்றாலும்கூட, களத்தில் ஆவ்வியக்கத்தின் கடைநிலையில் முன்னிற்பவர்களாக பிற்படுத்தப்பட்ட சாதியினரும் தலித்துகளுமே இருக்கின்றனர். கடுமையான கோட்பாட்டு வகுப்புகளும் ஒழுக்கக் கட்டுப்பாடுகளும் நிறைந்த ஆர்எஸ்எஸ் இயக்கத்தின் ஷாகாக்களில் அவர்களுக்கு விருப்பமில்லை. சங்பரிவாரங்களால், எதிரிகள் என்று வரையறுக்கப்பட்டவர்களோடு (குறிப்பாக கிருத்துவர்கள் மற்றும் இசுலாமியர்கள்) சண்டையிடுவதற்காக தங்களை ஈடுபடுத்திக்கொள்வதில் மட்டுமே ஆர்வம் காட்டுகின்றனர். சமூகப் பொருளாதாரக் கோபங்கள்தான் ஒடுக்கப்பட்ட சாதியைச் சேர்ந்த மக்களை, இந்துத்துவாவை நோக்கித் தள்ளியிருக்கிறது. இந்துத்துவாவில் ஐக்கியமானதும், சமூக-பொருளாதார நீதியை அவர்கள் முற்றிலுமாக மறந்துவிட்டார்கள் என்றும் சொல்லிவிடமுடியாது. அவர்கள் இணைந்திருக்கிற இயக்கங்களில், சாதி அடிப்படையில் ஒடுக்கப்படும்போதெல்லாம், மீண்டும் அவர்களது கோபம் கொதித்தெழும். பஜ்ரங்தள்ளின் மங்களூர் கிளை உடைந்து ஸ்ரீராம் சேனா என்கிற புதிய இயக்கம் உருவானதைக்கூட அதற்கு உதாரணமாகக் கூறலாம். அதனை அடுத்த அத்தியாயத்தில் விரிவாகப் பார்க்கலாம்.

## IV

'இந்து சமூகத்தின் பாதுகாப்பு வளையம்' என்று பஜ்ரங்தள் இயக்கம் குறித்து விஹெச்பியின் அதிகாரப்பூர்வ இணையதளத்தில் குறிப்பிடப்பட்டிருக்கிறது.[18] ஆனால் அவ்வியக்கத்தின் நடவடிக்கைகள் யாவும் அதற்கு நேர் எதிரானதாகவே இருக்கின்றன. ஒழுங்கற்ற கட்டமைப்பும் அராஜக மனநிலையும், சங்பரிவாரின் மோசமான முரட்டுக் குழந்தையாகத்தான் பஜ்ரங்தள் இருந்துவருகிறது. பஜ்ரங்தள் உருவாக்கப்பட்டு சுமார் 15 ஆண்டுகளுக்குப்பிறகு (1999இல்), ரபிந்திர குமார் பாலின் (தாரா சிங்) தலைமையிலான பஜ்ரங்தள்ளைச் சேர்ந்த ஒரு குழுவினர், ஆஸ்திரேலியப் பாதிரியாரான கிரகாம் ஸ்டெயின்சையும் அவரது குழந்தைகளையும் உயிரோடு கொளுத்தினர். அக்குளிர்கால ஜனவரி மாத இரவில் கொல்லப்படுவதற்கு முன்னர், முப்பது ஆண்டுகளாக ஒரிசாவில் தொழுநோயாளிகளின் நலனுக்காக ஸ்டெயின்ஸ் உழைத்துவந்தார். அவரும் அவரது இரண்டு சிறுமகன்களும் கியோஞ்சிகர் மாவட்டத்திலுள்ள மனோகர்பூர் கிராமத்தில் தங்களது காரில் உறங்கிக்கொண்டிருக்கையில், பெட்ரோலை ஊற்றி எரித்துவிட்டது கலவரக்கும்பல். ஸ்டெயின்ஸ் தப்பிக்கமுயன்றும், அவரை தப்பிக்கவிடாமல் தடுத்தது கலவரக்கும்பல். அதனால் மூவரும் காருக்குள்ளேயே கருகி இறந்துபோயினர்.

இக்கொடூர செயலுக்குக் காரணமானவர்கள் பஜ்ரங்தள்ளைச் சேர்ந்தவர்கள்தான் என்பது வெகுவிரைவிலேயே வெளிச்சத்துக்கு வந்தது. "பஜ்ரங்தள்தான் அக்கொலையின் பின்னணியில் இருந்தது" என்று ஒரிசாவின் தலைமைக் காவல்துறை அதிகாரியான பி.பி.பாண்டா அதிகாரப்பூர்வமாகவே அறிவித்தார்.[19] 1999 ஜனவரி 2ஆம் தேதி இரவில், பஜ்ரங்தள்ளின் உள்ளூர் தலைவரான தாரா சிங்கின் தலைமையிலான கும்பல்தான் அத்தாக்குதலை நடத்தியது என்பது விசாரணையில் தெரியவந்தது. 2003இல் விசாரணை நீதிமன்றம் அவருக்கு மரணதண்டனை விதித்துத் தீர்ப்பளித்தது. 2005இல் அதனை ஒடிசா உயர்நீதிமன்றம் ஆயுள் தண்டனையாகக் குறைத்தது. பின்னர் 2011இல் அதையே உச்சநீதிமன்றமும் உறுதிசெய்தது.

சங்பரிவாரின் மற்றொரு அமைப்பான பாஜக அப்போது மத்தியில் ஆட்சியில் இருந்ததே பஜ்ரங்தள்ளுக்கு அதிகமான துணிவைக் கொடுத்தது. அதனாலேயே குருதி பார்க்கும் தனது வெறியினை தொடர்ந்து வெளிக்காட்டிக்கொண்டிருந்தது. நாடெங்கிலுமுள்ள தேவாலயங்களையும் பாதிரியார்களையும் கன்னியாஸ்திரிகளையும் தாக்குவதை வழக்கமாகவே அவர்கள்

வைத்திருந்தனர். எல்லாவற்றிற்கும் மேலாக, குஜராத்தில் மிகவும் திட்டமிட்டு நடைபெற்ற (நடைபெறும்) சம்பவங்கள்தான் அதிக அதிர்ச்சியைத் தருகின்றன. 2002 ஆம் ஆண்டு குஜராத்தில் முஸ்லிம்கள் வாழும் பகுதிகளில் அவர்களுக்கு எதிரான மதவாத வன்முறைகளில் பெரியளவிற்கு பஜ்ரங்தள் ஈடுபட்டு வந்திருக்கிறது. குஜராத்தின் கிராமப்புற மற்றும் சிறுநகரங்களில் அதிகளவிலான வன்முறைக் கும்பல்களை ஒருங்கிணைத்தவர்கள் விஹெச்பி மற்றும் பஜ்ரங்தள்ளைச் சேர்ந்தவர்கள்தான்.[20]

பஜ்ரங்தள்ளின் செயல்பாட்டாளரான பாபு பஜ்ரங்கி என்பவர் அக்காலகட்டத்தில் தான் செய்தவற்றை பெருமைபொங்கப் பேசிய ஆதாரங்களும் வெளிவந்தன.[21] 2002 பிப்ரவரி 28 ஆம் தேதியன்று நரோடா பாட்டியாவுக்கு அருகாமையில் ஒரு கும்பலுக்கு ஆயுதங்கள் வழங்கி அக்கிராமத்தைத் தாக்கியதாகவும் அவர் ஒப்புக்கொண்டார். விஹெச்பி கொடுத்த பெயர்ப்பட்டியலை வைத்துக்கொண்டு, தங்களால் இயன்ற எண்ணிக்கையிலான முஸ்லிம்களைத் தேடித்தேடிக் கொன்றும், முஸ்லிம்களின் கடைகளைக் கொளுத்தியுமிருக்கின்றனர்.[22]

> *“அவர்களைக் (முஸ்லிம்களை) கொளுத்துவதில் நாங்கள் உறுதியாக இருந்தோம். ஏனெனில் அந்த தே..பயல்கள் நெருப்புக்கு பயப்படுவார்களாம், இறந்தபிறகு நெருப்பில் தகனம் செய்துகொள்ளமாட்டார்களாம். அப்படிச்சொல்லும் அவர்களுக்கு இதுதான் கதி”*

என்று முஸ்லிம்களை எரித்தது குறித்து அவர் பேசிய வீடியோ ஆதாரமும் இருக்கிறது.[23]

2002 ஆம் ஆண்டில் கொலைகார கும்பல்களை ஒருங்கிணைத்ததைப்போல, அதன்பிறகும் மக்களைப் பிரித்தாளும் சூழ்ச்சியைக்கொண்ட சங்பரிவாரின் திட்டங்களை செயல்படுத்துவதிலும் பஜ்ரங்தள் முனைப்பாக செயல்பட்டது. குஜராத்தில் முஸ்லிம் ஆண்களையோ அல்லது பிறசாதி ஆண்களையோ திருமணம் செய்திருக்கும் இந்துப் பெண்களை ‘மீட்டெடுக்கும்’ போராட்டத்தையும் பஜ்ரங்தள் துவக்கியது. காதல் திருமணங்கள்தான் இந்து பாரம்பரியத்தை சீரழித்திருக்கிறது என்றும் (காதல் திருமணம் செய்துகொண்ட) ஓர் இந்துப் பெண்ணை மீட்பதென்பது நூறு பசுக்களைக் காப்பாற்றுவதற்கு சமம் என்றும் 2007இல் அவர்கள் வெளியிட்ட துண்டுப்பிரசுரமொன்றில் குறிப்பிட்டிருக்கிறார்கள்.[24]

பஜ்ரங்தள் மற்றும் இதர சங்பரிவார் இயக்கங்கள் உருவாக்கிய நெருக்கடியான சூழலினால், பெரும்பாலான நகரங்களில் வாழ்ந்துவந்த முஸ்லிம்கள் பாதுகாப்பான இடங்களைநோக்கி நகரத்துவங்கிவிட்டனர். அதனாலேயே மாநிலம் முழுக்க, பெருமளவிலான முஸ்லிம்கள் தத்தமது வாழிடங்களைவிட்டு நகர்ந்து ஓரிடத்தில் குவியத்துவங்கினர். இன்றைக்கு குஜராத்தின் பெரும்பாலான நகரங்களில் முஸ்லிம்கள் அனைவரும் ஒரே பகுதிக்குள் வாழும் நிலைக்குத் தள்ளப்பட்டிருக்கின்றனர். அங்கு வாழ்பவர்கள் அனைவரும் எதிரிகள் என்ற பொருளில், 'சின்ன பாகிஸ்தான்' என்ற அடைமொழியுடனேயே அப்பகுதிகள் அழைக்கப்படுகின்றன. அப்பகுதிகளை அருகாமைப் பகுதிகளிடமிருந்து பிரிப்பதற்காக, பெரிய சுவர்களும் கட்டப்பட்டிருக்கின்றன. ஒவ்வொரு கலவரத்தின்போதும் அச்சுவர்களின் எண்ணிக்கையும் அளவும் அதிகரித்துக் கொண்டே இருக்கின்றன. மேல்தட்டு மக்கள் வாழும் பகுதிகளில்கூட சொத்துக்களை வாங்குவதற்கு முஸ்லிம்கள் அனுமதிக்கப்படுவதில்லை. 2004 ஆம் ஆண்டு பிரண்ட்லைன் இதழில் வெளியான அறிக்கையின்படி,

> *'சந்தை நிலவரப்படி விலையுயர்ந்த வீடுகளைக்கொண்ட மேட்டுக்குடி மக்கள் வாழும் பால்டி என்கிற பகுதியில் முஸ்லிம்கள் அடுக்குமாடி வீடுகள் வாங்கியபோது, பஜ்ரங்தள் செயல்பாட்டாளர்களால் சூறையாடப்பட்டும் குடியிருப்பின் மின்தூக்கியில் குண்டுவீசப்பட்டும் அக்கட்டிடம் தாக்குதலுக்குள்ளானது. பின்னர், முஸ்லிம் உரிமையாளர்களை மிரட்டி அடிமாட்டுவிலைக்கு விற்கவைத்தனர். அகமதாபாத்தில் முஸ்லிம்களுக்கு வீடுகளை விற்றவர்களையும் பஜ்ரங்தள் தாக்கியிருக்கிறது."*[25]

2002இல் நடத்தப்பட்ட வகுப்புவாதக் கலவரத்திற்குப்பிறகு, கிராமப்புறப் பகுதிகளிலும்கூட முஸ்லிம்களை சிறுபகுதிக்குள் ஒதுக்கி அடைத்துவைப்பது துவங்கிவிட்டது. தங்களது வீடுகளுக்கு மீண்டும் திரும்பிச்செல்ல முடியாத நிலைக்கு பலர் அகதிகளாக்கப்பட்டனர். முஸ்லிம் மக்கள் பெருமளவில் வாழும் ஒதுக்கப்பட்ட பகுதியிலேயே வாழ்வதைத்தான் முஸ்லிம் மக்களும் விரும்பினர். தங்களது வீடுகள் இருக்கும் பூர்வீக இடங்களுக்கு திரும்பிச்சென்று தனித்தனியாக வாழ்ந்தால் பாதுகாப்பு இருக்காது என்று கருதினர். முஸ்லிம்களை அவர்களது வாழிடங்களிலிருந்து துரத்தியபின்னர், "முஸ்லிம்களற்ற பகுதி" என்ற வாசகத்தோடு

அவ்வூர்களின் நுழைவாயிலில் அறிவிப்புப்பலகைகளையும் பஜ்ரங்தள்ளின் உள்ளூர் கிளைகள் வைத்தன.[26]

கும்பல் வன்முறையிலிருந்து சர்வதேச பயங்கரவாதக் குழுக்களின் கொடூரமான தாக்குதல் முறைக்கு பஜ்ரங்தள் மாறியதையும் அவர்களது நடவடிக்கைகளே காட்டிக்கொடுத்தன. 2006 ஏப்ரல் மாதம் மகாராஷ்டிராவின் நந்தெத் என்கிற ஊரிலிருக்கும் ஆர்எஸ்எஸ் ஊழியரான லக்ஷ்மண் ராஜ்கொண்ட்வார் என்பவர் தன்னுடைய வீட்டிலேயே வெடிகுண்டு தயாரித்துக் கொண்டிருந்தார். தயாரிப்பின்போது அக்குண்டு வெடித்ததில் இரண்டு பஜ்ரங்தள் செயல்பாட்டாளர்கள் சம்பவ இடத்திலேயே இறந்தனர். மகாராஷ்டிராவின் பர்பானி, ஜால்னா மற்றும் பூர்னா வேறுசில நகரங்களிலும் அதேபோன்ற குண்டுவெடிப்புகள் நடந்தன. அவை சாதாராண குற்றச்செயல்கள் அல்ல என்பதை அதன் விசாரணைகளே உணர்த்தின. முஸ்லிம்களைப் போலவே வேடமிட்டு குண்டுவெடிப்புகளை நிகழ்த்தி சிறுபான்மைச் சமூகத்தை குற்றவாளியாக்கும் மிகப்பெரிய சதித்திட்டத்தை பஜ்ரங்தள் இயக்கம் தீட்டியதை விசாரணையின் அறிக்கைகள் சுட்டிக்காட்டியிருக்கின்றன. புனேவில் 30க்கும் மேற்பட்ட மகாராஷ்டிராவைச் சேர்ந்த பஜ்ரங்தள் செயல்பாட்டாளர்களும், நாட்டின் பிற பகுதிகளில் மேலும் 100 உறுப்பினர்களும் நாக்பூரில் பயிற்சி பெற்றிருக்கின்றனர் என்கிற அதிர்ச்சித் தகவலும் வெளியாகியிருக்கிறது. அவர்களுக்கு பயிற்சி கொடுத்தவர்கள் அனைவரும் ஓய்வுபெற்ற இராணுவ அதிகாரிகளும் புலனாய்வு அதிகாரிகளும் என்கிற தகவலும் வெளிவந்திருக்கிறது.[27]

அதே போன்று இரண்டாண்டுகளுக்குப் பின்னர் 2008 ஆகஸ்ட் 24ஆம் தேதியன்று, கான்பூரில் தயாரிப்பின்போதே வெடிபொருள் வெடித்து பஜ்ரங்தள் செயல்பாட்டாளர்களான ராஜிவ் மிஷ்ராவும் புபிந்தர் சிங்கும் இறந்துபோயினர். அவர்கள் ‘மிகப்பெரிய குண்டுவெடிப்புக்கான திட்டமிடலில் இருந்தனர்’ என்பதை உத்திரபிரதேசத்தின் சிறப்புப்படை கண்டறிந்திருக்கிறதென பத்திரிக்கையாளர்களிடம் கான்பூர் காவல்துறை கண்காணிப்பாளர் தெரிவித்தார். மூன்று கிலோ லெட் ஆக்சைட், 500 கிராம் ரெட் லெட், ஒரு கிலோ பொட்டாசியம் நைட்ரேட், பதினோரு நாட்டு வெடிகுண்டுகள், வெடிகுண்டு தயாரிக்கப் பயன்படுத்தப்படும் ஏராளமான கம்பி ஊசிகள், ஏழு டைமர்கள் மற்றும் பேட்டரிக்கள் ஆகியவற்றை குண்டுவெடித்த இடத்திலிருந்து காவல்துறையினர் கைப்பற்றினர். அதிலும், அங்கிருந்து கைப்பற்றப்பட்ட நாட்டுவெடிகுண்டுகள் அனைத்தும், இராணுவ பாதுகாப்புப் படையினர் தயாரிக்கும் வெடிகுண்டுகளின் அளவு மற்றும்

வடிவத்தினை ஒத்திருந்தது. குண்டுவெடிப்பைத் தொடர்ந்து நடத்தப்பட்ட சோதனைகளில், முஸ்லிம்கள் அதிகம் வாழும் பெரோசாபாத் பகுதியினுடைய கையால் வரையப்பட்ட வரைபடமும், ஒரு டைரியும் காவல்துறையினருக்கு கிடைத்தன.[28] அவ்வரைபடத்தில் குறிக்கப்பட்டிருந்த ஐந்து இடங்களும் வெடிகுண்டுத் தாக்குதலுக்குத் திட்டமிடப்பட்ட இடங்களாக இருந்திருக்கலாம்.

"ஆக்ராவிலிருக்கும் தடயவியல் ஆய்வகத்திலிருந்து கைப்பற்றப்பட்ட வெடிபொருட்களின் ஆய்வுமுடிவுகள் வருவதற்கு காலதாமதமாகும் என்றாலும்கூட, அதிகளவிலான சேதங்களை அப்பொருட்கள் ஏற்படுத்தியிருக்கக்கூடும் என்பதை அதிக சிரமமின்றி எளிதாகவே புரிந்துகொள்ளலாம். குண்டுவெடிப்பில் இறந்த ராஜிவ் மிஸ்ராவும் புபிந்தர் சிங்கும் பஜ்ரங்தள் இயக்கத்தின் உயர்பதவிகளில் இருந்திருக்கின்றனர். இதுவரையிலான விசாரணையில் அவர்களது குறிக்கோள் என்னவென்பது தெளிவாகவே தெரிகிறது"[29]

என்று கான்பூர் காவல்துறை கண்காணிப்பாளரான அசோக் குமார் சிங் தெரிவித்தார்.

"குண்டு வைப்பதுதான் அவர்களது நோக்கம். தொடர்விசாரணையின் மூலம் உண்மையான நோக்கம் வெளிக்கொண்டுவரப்படும்"[30]

என்று உத்திரப்பிரதேசத்தின் பயங்கரவாதத் தடுப்புப் படையின் துணை ஆய்வாளர் கூறினார்.

2008ஆம் ஆண்டு ஒடிசாவின் கந்தமால் பகுதியில் கிருத்துவர்களுக்கு எதிரான கலவரங்கள் வெடித்தபோது, பஜ்ரங்தள் மீண்டும் பரபரப்பாகப் பேசப்பட்டது. விஹெச்பியின் சுவாமி லஷ்மானந்த சரஸ்வதியும் அவரது நான்கு ஆதரவாளர்களும் மாவோயிஸ்ட் போராளிகளால் கொல்லப்பட்டதாகச் சொல்லப்படுகிறது. அதனைத் தொடர்ந்து உருவான வகுப்புவாதக் கலவரங்களில் பஜ்ரங்தள்ளின் பங்கு இருந்ததாகவும் கூறப்படுகிறது. விஹெச்பி தலைவர் கொல்லப்பட்டவுடனேயே கலவரங்கள் துவங்கின. கலவரத்தில் முப்பத்தியெட்டு பேர் கொல்லப்பட்டதாக அதிகாரப்பூர்வ தகவல்கள் தெரிவித்தபோதும், 93 பேர் கொல்லப்பட்டிருப்பதாக அதிகாரப்பூர்வமற்ற தகவல்கள் தெரிவிக்கின்றன. அதுமட்டுமின்றி, கிருத்துவ பழங்குடிமக்கள் மீதும் அவர்களின் தேவாலயங்கள் மீதும் பரந்துபட்ட தாக்குதல்களும் நடத்தப்பட்டிருக்கின்றன.

அதன்விளைவாக 50000த்திற்கும் மேலானவர்கள் அவர்களது வாழிடங்களிலிருந்து துரத்தப்பட்டிருக்கின்றனர்.

குண்டு வெடிப்புகளிலும் கந்தமால் கலவரங்களிலும் பஜ்ரங்தள்ளின் பங்கைக் கணக்கில்கொண்டு அவ்வியக்கத்தை தடைசெய்யவேண்டுமென பலதரப்பட்ட இயக்கத்தினரும் வேண்டுகோள் விடுத்தனர். ஆனால் 'தடை என்பது நிரந்தரமான தீர்வல்ல' என்று கூறி, பஜ்ரங்தள்ளை தடைவிதிக்கும் கோரிக்கையினை தேசியப் பாதுகாப்பு ஆலோசகராக இருந்த எம்.கே.நாராயணன் எதிர்த்தார்.

'முற்றிலுமாகத் தடைவிதிக்கலாம், ஆனால் அதனைத் தொடரமுடியாது. அதனால் நம்மிடம் இருக்கும் தகவல்களைக் கொண்டு, ஏராளமான பஜ்ரங்தள் செயல்பாட்டாளர்களைக் கைது செய்யலாம்' [31]

என்று பரிந்துரைத்தார். தகுந்த முன்னேற்பாடுகள் இல்லாமல், ஒரு அமைப்பை தடை செய்யமுடியாது என்றும், திட்டமிட்டு அதனை செய்யாவிட்டால், அதேபோன்ற புதியபுதிய அமைப்புகள் நிறைய உருவாகிவிடும் என்றும் அவர் வாதிட்டார்.[32]

## V

தேசிய பாதுகாப்புச் செயலாளராக இருந்த எம்.கே.நாராயணன் சொன்னதிலும் கவனித்தக்க ஓர் அம்சம் இருந்தது. எண்ணற்ற வன்முறையாளர்களைக் கொண்ட பஜ்ரங்தள் இயக்கத்தை வெறுமனே தடைசெய்வதனால் மட்டுமே அடக்கிவிட்டிருக்க முடியாதுதான். இதுவரையில் ஆட்சியிலிருந்த எந்த அரசும் செய்திடாத உறுதியான மற்றும் விரிவான திட்டங்களோடுதான் அவர்களைத் தீர்க்கமாகக் கையாளமுடியும்.

கலவரங்கள் செய்வதையும் பயங்கரவாதச் செயல்களில் ஈடுபடுவதையும் மட்டுமே செய்யாமல், வேறுசில நடவடிக்கைகளிலும் பஜ்ரங்தள் தன்னை ஈடுபடுத்திக்கொண்டிருக்கிறது. இந்து கலாச்சாரம் எதுவென்றும் இந்துப் பாரம்பரியம் எதுவென்றும், தான் வகுத்திருக்கும் வரையறைக்குள் நிற்காத கலைஞர்கள், எழுத்தாளர்கள் உள்ளிட்ட அனைத்துத்தரப்பினருக்கு எதிராகவும் கம்புசுத்தும் கலாச்சார காவலர்களாக இருப்பதையும் செய்துவருகிறது பஜ்ரங்தள் இயக்கம்.

தன்னுடைய கொள்கைக்கு எதிரான கலைஞர்களையே முக்கியமான இலக்குகளாகக் அவ்வியக்கம் வரையறுத்திருந்தது. 1976இல் குறைந்த

ஆடையணிந்ததுபோல் எம்.எப்ஃ.ஹுசைன் வரைந்த சரஸ்வதி படத்திற்காக 1996இல் பஜ்ரங்தள் இயக்கத்தால் தாக்கப்பட்டார். அதன்பிறகு அவர்மீது தொடர்தாக்குதல்கள் நடத்தப்பட்டன. சட்டப்படியான பாதுகாப்புக்காக பல ஆண்டுகள் ஹுசைன் காத்திருந்தார். அது கிடைக்காது என்கிற முடிவுக்கு வந்தபோது, தான் பிறந்த நாட்டை விட்டே அவர் வெளியேறவேண்டியதாகிவிட்டது.

இந்துக்கடவுள்களை 'தவறாக' சித்திரித்தார்கள் எனச்சொல்லி 'இந்து' கலைஞர்களையே கூட பஜ்ரங்தள் தாக்கியிருக்கிறது. 2004 ஜனவரி மாதத்தில் பஜ்ரங்தள்ளின் வழிகாட்டுதலின்படி கார்டன் ஆர்ட் கேலரியில் ஒரு கும்பல் நுழைந்து அட்டூழியங்கள் செய்தது. அப்போது ஹுசைனின் ஓவியங்களை மட்டுமல்லாமல் கே.ஹெச்.அரா, என்.எஸ்.பெந்த்ரே மற்றும் சித்ரோவன மஜும்தார் ஆகியோரின் ஓவியங்களை சேதப்படுத்தி அழித்திருக்கின்றனர். மீண்டும் 2007 ஆம் ஆண்டு மே மாதத்திலும் வதோதராவிலிருக்கும் எம்எஸ் பல்கலைக்கழகத்தில் மதத்தைக் கருப்பொருளாகக் கொண்டு ஆபாசமான ஓவியங்களை ஒரு மாணவர் வரைந்திருப்பதாகக் குற்றஞ்சாட்டி நுண்கலைத் துறையில் நுழைந்து பஜ்ரங்தள் தாக்குதல் நடத்தியது.[33]

இந்து கலாச்சாரம் எதுவென்று அவர்கள் வகுத்துவைத்திருக்கும் வரையறைக்குள் வராத நாடகங்களுக்கும் திரைப்படங்களுக்கும் எதிரான பிரச்சாரங்களையும் துவக்கினர். 2004இல் தலித் மக்களின் மோசமான வாழ்க்கை நிலைமையை எடுத்துரைத்த போங்கா பண்டிட் என்கிற நாடகம் பஜ்ரங்தள்ளின் கோபத்திற்கு ஆளானது. விதவைகளின் வாழ்க்கையைப்பேசிய தீபா மேத்தாவின் வாட்டர் திரைப்படத்திற்கும் அவர்கள் எதிர்ப்பைத் தெரிவித்தனர். அப்படத்தின் படப்பிடிப்புத் தளத்திற்குள்ளேயே நுழைந்து சூறையாடினர். லெஸ்பியன் உறவு பற்றிய கதையைக்கொண்ட அவருடைய முந்தைய படமான ஃபயரும் கூட அதேபோன்று, பஜ்ரங்தள்ளின் கோபத்திற்கு ஆளானது.

பஜ்ரங்தள்ளைப் போன்ற இயக்கங்களுக்கு காதலர்தினக் கொண்டாட்டங்கள்தான் தாக்குதல் நடத்துவதற்கு மிகவும் எளிதான இலக்குகளாக இருக்கின்றன. இளம் ஆண்களும் பெண்களும் சுதந்திரமாக பூங்காக்களில் வலம்வருவதையும், ரோஜாப்பூக்களையும் இனிப்புகளையும் பரிசுப்பொருட்களையும் பரிமாறிக்கொள்வதை பஜ்ரங்தள் இயக்கத்தினரால் சகித்துக்கொள்ளவே முடிவதில்லை. அதனால் ஒவ்வொரு ஆண்டும் அதிக எண்ணிக்கையிலான பஜ்ரங்தள் இயக்கத்தினர் அங்கே கூடி, காதலர் தினக் கொண்டாட்டங்களைக் கெடுப்பதை வாடிக்கையாக்கியிருக்கின்றனர். இளஞ்சோடிகளின்

மீது கரியைப் பூசித் துன்புறுத்துவதையும், அங்கேயே திருமணம் செய்துகொள்ளக் கட்டாயப்படுத்துவதையும், ராக்கி கட்டச்சொல்வதையும், சில சமயங்களில் அவர்களை அடித்துத் துரத்துவதையும் பஜ்ரங்தள் வழக்கமாகவே செய்துவருகிறது.

2014 மே மாதம் மத்தியில் பாஜக ஆட்சி அமைந்ததும் பஜ்ரங்தள் தன்னுடைய வன்முறைச் செயல்பாடுகளின் மூலம் மீண்டும் தலைப்புச் செய்திகளை ஆக்கிரமிக்கத் துவங்கியது. இம்முறை மதமாற்றத்திலும் மாட்டுக்கறி மீதான தடையிலும் முக்கிய கவனத்தை செலுத்தத் துவங்கிவிட்டது. நரேந்திர மோடி ஆட்சிக்கு வந்த வெகு சில மாதங்களிலேயே (டிசம்பர் 2014), உத்திரப்பிரதேசத்தின் ஆக்ரா பகுதியில் 'தாமாக முன்வந்து' ஏறத்தாழ 300 முஸ்லிம்கள் இந்துமதத்திற்கு மாறிய நிகழ்வினை நடத்தியதன்மூலம் மீண்டும் தலைப்புச்செய்திகளில் பஜ்ரங்தள் இடம்பிடித்தது. ஆனால் வெகுவிரைவில் அந்நிகழ்வின் உண்மையான பின்னணி வெளிவந்தது. அதில் கலந்துகொண்ட பெரும்பாலான முஸ்லிம்கள் ஆக்ராவின் புறநகர்ப்பகுதிகளில் இருக்கும் சேரிகளில் வாழும் மிகவும் ஏழ்மையானவர்கள். அவர்கள் வங்காளதேசத்திலிருந்து புலம்பெயர்ந்தவர்கள்; ரேசன் குடும்ப அட்டைகூட இல்லாமல் அல்லல்படுபவர்கள். அரசின் சில உதவிகளைப் பெறுவதற்காக வறுமைக்கோட்டுக்கு கீழானவர்களுக்கான அடையாள அட்டைக்கு பதிவுசெய்வதற்காகவே அழைத்துச்செல்லப்பட்டதாக பலரும் ஊடகங்களில் பின்னர் தெரிவித்தனர். தங்கள் மீது இந்துத்துவ குழுக்கள் வன்முறையை ஏவிவிடுவார்களோ என்கிற பயத்தினால் மதம்மாறியதாகவும் இன்னும் சிலர் கூறினர்.[34]

அதுபோன்ற கட்டாய மதமாற்றங்களுக்கு 'கர் வாப்சி' என்கிற பெயரை பஜ்ரங்தள் மற்றும் இதர இந்துத்துவ அமைப்புகள் சூட்டின. மோடியின் அமைதிகொடுத்த தைரியத்தில் அவை தொடர்ந்து நடைபெற்றன. 2016 ஆம் ஆண்டு ஜனவரி 29 ஆம் தேதியன்று உத்திரப்பிரதேசத்தின் ஜலௌன் மாவட்டத்தில், அவதேஷ் குமார் என்பவருக்கு மொட்டையடித்து செருப்புமாலை அணிவித்து கழுதைமேல் இருத்தி பஜ்ரங்தள் செயல்பாட்டாளர்கள் ஊர்வலமாகக்கொண்டு வந்தனர். அவ்வூரில் நான்கு பேரை கிருத்துவ மதத்திற்கு மாறுவதற்கு குமார் உதவியதாக நினைத்துக்கொண்டு பஜ்ரங்தள் அவ்வாறு நடந்துகொண்டது என்று காவல்துறை தரப்பு கூறியது. பின்னர் '100-150 அடையாளம் தெரியாத பஜ்ரங்தள் ஆட்கள்' மீது காவல்துறை எஃப்ஐஆர் பதிவு செய்து, சிலரைக் கைதும் செய்தது.[35] வழக்கமாக இதுபோன்ற வழக்குகள்

இப்படித்தான் முடியும். மதரீதியாக இருகுழுக்களிடையே விரோதத்தை வளர்த்ததாக பொத்தாம்பொதுவான ஒரு வழக்கை அவதேஷ் குமார் மீது பதிவுசெய்ததிலிருந்தே, இம்முறையும் பஜ்ரங்தள் எளிதாக இந்த வழக்கிலிருந்து தப்பித்துக்கொள்ளும் என்பதை புரிந்துகொள்ளமுடியும்.

மோடி பிரதமரானதற்குப் பின்னர், ஆர்எஸ்எஸ் இயக்கத்தின் ஆதிகாலத்து செயல்திட்டமான மாட்டுக்கறித்தடையையே வன்முறையைக் கட்டவிழ்த்துவிடுவதற்கான காரணியாக பஜ்ரங்தள் பயன்படுத்தத் துவங்கிவிட்டது. உதாரணத்திற்கு, 2015 செப்டம்பரில், ஜம்மு மற்றும் காஷ்மீரில் மாடுகளை கறிக்காக வெட்டுபவர்களுக்கும் விற்பவர்களுக்கும் வாங்குபவர்களுக்கும் மரணதண்டனை வழங்கவேண்டுமென்று வலியுறுத்தி ஜம்முவில் ஆர்ப்பாட்டம் நடத்தினர்.[36]

உத்திரப்பிரதேசத்தில் 2015 செப்டம்பர் 28ஆம் தேதியன்று முகம்மது அக்லக் என்பவரும் அவரது குடும்பத்தினரும் பசுவைக்கொன்று, தின்றுகொண்டிருப்பதாகப் பரப்பட்ட வதந்தியின் காரணமாக, இந்து கும்பலொன்றினால் அடித்தே கொல்லப்பட்டார் அக்லக். அப்போது பாதிக்கப்பட்டவரின் பக்கம் நிற்காமல், கொலைகாரர்களுக்கு ஆதரவாக நின்றது பஜ்ரங்தள். கொஞ்சமும் தாமதிக்காமல், கொலைகாரர்களுக்கு சட்ட உதவிகளை ஏற்பாடு செய்தது.

> *‘மாட்டுக்கறிக்கு முழுவதுமாகத் தடைவிதிக்கவில்லை என்றால், உத்திரப்பிரதேசம் மீண்டுமொரு 1857ஐ சந்திக்கவேண்டிவரும். 1857இல் எதற்காகக் கலகம் நடந்தது? தங்களுடைய மத உணர்வுகளையும் கலாச்சாரக் கூறுகளையும் பிரிட்டிஷ் அரசாங்கம் மதிக்காததினால் மக்கள் கிளர்ந்து எழுந்தனர். மாடுகளை கறிக்காக வெட்டுவதை உபி அரசாங்கம் தொடர்ந்து அனுமதிக்குமானால், மக்கள் மீண்டும் கிளர்ந்து எழுவார்கள்’*

என்று பஜ்ரங்தள்ளின் செய்தித்தொடர்பாளரான பல்ராஜ் துங்கர் எச்சரித்தார்.[37]

பஜ்ரங்தள் தன்னுடைய பிரச்சாரத்தை விடாப்பிடியாக தொடர்ந்துகொண்டிருந்தது. 2016 மார்ச் 16ஆம் தேதியன்று இராஜஸ்தானின் சிட்டர்கார் பகுதியிலிருக்கும் மேவார் பல்கலைக்கழகத்தில் மாட்டுக்கறி சமைத்ததாக பஜ்ரங்தள் உறுப்பினர்களால் குற்றஞ்சாட்டப்பட்டதால் காஷ்மீரைச்சேர்ந்த நான்கு முஸ்லிம் மாணவர்களை காவல்துறையினர் கைதுசெய்தனர். அவர்கள் சமைத்தது மாட்டுக்கறியை அல்ல, ஆட்டுக்கறியையே

என்கிற உண்மை பின்னர் வெளியானதும், அவர்கள் கைதுசெய்த நிகழ்வு தேசியளவில் தலைப்புச்செய்தியானது. 'பஜ்ரங்தள்ளிடமிருந்து காப்பாற்றுவதற்காகத்தான் காஷ்மீர் மாணவர்களைக் கைது செய்தோம்' என்று ஊடகங்களுக்குக் காவல்துறை தெரிவித்தது.[38]

இதுவரை, கலவரம், குண்டுவெடிப்பு, கண்காணிப்பு என எல்லாவற்றிலும் பஜ்ரங்தள் இயக்கத்தினுடைய பங்களிப்பு இருப்பதைப் பார்த்தோம். பஜ்ரங்தள் உறுப்பினர்களின் செயல்பாடுகளைக் கட்டுப்படுத்தாத காவல்துறையினரின் நம்பகத்தன்மை குறைந்ததையும், முஸ்லிம் வியாபாரிகளின் பய உணர்வு அதிகரித்துக்கொண்டிருப்பதையும் பயன்படுத்தி, மிகஎளிதாகவே மங்களூரில் ஷரன் பம்ப்வெல் என்கிற பஜ்ரங்தள் தலைவரால் தொழில்முனைவோராகக் கூட உருவாகமுடிந்திருக்கிறது.

போதுமான வேலைவாய்ப்புகள் உருவாகிடாத காரணத்தாலேயே, இந்துத்துவாவின் அராஜக முதலாளித்துவத்தின்பால் பெரும் எண்ணிக்கையிலான இளைஞர்கள் ஈர்க்கப்படுகிறார்கள் என்பதில் ஆச்சர்யம் ஏதுமில்லை.

# ஸ்ரீராம் சேனா-
## இரவுவிடுதித் தாக்குதலும், லவ் ஜிகாத்தும்

### I

2015 நவம்பர் மாத மூன்றாவது வாரத்தில் ஸ்ரீராம் சேனாவின் தலைவரான முத்தலிக்கிற்கு ஒரு அனாமதேய தொலைபேசி அழைப்பு வந்தது. அதனைத்தொடர்ந்து அவர் தலைமறைவாகிறார். தான் யாரென்பதை அழைத்தவர் சொல்லவில்லையென்றாலும், நிச்சயமாக அவர் ஏதோவொரு முஸ்லிம் தீவிரவாத அமைப்பைச் சார்ந்தவர்தான் என்று முத்தலிக் சந்தேகிக்கிறார்.

> 'நான் என்னுடைய நாட்களை எண்ணத்துவங்க வேண்டும் என்றும் அவனுடைய ஆட்கள் என்னை எங்கு கண்டாலும் சுடுவார்கள் என்றும் கடுமையான குரலில் எச்சரித்தான்'[1]

என்கிறார் முத்தலிக். கடந்த காலங்களிலும் பலமுறை அவருக்கு மிரட்டல்கள் வந்திருந்தபோதிலும், அவையெல்லாம் மறைமுகமாக விடுக்கப்பட்டவை. ஆனால் இம்முறை நேரடியாகவே அவரை அழைத்து அச்சுறுத்தியிருக்கின்றனர். 'முஸ்லிம் தீவிரவாதிகள் எப்போதும் எதிலும் எல்லோரையும் விட இருபடிகள் முந்தியே இருக்கின்றனர்' என்பதாலேயே இம்முறை வந்திருக்கும் அச்சுறுத்தலுக்கு அதிக கவனம் செலுத்தியதாகவும் கூறுகிறார் முத்தலிக். முன்னெச்சரிக்கை நடவடிக்கையாக, அறிமுகமில்லாதவர்களை சந்திப்பதை நிறுத்தினார். அபூர்வமாக யாரையாவது சந்திப்பதென்றால், சந்திக்கப்போகும் நபர்குறித்த அனைத்து விவரங்களையும் நன்கு விசாரித்தபின்னரே சந்திப்பதற்கு ஒப்புக்கொள்ளத் துவங்கினார். நகரில் எங்கே செல்வதாக இருந்தாலும் மிகவும்

கவனத்தோடும், தனது நம்பிக்கைக்கு உரியவர்களை மட்டுமே உடன் வைத்துக்கொண்டும்தான் வலம் வந்தார்.

> *'எனக்கு வேறு வழியில்லை. அவர்கள் என்னைக் கொல்லலாம். அவர்களைப் பற்றி உங்களுக்குத் தெரியாது. நிச்சயமாக அவர்களில் பலரும் என்னைத் தேடிக்கொண்டிருப்பார்கள்'*

என்றார்.

2015 நவம்பர் மாதக் கடைசி வாரத்தில் முத்தலிக்கை நான் கர்நாடகாவின் ஹுப்ளியில் சந்தித்தபோது அவர் சொன்னதைத்தான் மேலே குறிப்பிட்டிருக்கிறேன். கர்நாடகாவின் மிகப்பிரபலமான இந்துத்துவா முகம்தான் முத்தலிக். அவர் தொலைக்காட்சியில் தோன்றினாலே டிஆர்பி எகிறும் என்கிற சூழலிருந்தது. அதனாலேயே பிரைம் டைம் நிகழ்ச்சிகளில் போட்டிபோட்டுக்கொண்டு அனைத்து தொலைக்காட்சிகளும் அவரை அழைப்பார்கள். ஆனால் எதார்த்த நிலையை உணர்ந்துகொண்ட பின்னர், அவரது பிரபலம் குறையத் துவங்கியிருந்தது. அவருக்கு வந்த தொலைபேசி அழைப்பு ஒரு புரளியாகக் கூட இருக்கலாம், ஆனால் அவரை வெகுவாக அது பாதித்த விதத்திலிருந்தே நிலைமை சரியில்லை என்பதைக் காட்டியது. பலமிகுந்தவராக இருந்த அவரது உலகம் மாறியிருக்கலாம். அதனாலேயே அவருக்கு அரசு வழங்கியிருக்கும் பாதுகாப்பின் மீதுகூட அவருக்கு நம்பிக்கை ஏற்பட்டிருக்கவில்லை. எப்போதும் இரு காவலர்களின் பாதுகாப்பில்தான் அவர் இருக்கிறார். நகரத்தை விட்டு அவர் வெளியே செல்லும்போதெல்லாம் கூடுதல் பாதுகாவலர்களும் அவருடன் சென்றனர். ஆனால் இவையெல்லாம் போதாது என்றே அவர் கருதினார். *'இந்த பாதுகாப்பெல்லாம் அவர்களை (எச்சரிக்கை விடுத்த எதிரிகளை) தடுத்து நிறுத்தவேமுடியாது என்பதை நம்புங்கள். எனக்கு வந்திருக்கிற* ***ஆபத்தை எளிதாகப் புறந்தள்ளிவிடமுடியாது****'* என்றார்.

வெற்றியின் உச்சத்திலிருந்தபோதே அவரது வீழ்ச்சியும் துவங்கியதைப் பார்க்கமுடியும். 2014 மார்ச் மாதத்தில் பாஜக வேட்பாளராக அறிவிக்கப்பட்டிருந்த நரேந்திர மோடியின் அலைவீசிக்கொண்டிருந்த அதேவேளையில், தன்னுடைய சர்ச்சைக்குரிய செயல்பாடுகளால் கர்நாடகாவின் இந்துத்துவ முகமாக உருவாகியிருந்தார் முத்தலிக். 2014 மார்ச் 24 ஆம் தேதியன்று கர்நாடகாவின் பாஜக தலைவரான பிரகலாத் ஜோஷி,

முன்னாள் முதல்வர் ஜக்தீஷ் ஷெட்டர் மற்றும் முன்னாள் துணை முதல்வர் கே.எஸ்.ஈஸ்வரப்பா ஆகியோர் முன்னிலையில் "மோடியை பிரதமராக்க உறுதிபூண்டு' தன்னுடைய ஆதரவாளர்களோடு பாஜகவில் இணைந்தார் முத்தலிக்.[2] ஆனால் சில மணிநேரங்களிலேயே அவரைக் கட்சியிலிருந்து நீக்குமாறு பாஜகவின் கர்நாடகப் பிரிவுக்கு அக்கட்சியின் தேசிய தலைவர்கள் ஆணையிட்டனர்.[3]

> *'ஐந்து மணிநேரத்திலேயே முடிந்துவிட்டது. காலை 11 மணிக்கு கட்சியில் சேர்ந்து, மாலை 4 மணிக்கு வெளியேற்றப்பட்டேன்'*

என்று அந்நிகழ்வினை நினைவுகூர்ந்தார் ஸ்ரீராம் சேனாவின் தலைவரான முத்தலிக்.

அதுகுறித்து ஆச்சர்யப்படவோ கவலைப்படவோ இல்லையென்று முத்தலிக்கை சந்தித்தபோது என்னிடம் தெரிவித்தார். இருப்பினும் ஒன்றரை ஆண்டுகளாகியும் அவரது மனசில் பாரமாக அந்நிகழ்வு இருந்ததை உணரமுடிந்தது.

> *'என்ன நடந்துகொண்டிருந்தது என்பதை அப்போதே நான் அறிந்துதான் வைத்திருந்தேன். கர்நாடகாவின் சில பெரிய தலைவர்களுக்கு நான் அச்சுறுத்தலாக இருந்திருக்கக்கூடும். என்னைக் கட்சியில் தொடர்ந்து வைத்திருக்க நிச்சயமாக அனுமதித்திருக்கமாட்டார்கள். என்னுடைய செயல்பாடுகளால் அதிகளவில் ஆதாயம் அடைந்த கட்சியின் கதவுகள் எனக்கு அனுமதியளிக்கப்படாமலேயே மூடப்பட்டன'*

என்று காரணங்களையும் அறிந்தே பேசினார்.

இருப்பினும் விடாப்பிடியாக தர்வாட் மற்றும் பெங்களூர் ஆகிய இரண்டு கர்நாடக மக்களவைத் தொகுதிகளில் வேட்புமனு தாக்கல் செய்தார் முத்தலிக்.

> *'என்னுடைய தொகுதி என்பதால் தர்வாடிலும், கர்நாடக பாஜகவின் தலைவரான அன்ந்தகுமார் போட்டியிடுகிறார் என்பதால் பெங்களூருவிலும் நான் போட்டியிட்டேன். நான் பாஜகவிலிருந்து வெளியேற்றப்பட்டதற்கு காரணமாக இருந்த அனந்தகுமாருக்கு கடும் போட்டியாக இருக்கவேண்டும் என்று நினைத்தேன்'*

என்று தொகுதிகளைத் தேர்ந்தெடுத்ததற்கான காரணத்தை விளக்கினார் முத்தலிக். இரு தொகுதிகளிலும் தோற்றபோதும், பயமின்றி மிகவும் தைரியமாகவே அவர் போட்டியிட்டிருந்தார்.

'கர்நாடகாவில் காலூன்றிவிட்டு தென்னிந்தியாவின் இதர பகுதிகளுக்குப் பரவலாம் என்ற பாஜகவின் திட்டத்தினை, என்னுடைய ஒத்துழைப்பில்லாமல் செயல்படுத்திவிட முடியாது என்ற செய்தியையாவது பாஜகவுக்கு என்னால் சொல்லமுடிந்தது'

என்றார் முத்தலிக்.

பாஜகவிலிருந்து வெளியேற்றப்பட்டதை மிகப்பெரிய தோல்வியாகவும் அவமானமாகவும் கருதினார் முத்தலிக். அதனாலேயே அந்நிகழ்வினை அவரால் மறக்கவும் இயலவில்லை. அதற்குப்பிறகு அவருக்கிருந்த அரசியல் பாதுகாப்புக் கவசமும் காணாமல்போனதோடு, பாதுகாப்பில்லாத சூழலும் உருவானது.

'முன்பெல்லாம் அனாமத்தேய தொலைபேசி அழைப்புகளை அலட்சியம் செய்துவந்தேன். 2009இல் கடுமையான கொலை மிரட்டல்களெல்லாம் வந்தபோதுகூட அவற்றை நான் கண்டுகொண்டதேயில்லை. ஆனால் தற்போது நிலைமை மாறியிருக்கிறது. இப்போது பாஜகவில் ஒருவருமே எனக்காக குரல் கொடுக்க அனுமதிக்கப்படமாட்டார்கள் என்பது எனக்கு நன்றாகத் தெரியும். நான் உயிரோடு இருந்தால், பாஜக தலைவர்களின் பதவிக்கு ஆபத்தைத் தந்துவிடுவேனோ என்கிற அவர்களின் பயம்தான் அதற்குக்காரணம். இருந்தபோதும், காங்கிரஸ் எப்போதுமே எங்களுக்கு எதிரிக்கட்சிதான்.'

பொதுவாகவே இதுபோன்ற பிளவுகளுக்கு பின்னர், மீண்டும் நெருங்கிவருவதற்கு நீண்டகாலம் பிடிக்கும். ஆனால் 2015 நவம்பரிலேயே பாஜகவுடன் நெருக்கத்தை ஏற்படுத்த முத்தலிக் ஆர்வமாகத்தான் காணப்பட்டார். குறிப்பிட்ட சில பாஜக தலைவர்களோடு (குறிப்பாக அனந்தகுமார்) அவருக்கு கடுமையான முரண்பாடுகள் இருந்தபோதும், தன்னை 'ஒரு மோடி பக்தர்' என்றே முத்தலிக் அழைத்துக்கொண்டார். அவரைக் கட்சியிலிருந்து நீக்கியது மோடியின் யோசனையாக இருக்காது என்றே உறுதியாக நம்பினார்.

'என்னைப்போலவே, அவரும் (மோடியும்) சில பாஜக தலைவர்களின் சதித்திட்டங்களை எதிர்கொள்கிறார்.

ஸ்ரீராம்சேனா | 85

*மோடியின்மீது சில பாஜக தலைவர்கள் பொறாமையில் இருக்கின்றனர் என்பது எனக்குத் தெளிவாகவே தெரிகிறது'.*

பாஜகவுடன் எதிர்காலத்தில் சரியான தொடர்புகள் உருவாகும் என்று அவர் நம்பிக்கையோடு இருந்தபோதும், அதுகுறித்து மேலும் விவாதிக்கவும் அவர் விரும்பவில்லை.

# II

பள்ளிக்காலம் மற்றும் இளமைக்காலம் முழுவதையும் கர்நாடக ஆர்எஸ்எஸ் இயக்கத்தினுடைய சிந்தாந்தப் பின்னணிலேயே கழித்தவர். அதனால், மற்ற அரசியல்வாதிகளைவிடவும் தன்னுடைய பலத்தினை முழுவதுமாகப் பயன்படுத்தும் திறன் படைத்தவராக இருக்கிறார். அவர் இதுவரை எந்தத் தேர்தலிலும் வெற்றிபெற்றதே இல்லை. தன்னைப்பற்றிய விவரங்களை மற்றவர்களிடமிருந்து மறைப்பதற்கு அதுவும் ஒருவகையில் சாதகமாக அமைந்துவிட்டது. அவரைப்பற்றி அவரே சொல்லியதும், நீதிமன்றங்கள் வெளிக்கொண்டுவந்தவையும் மட்டும்தான் நமக்கு அவர்குறித்து தெரிந்தவையாக இருக்கின்றன.

அவர் அடிக்கடி சிறைக்கு சென்றுவந்திருக்கிறார் என்பதில் ஆச்சர்யப்பட ஏதுமில்லைதான்.

> *'1975இல் இந்திரா காந்தி அவசரநிலையை அறிவித்தபோதுதான் முதன்முதலில் நான் சிறைக்கு சென்றேன். நான் ஆர்எஸ்எஸ் இயக்கத்தின் உறுப்பினராக இருந்ததாலும், அவ்வியக்கத்தின் தலைமறைவான செயல்பாடுகளில் ஈடுபட்டிருந்தமையாலும் கைது செய்யப்பட்டேன். பெல்காம் சிறையில் ஒருமாதம் சிறைவைக்கப்பட்டிருந்தேன். சிறையிலிருந்து வெளியே வருகையில் ஒரு முழு ஆர்எஸ்எஸ் பிரச்சாரகனாகவே மாறியிருந்தேன்.'*

அப்போது தன்னுடைய கல்லூரிப்படிப்பை முடித்துவிட்டு ஏறத்தாழ இருபது வயதுடைய இளைஞனாக இருந்தார். அதன்பிறகு சிறைக்கு செல்வதென்பது வழக்கமான செயல்பாடுகளில் ஒன்றாகிவிட்டது. 2015இல் அவரைச் சந்தித்தபோது, அதுவரையிலும் எவ்வளவு முறை கைதுசெய்யப்பட்டிருக்கிறார் என்கிற கணக்கே அவருக்கு மறந்துவிட்டதாகவும் கூறினார்.

சிறைக்கம்பிகளுக்குப் பின்னால் தள்ளப்பட்டபிறகே, தன்னுடைய உண்மையான பயணம் துவங்கியதாகச் சொல்கிறார் முத்தலிக்.

*'நான் பெல்காம் சிறையிலிருந்தபோதுதான் கர்நாடகாவின் மூத்த ஆர்எஸ்எஸ் தலைவர்கள் சிலரை சந்தித்து உரையாடும் வாய்ப்பு கிடைத்தது. (ஆர்எஸ்எஸ் இயக்கத்தின்) சித்தாந்தம் எனக்கொன்றும் புதிதல்ல. என்னுடைய தந்தை ஆர்எஸ்எஸ் இயக்கத்தின் ஷாகாக்களில் தவறாமல் கலந்துகொள்வார். அதனால் அப்பின்னணிச் சூழலில்தான் நான் வளர்ந்தேன். ஆனால், சிறையில் ஆர்எஸ்எஸ் தலைவர்களோடு நடத்திய விவாதங்கள்தான் எனக்கும் இந்துத்துவாவுக்குமான உறவை சரியான வடிவத்திற்கு கொண்டுவந்தது. என்னுடைய வாழ்நாள் முழுவதும் அந்த தத்துவத்திற்காக உழைப்பது என்று அப்போதே முடிவெடுத்தேன்'*

அதன்பிறகு, அடுத்த பதினேழு ஆண்டுகளாக இந்துத்துவாவிற்காக என்னவெல்லாம் செய்தார் என்பதை விரிவாகச் சொல்வதில் அவர் தயக்கம் காட்டினார்.

*'சிறையில் நான் கண்டெடுத்தப் பாதையில் பயணிக்கத் துவங்கினேன். நாட்டின் பல்வேறு பகுதிகளுக்குச் சென்று ஒரு ஆர்எஸ்எஸ் பிரச்சாரகராக, அவ்வியக்கம் கொடுத்த பொறுப்புகளையும் பணிகளையும் செய்துவந்தேன்'*

என்றார். 1993இல் ஆர்எஸ்எஸ் இயக்கத்தின் அடிப்படைவாதப் பண்பாட்டு இயக்கமான விஹெச்பிக்கு மாற்றப்பட்டார். ஆனால் அவர் நீண்டநெடுங்காலமாக 'ஏங்கிக் காத்துக்கொண்டிருந்த' உண்மையான பயணம் 1994இல் தான் துவங்கியது.

*'அவ்வாண்டின் ஒரு அழகான காலைப் பொழுதில், (விஹெச்பி யின் தலைவர்) அஷோக் சிங்கால் என்னை அழைத்து கர்நாடக பஜ்ரங்தள் இயக்கத்தை ஒருங்கிணைக்கும் பொறுப்பினை வழங்கினார். ஒரு இயக்கத்தின் மாநிலத் தலைமைப் பொறுப்பினை ஏற்பதற்கு நான் எப்போதுமே விரும்பித்தான் இருந்தேன். அதனால் சிங்காலின் வேண்டுகோளை உடனடியாக ஏற்றுக்கொண்டேன். கர்நாடக பஜ்ரங்தள் அமைப்பின் ஒருங்கிணைப்பாளராக நியமிக்கப்பட்டேன்'*

மிகச்சில ஆண்டுகளிலேயே மாநிலத்தின் பல்வேறு பகுதிகளில் (குறிப்பாக வடக்கு மற்றும் கடலோரப் பகுதிகளில்) பஜ்ரங்தள் வேர்விட்டு வளர்ந்தது.

*'1997ல் பஜ்ரங்தள் மாநாடு ஒன்றினை நடத்தினோம். அதில் 3000த்திற்கும் மேற்பட்ட உறுப்பினர்கள் கலந்துகொண்டனர்.*

*2001இல் கர்நாடகம், ஆந்திரப் பிரதேசம், தமிழகம் மற்றும் கேரளா உள்ளிட்ட நான்கு தென்மாநிலங்களுக்கான ஒருங்கிணைப்பாளராக நான் நியமிக்கப்பட்டேன்'*

என்றார் முத்தலிக்.

2004 ஆம் ஆண்டு சட்டசபைத் தேர்தலில் 224 தொகுதிகளில் 79 தொகுதிகளில் வென்று பாஜக சாதனை படைத்தது. அதற்கு முன்னால் 1999இல் நடந்த சட்டமன்றத் தேர்தலில் 44 தொகுதிகளையும், 1994 தேர்தலில் 40 தொகுதிகளிலுமே பாஜக வெற்றி பெற்றிருந்தது. இத்தகைய மிகப்பெரிய வெற்றிக்கு பஜ்ரங்தள்ளின் செயல்பாடுகளும் ஓரளவுக்குக் காரணமாக அமைந்திருந்தது.

*'2004இல் வெற்றிபெற்ற எம்எல்ஏக்களில் பாதிக்கும் மேற்பட்டோர் பஜ்ரங்தள் பின்னணியிலிருந்து வந்தவர்கள். எங்களது செயல்பாடுகளின் மூலம் ஆர்எஸ்எஸ் இயக்கமும் பயனடைந்தது. அக்காலகட்டத்தில் கிராமங்களிலும் அதன் ஷாகாக்கள் வேகமாகப் பரவின.'*

2004 தேர்தல் முடிவுகளுக்குப் பின்னர், சங்பரிவார் இயக்கத்திற்குள்ளே முத்தலிக்கின் வளர்ச்சிக்கு தடையேற்பட்டது. *'அப்போதுதான் முதன்முறையாக கர்நாடக பாஜகவில் பலரும் என்னையொரு அச்சுறுத்தலாகப் பார்த்தனர்'* என்றார். சங்பரிவார் இயக்கத்தில் அவர் தனிமைப்படுத்தப்பட்டார்.

*'என்னை ஒழுக்கமற்றவன் என்றும், பணம் சம்பாதிக்கவே இயக்கத்தைப் பயன்படுத்திவந்தேன் என்றும் வதந்திகள் பரப்பப்பட்டன. சங்பரிவாரின் உயர்மட்டத் தலைவர்களை சந்தித்து தன்னிலை விளக்கம் கொடுத்து அவர்களுக்கு உண்மையை விளங்கவைக்க முயற்சித்தேன். ஆனால் அதற்குள் அவர்கள் என்னைப்பற்றிய வதந்திகளை நம்பத் துவங்கிவிட்டனர்'*

என்றார் முத்தலிக்.

2005இல் பஜ்ரங்தள்ளை விட்டுவெளியேறி, மற்ற இயக்கங்களில் தனக்கான இடத்தினை தேட முயற்சித்தார். சிவசேனா தான் அவரது கவனத்தை முதலில் ஈர்த்தது. சிவசேனாவின் தலைவராக இருந்த பால் தாக்கரேவை சந்தித்து, சிவசேனாவின் கர்நாடகப் பிரிவுக்கு தலைமைதாங்கத் தயாரானார் முத்தலிக்.

*'ஆரம்பத்தில் கொஞ்சம் சுமை குறைந்ததாக அங்கு உணர்ந்தேன். அங்கே வாழ்க்கையும் ஒருவாறு நன்றாகவே இருந்தது. என்னுடைய சித்தாந்தமும் சிவசேனாவோடு ஒத்துப்போனது. கர்நாடகாவில் எனக்கு முழு சுதந்திரத்தையும் பால்தாக்ரே வழங்கியிருந்தார்'*

என்றார் முத்தலிக்.

முத்தலிக் வசித்துவந்த பெல்காம் பகுதியில் மராட்டியர்கள் அதிகமாக வாழ்கின்றனர். அதனால் சிவசேனாவின் கிளைகளை அமைப்பதில் அவருக்கு பெரியளவுக்கு சவால்கள் இருந்திருக்காது. சில மாதங்களிலேயே அவருக்கு உள்ளூர் மக்களிடயே நல்ல ஆதரவு கிடைத்தது. மாநிலத்தின் இதர பகுதிகளிலும் சிவசேனாவின் புதிய கிளைகள் திறக்கப்பட்டு வந்தன.

*'கர்நாடகாவில் சரியான தடம் பதிப்பதற்கு முன்னரே, சிவசேனா பெரியளவிற்கு முன்னேறாது என்பதை உணர்ந்துகொண்டேன். மராட்டி மற்றும் கன்னட மொழிவெறியர்களுக்கு இடையிலான மோதல்கள் வெடித்தன. (மராட்டியர்கள் நிறைந்திருப்பதால்) மகாராஷ்டிராவின் கலாச்சாரப் பகுதியாகப் பார்க்கப்பட்ட பெல்காம்தான் இப்பிரச்சனையின் மையப்புள்ளியானது. சிவசேனாவின் கூட்டங்களில் கன்னட மொழிவெறி இயக்கங்கள் நுழைந்து இடையூறு செய்யத்துவங்கின. அதற்குமேலும், சிவசேனாவுக்காக கர்நாடகாவில் இயங்குவது இயலாத காரியமாகியது'*

என்றார் முத்தலிக்.

கர்நாடகாவில் இன்னுமொரு இந்துத்துவா கட்சி வேர்விட்டு வளரவிரும்பாத சங்பரிவார்தான் இப்படியான குழப்பங்களைத் திட்டமிட்டு நடத்தியிருக்கக்கூடும் என்று முத்தலிக் சந்தேகித்தார். 2006இல் கர்நாடகாவில் சிவசேனாவின் தலையெழுத்து முடிவுக்கு வந்தது. தன்னுடைய நண்பர்கள் மற்றும் ஆதரவாளர்களுடன் சிவசேனாவை விட்டு வெளியேறினார்.

*'அச்சூழல் எனக்கு மிகப்பெரிய அதிர்ச்சியைக் கொடுத்திருந்தது. என்னுடைய இருப்பை உறுதிசெய்வதற்காக நான் என்ன செய்யவேண்டுமென்று மீண்டும் சிந்திக்கத் துவங்கினேன்'.*

அதே ஆண்டில் இராஷ்ட்ரிய இந்து சேனா என்கிற கட்சியை உருவாக்கினார் முத்தலிக். அக்கட்சி ஸ்ரீராம் சேனா என்கிற அறக்கட்டளையின் பேரில் பதிவு செய்யப்பட்டது.

# III

ஸ்ரீராம் சேனா என்கிற இயக்கத்தை உருவாக்கும் திட்டமே ஆரம்பத்தில் அவரிடமில்லை. 2005இல் அவரோடு பஜ்ரங்தள்ளின் மங்களூர் பகுதியிலிருந்து வெளியேறிய அவருடைய நம்பிக்கைக்குரியவர்கள் சிலர், அப்படியான ஒரு திட்டத்திற்கு அடித்தளமிட்டிருந்தனர். சங்பரிவாருடனான முத்தலிக்கின் மோதலென்பது தனிப்பட்ட பிரச்சனைதான். ஆனால் அவருடைய மற்ற விசுவாசிகளுக்கோ, ஆர்எஸ்எஸ் மற்றும் பாஜகவின் பார்ப்பனீய ஆதிக்கத்தின் மீதான கோபமாகவே இருந்தது.

மங்களூரைச் சேர்ந்த பிரவீன் வால்கே, அருண் குமார் புட்டிலா, பிரசாத் அட்டவர், ஆனந்த் ஷெட்டி, சுபாஷ் படில் மற்றும் பலரும் பிற்படுத்தப்பட்ட சாதிகளிலிருந்து வந்தவர்கள். கர்நாடகாவின் கடலோரப் பகுதிகளை காவிக்கோட்டையாக மாற்றியதில் முக்கியப் பங்காற்றியவர்கள். *'2004 வரையிலும் சாதியப் பாகுபாடுகள் எதனையும் நாங்கள் எதிர்கொள்ளவில்லை'* என்கிறார் வால்கே. அப்போது பஜ்ரங்தள்ளின் கர்நாடக ஒருங்கிணைப்பாளராக இருந்தார் வால்கே.[4]

> *'ஆனால் சட்டமன்றத் தேர்தலில் சிறப்பான முடிவுகள் வந்ததுமே, எங்களுடைய வேலை முடிந்துவிட்டதைப் போன்ற சூழல் உருவாக்கப்பட்டது. இயக்கத்தின் உயர்பதவிகளுக்குச் செல்ல, சாதி ஒரு தடையாக இருந்தது. இயக்கத்தின் முக்கியமான பதவிகள் அனைத்தும் பிராமணர்களுக்கே ஒதுக்கப்பட்டன. சங்பரிவார் இயக்கங்களில் எவரும் இதனை வெளிப்படையாக ஒப்புக்கொள்வதில்லை. ஆனால் பிராமணர்கள் பயனடையும் வகையிலேயே அதன் செயல்பாடுகள் அனைத்துமே இருக்கும். தாழ்த்தப்பட்ட சாதி மக்கள் கீழ்மட்ட (அதாவது கேவலமான வேலைகள் என்றும் கூறலாம்) வேலைகள் மட்டுமே செய்ய பணிக்கப்பட்டனர். பஜ்ரங்தள் இயக்கத்தில் கீழ்மட்ட வேலையென்பது, தெருவில் சண்டைபோடுவதும் கலவரங்களை நிகழ்த்துவதுமே ஆகும்.'*

பஜ்ரங்தள்ளில் வால்கேவும் முத்தலிக்கும் ஏறத்தாழ ஒரே காலகட்டத்தில்தான் இணைந்தனர். 1994இல் கர்நாடகாவின் பொறுப்பாளராகப் பதவியேற்றதுமே, முதல்வேலையாக வால்கேவை மங்களூரின் பொறுப்பாளராக நியமித்தார் முத்தலிக்.

> *'அதே ஆண்டு ஹம்பியில் ஒரு கூட்டம் நடைபெற்றது. அதில் கர்நாடக பஜ்ரங்தள்ளின் பொறுப்புகளை பகிர்ந்தளிப்பது*

*குறித்து விவாதிக்கப்பட்டது. அப்போது மங்களூருக்கான பொறுப்பாளரானேன்'*

என்கிறார் வால்கே. சாதிய அடிப்படையில் அவர் ஒரு வைஸ்யர். குறுகிய காலத்திலேயே மங்களூர் மற்றும் அதன் சுற்றுவட்டாரத்திலுள்ள உள்ளூர் தலைவர்களையும் மக்களோடு நேரடித்தொடர்புடைய களசெயல்பாட்டாளர்களையும் வால்கேவால் ஒருங்கிணைக்க முடிந்தது. காங்கிரஸ் கட்சியின் கோட்டையாக இருந்த கர்நாடகாவின் கடலோர மாவட்டமான தக்ஷின கன்னடா, மெதுமெதுவாக காவிக்கோட்டையாக மாறத்துவங்கியது.

*'நாங்கள் பலமானவர்களாக மாறிக்கொண்டிருந்தபோது, பிற்படுத்தப்பட்ட சாதிப் பின்புலத்தைக் கொண்டிருப்பதாலேயே, எங்களுக்கான உரிமைகள் முறையாகக் கிடைக்கவில்லை என்பதை உணரத்துவங்கினோம். ஆர்எஸ்எஸ் இயக்கத்திலுள்ள பிராமணத் தலைவர்களின் சாதிய மனோபாவத்தால் நாங்கள் கலங்கிப்போனோம். 2005 ஆம் ஆண்டுவாக்கில் சங்பரிவாரிலிருந்து வெளியேறிவிட்டதாக முத்தலிக் சொன்னவுடன், நாங்களும் பஜ்ரங்தள்ளைவிட்டு வெளியேறி அவரோடு இணைந்தோம்'*

என்கிறார் வால்கே. வால்கேவும் அவரது ஆதரவாளர்களும் சிறிதுகாலம் சிவசேனாவில் இணைந்திருந்து, பின்னர் முத்தலிக்கோடு சேர்ந்து அங்கிருந்தும் வெளியேறினர். இராஷ்ட்ரிய இந்து சேனா என்கிற கட்சியினை முத்தலிக் துவங்கியபோது, அதிலும் இணைந்தனர். இயக்கமல்லாத அரசியல் கட்சியில் சேர அவர்களுக்கு விருப்பமில்லாமையால், சிறிது தயக்கத்துடனேயே தான் அதில் இணைந்தனர்.

*'2006 ஆம் ஆண்டின் ஒருநாளில் மங்களூரிலுள்ள என்னுடைய வீட்டில் முழுநாள் சந்திப்பை நடத்தினோம். பஜ்ரங்தள்ளைப் போன்ற ஒரு இயக்கத்தை உருவாக்குவது என்று அக்கூட்டத்தில் முடிவெடுத்தோம். அருண் புட்டிலாதான் ஸ்ரீராம் சேனா என்ற பெயரை பரிந்துரைத்தார். நாங்கள் அனைவரும் அதனை ஏற்றுக்கொண்டோம்'*

என்று நினைவு கூறுகிறார் வால்கே. புட்டிலா மற்றும் வால்கே மட்டுமல்லாமல், மங்களூரின் தொங்கர்கேரியிலும் மோகன் பட், சுபாஷ் படில், பிரசாத் அட்டவர் மற்றும் ஆனந்த் ஷெட்டி உள்ளிட்ட முன்னாள் பஜ்ரங்தள் செயல்பாட்டாளர்களாலும் மற்றொரு கூட்டம் நடத்தப்பட்டது.

*‘ஸ்ரீராம் சேனாவை உருவாக்கும் எங்களது முடிவினை முத்தலிக்கிற்கு தெரிவித்து, அவரைத் தலைமையேற்கவும் அழைத்தோம். அவரும் ஒப்புக்கொண்டு வந்தார். எங்கள் அனுமதியுடன் இயக்கமும் முறையாக பதிவுசெய்யப்பட்டது’*

என்றார் வால்கே.

மங்களூர் மற்றும் அதன் சுற்றுவட்டாரப் பகுதிகளில் ஸ்ரீராம் சேனா வெகுவிரைவிலேயே சுறுசுறுப்பாக செயல்படத்துவங்கியது. கலவரங்கள், நாசவேலைகள், கலாச்சார காவல் நடவடிக்கைகள், வகுப்புவாத வன்முறைகள் போன்றவற்றின் பெரும்பாலான வழக்குகளில் ஸ்ரீராம் சேனாவின் பெயர் இல்லாமலில்லை. உள்ளூர் தலைவர்கள் மற்றும் தொண்டர்கள் வெளியேறியதால், தன்னுடைய போராட்டக்களத்தை ஸ்ரீராம் சேனாவிடம் பஜ்ரங்தள் இழந்ததுபோன்ற சூழல் உருவானது. சட்டத்தின் ஆட்சியென்பது கனவாகிப்போனது. சிறுபான்மை மக்களுக்கு எதிரான அட்டூழியங்களும் கண்மூடித்தனமான கொள்ளைகளும் அன்றாட நிகழ்வாகிப்போயின. தன்னுடைய இருப்பை தக்கவைத்துக் கொள்ளவேண்டிய நிலைக்குத் தள்ளப்பட்டதால், பஜ்ரங்தள் அமைப்பும் தனது செயல்பாடுகளை மீண்டும் முடுக்கிவிட்டது. 2006இல் இரண்டு போட்டி இந்துத்துவா அமைப்புகளுக்கு நடுவே மாட்டிக்கொண்ட மங்களூர் மற்றும் அதன் சுற்றுவட்டாரப் பகுதிகளில் வகுப்புவாதக் கலவரங்கள் தொடர்ந்து நடந்துகொண்டிருந்தன.

*‘கலவரங்களை உருவாக்குவதில் அனுபவமிக்க தலைவர்கள் எங்களிடம் இருந்தனர். எங்களுடைய இயக்கத்தைச் சேர்ந்தவர்களும் அதனை தெருக்களில் நிகழ்த்திக் காட்டிக்கொண்டிருந்தனர். அப்பகுதியில் இயங்கும் ஒரே இயக்கம் எங்களுடையது மட்டும்தான் என்பதுபோல ஊடகங்களும் எங்களை தொடர்ந்து காண்பிக்கத் துவங்கினர். கடையில் காபி வேண்டுமென்று கேட்பதைப்போல சர்வசாதாரணமாக நாங்களும் அறிக்கைகளை பத்திரிகைகளுக்கு வழங்கிவந்தோம். ஒருகட்டத்தில் பஜ்ரங்தள் அமைப்பே காணாமல் மறைந்துபோனதைப் போலாகிவிட்டது. ஸ்ரீராம் சேனா உருவாக்கிய இரண்டே மாதத்தில் எங்கள் மீது 42 வழக்குகள் பதியப்பட்டன’*

என்கிறார் வால்கே.

ஸ்ரீராம் சேனாவின் ஆரம்பகால வெற்றியினூடே, அவ்வியக்கத்தின் குறிக்கோள்கள் எவையென்பதில் கருத்துமோதல்களும்

வரத்துவங்கின. இயக்கத்தின் முழுமையான அதிகாரக் கட்டமைப்பை அறிவிக்காமலேயே ஸ்ரீராம் சேனா இயங்கிவந்தது. முத்தலிக்கை தேசியத் தலைவர் என்றும் வால்கேவை மாநில ஒருங்கிணைப்பாளர் என்றும் கூறப்பட்டது.

'2007 ஆம் ஆண்டின் துவக்கத்தில் ஒரு கூட்டத்திற்கு ஏற்பாடு செய்து, அதில் கலந்துகொள்ள முத்தலிக்கையும் அழைத்திருந்தோம். அக்கூட்டத்தில் ஸ்ரீராம் சேனாவின் பொறுப்பாளர்களை முத்தலிக் அறிவிப்பதாகத் திட்டமிடப்பட்டிருந்தது. அறிவிப்பு நடத்தப்படுவதற்கு சற்றுமுன்னர், எங்களது மூத்த தலைவர்களில் ஒருவரான பிரசாத் அட்டவர் என்பவர், தன்னுடைய பெயரை இணை ஒருங்கிணைப்பாளர் என்கிற பதவிக்காக சேர்த்துவிட்டார். நான் கூட்டத்தின் ஏற்பாடுகளை கவனித்துக் கொண்டிருந்ததால், இதுகுறித்து அறிந்திருக்கவில்லை. கடைசி நேரத்திலெல்லாம் மாற்றம் இருக்கும் என்று நானும் நினைக்கவுமில்லை. விவரம் தெரிந்ததும், முத்தலிக்கிடம் இச்செய்தியைக் கொண்டுபோனேன். ஆனால் அவர் நேரடியாக அதில் தலையிடாமல், அப்பட்டியலை அப்படியே வாசித்து அறிவித்தும்விட்டார்'

வால்கே மற்றும் ஆனந்த ஷெட்டி உள்ளிட்ட அவரது ஆதரவாளர்களும் இதனை தங்களுக்கு இழைக்கப்பட்ட துரோகமாகவே கருதினர்.

'ஒரு மாநிலத்துக்கு இரண்டு ஒருங்கிணைப்பாளர்கள் இருந்தால் இயக்கத்துக்குள்ளேயே கோஷ்டிப்பூசல்களும் சச்சரவுகளும்தான் வரும். அதன்மூலம் இயக்கமே பலவீனமாகும் என்பதுதான் என்னுடைய எளிமையான வாதம். பொறுப்பாளர்களை ஏற்கனவே பொதுவில் அறிவித்துவிட்டதைக் காரணமாகச் சொல்லி, தங்களது தவறினை திருத்திக்கொள்ள முத்தலிக்கும் அட்டவரும் தயாராக இல்லை. அதனால், இயக்கத்தைவிட்டு வெளியேறுவது என்கிற முடிவினை நான் எடுத்தேன்'

என்கிறார் வால்கே.

ஸ்ரீராம் சேனா உருவாக்கப்பட்டு வெகுசில மாதங்களிலேயே மங்களூரின் முக்கியமான தலைவர்களில் ஒருவரான வால்கே அப்படியாக வெளியேறிவிட்டார்.

*'ஒரு சில உள்ளூர் தலைவர்களும் தொண்டர்களும் என்னுடனேயே இயக்கத்தைவிட்டு வெளியேறினர். அப்போது நான் உள் அலங்கார நிறுவனமொன்றினை நடந்திவந்தேன். அதில் சுமார் எழுபது பேர் பணிபுரிந்தனர். ஸ்ரீராம் சேனாவின் கூட்டங்களிலும் நிகழ்வுகளிலும் பங்கெடுப்பதை நிறுத்திவிட்டு, என்னுடைய வியாபாரத்தை கவனிக்க ஆரம்பித்தேன்'*

என்கிறார் வால்கே.

ஸ்ரீராம் சேனாவின் மங்களூர் தலைமை பலவீனமானதால், அதன் போட்டி அமைப்பான பஜ்ரங்தள்ளுக்கு அதுவே உத்வேகத்தைக் கொடுத்தது. இழந்த பலத்தை மீட்டெடுக்கவும் அதுவே பஜ்ரங்தள்ளைத் தூண்டியது. அதில் ஓரளவுக்கு வெற்றிபெற்றிருந்தாலும், துவக்கத்தில் பெற்றிருந்த இடத்தை ஸ்ரீராம் சேனாவும் ஓரளவுக்கு தக்கவைத்துக்கொள்ளத்தான் செய்தது.

## IV

ஸ்ரீராம் சேனா இயக்கம் தொடர்ந்து செயல்படும் இயக்கமாகவே இருந்தது. தங்களது இயக்கத்தின் "இந்து" அடையாளத்தை பலப்படுத்தும் முயற்சியில் அதன் தலைவர்களும் தொடர்ச்சியாக ஈடுபட்டிருந்தனர். 2008 ஆகஸ்ட் 24 இல், டெல்லியில் சஹ்மத் என்கிற ஒரு அரசுசாரா நிறுவனம் நடத்திய கலைக்கண்காட்சியில் எம்.எஃப்.ஹுசைனின் ஓவியங்கள் வைக்கப்பட்டிருந்தன. அதனை ஸ்ரீராம் சேனாவின் உறுப்பினர்கள் தாக்கி அழித்தனர். அதன்மூலம் செய்திகளில் அவ்வியக்கம் இடம்பிடித்தது. எம்.எஃப். ஹுசனைக் கண்டித்து நிறைய துண்டுப்பிரசுரங்களையும் அங்கே விட்டுச்சென்றனர்.

தற்கொலைத் தாக்குதல்கள் நடத்துவதற்காகவே ஸ்ரீராம் சேனாவின் 700 உறுப்பினர்களுக்கு பயிற்சியளிக்கப்படுவதாக அதே ஆண்டின் செப்டம்பர் மாதத்தில் முத்தலிக் அறிவித்தார். பெங்களூர் குண்டுவெடிப்புக்குப் பின்னர், இப்படியான அவருடைய அறிவிப்பு வெளியானது.

*'இதற்கு மேலும் எங்களுக்கு பொறுமையில்லை. பழிக்குப்பழி என்பதுதான் இந்துத்துவாவை காப்பாற்றுவதற்கு மிச்சமிருக்கும் ஒரே மந்திரம். இந்துக்களின் மத முக்கியத்துவம் கொண்ட மையங்கள் தாக்கப்படுமானால், அதைவிட இரண்டுமடங்கு எண்ணிக்கையிலான எதிரிகளின்*

மதக்கட்டிடங்களை தகர்த்தெறிவோம். இந்துப் பெண்களை மற்ற மதத்தவர்கள் குறிவைத்தால், அவர்களுடைய மதத்தைச் சேர்ந்த இரண்டு மடங்கு எண்ணிக்கையிலான பெண்களை நாங்கள் குறிவைப்போம்'[5]

என்று மங்களூர் பொதுக்கூட்ட மேடையில் அறிவித்தார் ஸ்ரீராம் சேனாவின் தலைவர். 2008 ஆம் ஆண்டு சட்டமன்றத் தேர்தலின்போது நடத்தப்பட்ட ஹூப்ளி குண்டுவெடிப்பில் தொடர்புடையதாக ஒன்பது பேரை 2009 ஜனவரி மாதத்தில் கர்நாடக காவல்துறை கைதுசெய்தது. குண்டுவெடிப்பின் மூளையாக செயல்பட்ட நாகராஜ் ஜம்பகி என்பவர் முத்தலிக்கோடு நெருக்கமாக இருந்த ஸ்ரீராம் சேனாவின் உறுப்பினர் ஆவார்.

இருப்பினும், 2009 ஜனவரி 24ஆம் தேதி மங்களூரின் அம்னீசியா இரவுவிடுதியில் 'இந்து கலாச்சாரத்தையும் பண்பாட்டையும் மீறுகிறார்கள்' எனச்சொல்லி பல இளம்பெண்களை அடித்ததன்மூலம், தேசிய மற்றும் சர்வதேச ஊடகங்களின் தலைப்புச்செய்திகளில் ஸ்ரீராம் சேனா இயக்கத்தின் பெயர் அடிபட்டது. இன்றும் யூடியூபில் அதிகம் பேர் பார்த்த காணொளிகளில் ஒன்றாக அந்நிகழ்வின் காணொளியும் இருக்கிறது. முன்னறிவிப்பில்லாமல் நடத்தப்பட்டதாக சொல்லப்படும் அத்தாக்குதலை படம்பிடிப்பதற்கு தொலைக்காட்சிக் குழுவினர் எவ்வாறு தயாராக அங்கே காத்திருந்தார்கள் என்பதும் மர்மமானதாகத்தான் இருக்கிறது. இரவுவிடுதியில் ஸ்ரீராம் சேனா உறுப்பினர்களிடம், இளம்பெண்கள் அடிவாங்குவதையும், உதைவாங்குவதையும், துரத்தப்படுவதையும் அச்சம்பவம் நடந்த இரண்டு நாட்களில் வந்த குடியரசு தினத்தன்று தொலைக்காட்சிகள் தொடர்ந்து ஒளிபரப்பிக்கொண்டிருந்தன. கடுமையான விவாதத்தை அது கிளப்பியதோடல்லாமல், பிரெஞ்சு, ருஷ்ய, ஜெர்மானிய தொலைக்காட்சி நிகழ்ச்சித் தயாரிப்பாளர்களும் தங்களது செய்தியாளர்களை சம்பவம் நடந்த இடத்துக்கு அனுப்புமளவுக்குப் பிரபலமான செய்தியானது.

ஆரம்பத்தில் இப்பிரச்சனையை பெரிதுபடுத்தாமல் விட்டுவிட நினைத்தது கர்நாடக பாஜக அரசு. ஆனால் தொலைக்காட்சிகளில் அச்சம்பவத்தின் காணொளி ஒளிபரப்பப்பட்டதும், 2009 ஜனவரி 26ஆம் தேதி மாலையில் ஸ்ரீராம் சேனாவைச் சேர்ந்த பதினேழு தலைவர்கள் மற்றும் தொண்டர்களை சுற்றிவளைத்து கைதுசெய்தது.[6] அப்போது பிராமணர்களின் மாநாட்டில் கலந்துகொள்வதற்காக மகாராஷ்டிரா சென்றிருந்தார் முத்தலிக். 'இரவுவிடுதிக்கு பெண்கள் செல்வது ஏற்றுக்கொள்ளவேமுடியாதது' என்றும் 'பாஜக அரசைப்

*பழிப்பதற்காகவே (பெண்களை அடித்த) இச்சிறிய நிகழ்வு பெரிதுபடுத்தப்படுகிறது'* என்றும் அம்மாநாட்டில் இருந்தபடியே கருத்து தெரிவித்தார் முத்தலிக். மறுநாள் அவர் கர்நாடகா வந்ததுமே கைதுசெய்யப்பட்டார். அதனைத்தொடர்ந்து மேலும் சில ஸ்ரீராம் சேனா ஆட்களும் மங்களூரில் கைதுசெய்யப்பட்டனர்.

கைதுசெய்யப்பட்ட சில நாட்களிலேயே முத்தலிக், அட்டவர் உள்ளிட்ட அனைத்து ஸ்ரீராம் சேனாகாரர்களுக்கும் பிணை வழங்கப்பட்டுவிட்டது. சிறையிலிருந்து வெளியே வந்ததைத் தங்களது வெற்றியாக முழங்கினார் முத்தலிக்.

> *'இது மங்களூரில் இரவுவிடுதிக் கலாச்சாரத்திற்கு எதிரான போராட்டத்திற்குக் கிடைத்த வெற்றி'*

என்று நீதிமன்ற வளாகத்தில் ஊடகங்களிடம் பேசும்போது கூறினார்.

> *'மங்களூரில் அநாகரீகத்துக்கு எதிரான போராட்டத்தில் நாங்கள் பெற்ற வெற்றி மிகப்பெரியது. மங்களூர் போராளிகள் செய்த அனைத்திற்கும் எங்கள் நன்றியினை தெரிவித்துக் கொள்கிறோம்'*

என்றார் முத்தலிக்.[7]

ஏழாண்டுகள் கழித்து ஹுப்ளியில் அவர் மறைவுவாழ்க்கை நடத்திக்கொண்டிருந்தபோது என்னுடன் பேசினார். அப்போது மாநிலம் முழுவதும் தன்னுடைய இயக்கம் பரவுவதற்கு அந்த இரவுவிடுதித் தாக்குதல்தான் *'ஒரே முக்கியக் காரணியாக இருந்தது'* என்றார்.

> *'இரவுவிடுதித் தாக்குதலுக்கு முன்னர் வடக்கு மற்றும் கடலோரக் கர்நாடகாவில் மட்டுமே எங்களுக்குக் கிளைகள் இருந்தன. அச்சம்பவத்திற்குப் பின்னர் கர்நாடக மாநிலம் முழுவதும் மட்டுமல்லாமல், கோவா, மகாராஷ்டிரா, கேரளா, ஆந்திரப் பிரதேசம், இராஜஸ்தான் மற்றும் டெல்லியிலும் கூட ஸ்ரீராம் சேனாவின் புதிய கிளைகள் திறக்கப்பட்டன.'*

என்றார் முத்தலிக்.

2009 ஆம் ஆண்டு துவக்கத்தில் இரவுவிடுதித் தாக்குதலின் பேச்சு அடங்குவதற்குள்ளாகவே, ஆண்களையும் பெண்களையும் காதலர் தினத்தினைக் கொண்டாடவிடமாட்டோம் என்று ஸ்ரீராம் சேனா அறிவித்தது. கடுமையான அழுத்தத்தின் காரணமாக, முத்தலிக் உள்பட மாநிலம் முழுவதிலுமிருந்து ஸ்ரீராம் சேனாவின் ஏராளமான தலைவர்களை முன்னெச்சரிக்கை நடவடிக்கையாக

13ஆம் தேதியே கைது செய்யவேண்டிய நிர்ப்பந்தம் கர்நாடக காவல்துறைக்கு ஏற்பட்டது. ஸ்ரீராம் சேனாவின் மூர்க்கமான பிரச்சாரங்களினாலும் மிரட்டல்களினாலும், முத்தலிக்கையும் ஸ்ரீராம் சேனாவையும் கண்டித்து பெண்கள் அமைப்பினர் பிரச்சாரங்களையும் போராட்டங்களையும் முன்னெடுத்தனர். பிப்ரவரி 14ஆம் தேதியன்று முத்தலிக் உள்ளிட்ட ஸ்ரீராம் சேனாவின் முக்கியமான தலைவர்கள் அனைவரும் கர்நாடகாவின் பல்வேறு சிறைகளில் இருக்கையில், ஹுப்ளியில் இருக்கும் முத்தலிக்கின் தலைமையகத்திற்கு பிங்க் நிற உள்ளாடைகள் அனுப்பிவைக்கப்பட்டன. நாடு முழுவதிலிருந்தும் 1500 பிங்க் நிற உள்ளாடைகள் ஸ்ரீராம்சேனாவுக்கு வந்துசேர்ந்தன. அப்பிரச்சாரம் முத்தலிக்கை கடுமையாக எரிச்சலடையச் செய்தது. சிறையிலிருந்து வெளியே வந்ததுமே, 2009 பிப்ரவரி 22இல் பத்திரிக்கையாளர் சந்திப்பை நடத்தி, அதனை ‘ஒரு வக்கிரச் செயல்’ என்று கூறினார். உள்ளாடைப் பார்சல்களை அனுப்பியவர்கள் மீது அவதூறு வழக்கு தொடர்வதற்கு 25 வக்கீல்களைக் கொண்ட குழுவை அமைத்திருப்பதாகவும் அறிவித்தார்.[8]

அப்போதும் ஸ்ரீராம்சேனா தொய்வின்றி செயல்பட்டது. அதிலும் மாநிலத்தின் கடலோரப் பகுதிகளை மையமாகக்கொண்ட செயல்பாடுகள் தொடர்ந்துகொண்டே இருந்தன. உதாரணத்திற்கு, 2009 ஜூலை 15ஆம் தேதி மங்களூரில் நடந்த ஒரு இந்து திருமணக் கொண்டாட்டத்தின்போது, அங்கிருந்த ஒரு முஸ்லிம் விருந்தாளியை சில ஸ்ரீராம்சேனா ஆட்கள் அடித்துத் துரத்தினர். இந்துப் பெண்களிடம் பேசும் முஸ்லிம் பையன்களை தொடர்ச்சியாகத் தாக்கிக்கொண்டே இருந்தனர். இந்துப் பெண்களை முஸ்லிமாக மாற்றுவதற்காகவே இளம் முஸ்லிம் ஆண்கள் திருமணம் செய்கிறார்கள் என்றும் தொடர்ந்து சொல்லிக்கொண்டே இருந்தனர். கொடூரமான தாக்குதல்கள் மற்றும் பிரச்சாரங்கள் மூலம் ‘லவ் ஜிகாத்’ என்னும் வார்த்தையை வலிந்து பிரபலப்படுத்தவும் முயற்சித்தனர்.

தெகல்கா பத்திரிக்கை ஆறுவாரங்களாக நடத்திய இரகசிய விசாரணையில் கிடைத்த தகவல்களை, 2010 மே மாதத்தில் அப்பத்திரிக்கை வெளியிட்டது.[9] அது ஸ்ரீராம் சேனாவின் ஒழுக்கசீல முகமூடியை கிழித்தெறிந்து அவ்வியக்கத்தின் பல மர்மப்பக்கங்களை வெளிக்கொண்டுவந்தது. ஸ்ரீராம்சேனா என்கிற இந்துத்துவ அமைப்பின் தலைவர்களும் தொண்டர்களும் எந்தவொரு சித்தாந்தத்திலும் உறுதிகொண்டவர்களல்ல என்றும் தங்களின் தேவைக்காக தன்னிச்சையாக சட்டத்தை மீறி வன்முறையில் இறங்குபவர்கள் என்றும் தெகல்காவின் செய்தியில்

குறிப்பிடப்பட்டிருந்தது. ஒப்பந்த அடிப்படையில் கலவரங்களையும் பிரச்சனைகளையும் உருவாக்க யார்வேண்டுமானாலும் அவர்களை பயன்படுத்திக்கொள்ளக்கூடிய குண்டர்களாகத்தான் இருந்துவந்திருக்கிறார்கள் என்கிற உண்மையையும் தெகல்காவின் அறிக்கை வெளிக்காட்டியது.

தெகல்கா நிருபர் ஒரு ஓவியர் போல நடித்து முத்தலிக்கைத் தொடர்புகொண்டு, தானொரு ஓவியக்கண்காட்சி நடத்தவிருப்பதாகவும், அதில் முன்கூட்டியே திட்டமிட்டு ஒரு தாக்குதலை நடத்தித்தரமுடியுமா என்றும் கேட்டிருக்கிறார். அப்படியாக நடத்தப்படும் பொய்த்தாக்குதலின் மூலம் மக்கள் மத்தியில் அக்கண்காட்சி பிரபலமாவதுடன், உள்ளூரிலும் வெளிநாட்டிலும் ஏராளமான ஓவியங்கள் விற்பனையாகும் என்றும் சொல்லியிருக்கிறார். அந்த நிருபரின் கோரிக்கையை ஏற்றுக்கொண்டது மட்டுமல்லாமல், அதற்குத் தேவையான ஸ்ரீராம் சேனா உறுப்பினர்களையும் அந்த நிருபருடன் தொடர்பினை ஏற்படுத்தியிருக்கிறார் முத்தலிக். அவர்களில் ஸ்ரீராம் சேனாவின் பெங்களூர் தலைவரான வசந்த்குமார் பவானி மற்றும் மங்களூரைச் சேர்ந்த முக்கியத்தலைவரான பிரசாத் அட்டவர் ஆகியோரும் அடங்குவர். அதற்காக 10,000 ரூபாயை நன்கொடையாக அந்த நிருபரிடம் வாங்கிக்கொள்ளவும் முத்தலிக் தயங்கவில்லை.

அதுதொடர்பான விவாதங்களை சிலநாட்களுக்குப் பின்னர் நடந்த சந்திப்புகளின்போது, மறைமுகமாகப் பதிவுசெய்தார் மற்றொரு நிருபரான பவானி. பெங்களூரில் எவ்வாறு தாக்குதல் நடத்துவது, அதன் தாக்கத்தை எந்தளவுக்குப் பெரிதாக்குவது போன்றவற்றை அப்போது பேசியிருக்கின்றனர். அதனைச் செய்வதற்காக ஸ்ரீராம்சேனாவுக்கு எவ்வளவு பணம் தரப்படும் என்பதையும் அவ்விருவரும் பேசியிருக்கின்றனர்.

தெகல்கா நிருபரை மங்களூரில் சந்தித்தபோது, கேமரா இருப்பது தெரியாமல் பல உண்மைகளை பிரசாத் அட்டவர் ஒப்புக்கொண்டிருக்கிறார். நிழலுலக தாதாவான இரவி புஜாரியின் ஆணைக்கிணங்க செயல்பட்டதால், தன்மீது கைதாணை பிறப்பிக்கப்பட்டிருப்பதாகவும், அதிலிருந்து தப்பிக்கவே தலைமறைவாக இருப்பதாகவும் சொல்லியிருக்கிறார். மும்பை ரவுடி சோட்டா ராஜனிடமும், பின்னர் நிழலுலக தாதாக்களின் மன்னனான தாவூத் இப்ராகிமிடமும் வேலைசெய்துவிட்டு, பின்னர் தனக்கென தனி இராஜியத்தை உருவாக்கியிருந்தார் இரவி புஜாரி. வியாபாரிகளிடமும் கட்டிடங்கள் கட்டும் தொழிலில் முதலாளிகளாக இருப்பவர்களிடமும் மிரட்டிப் பணம் பறிக்கும்

கும்பல் வெளிநாடுகளிலிருந்து இயங்கிவருகின்றனர். அவர்களின் ஆணைக்கிணங்க, கர்நாடக கடலோரப் பகுதிகளில் உள்ளவர்களிடம் மிரட்டிப் பணம் பறிக்கும் வேலையினை இரவி புஜாரியின் சமூகவிரோதக்குழு செய்துவருகிறது. அவரின் கூட்டாளியாக இருந்து அனைத்திலும் உடந்தையாக இருந்துவருகிறார் பிரசாத் அட்டவர். தெகல்கா நிருபர் பொய்யான தோற்றத்தில் முதன்முறையாக அட்டவரை சந்தித்த ஆறு நாட்களுக்குப்பின்னர் (இரவி புஜாராவுடன் இணைந்து மிரட்டிப் பணம் பறித்த விவகாரத்தில்) கைதுசெய்யப்பட்டு மங்களூர் சிறைக்கு அனுப்பப்பட்டார். பின்னர் பெல்லாரியில் இருக்கும் உயர் பாதுகாப்பு சிறைச்சாலையில் அடைக்கப்பட்டார். ஆனாலும் (ஓவியராக நடித்த) நிருபரிடம் சிறையில் இருந்தபோதேகூட தொடர்பிலேயே இருந்தார் அட்டவர். அங்கிருந்துகொண்டே ஓவியக்கண்காட்சியைத் தாக்கும் திட்டத்துக்கும் ஒப்புக்கொண்டார்.

## V

பிரசாத் அட்டவரின் கைது நடவடிக்கையின்மூலம் இரண்டு குறிப்பிடத்தக்க விளைவுகள் சாத்தியமாகின. முதலாவதாக, கர்நாடக கடலோரப் பகுதியைச்சேர்ந்த ஸ்ரீராம்சேனாவின் முக்கியத் தலைவர்கள் தலைமறைவானதால், அவ்வியக்கம் பலம்பொருந்தியதாக இருந்த இடங்களில் வலுவிழந்துபோனது. இரண்டாவதாக, மங்களூர் மற்றும் அதன் சுற்றுவட்டாரப் பகுதிகளில் ஸ்ரீராம் சேனாவின் செயல்பாடுகளால் முடங்கிப்போயிருந்த சங்பரிவார இயக்கங்களுக்கு மீண்டுமொரு புதிய வாய்ப்பாக அமைந்தது. ஸ்ரீராம்சேனா அமைதியாக்கப்பட்டதால் உருவான வெற்றிடத்தை நிரப்புவதற்கு ஒருபுறம் பஜ்ரங்தள் முயற்சிக்க, மறுபுறமோ ஸ்ரீராம்சேனாவிலிருந்து வேறு இயக்கத்திற்கு தாவுவதற்குத் தயாராக இருப்பவர்களைக் கண்டறிந்து ஆர்எஸ்எஸ் வலைவீசத்துவங்கியது. பஜ்ரங்தள்ளிலிருந்து பிரிந்துசென்றவர்கள்தான் ஸ்ரீராம்சேனாவை உருவாக்கினார்கள் என்பதால், அவர்களில் பெரும்பாலானோர் மீண்டும் பஜ்ரங்தள்ளுக்கே வருவதற்கு விரும்பவில்லை. அதனால், தன்னுடைய மற்றொரு துணை இயக்கமான 'இந்து ஜகரன் வேதிகா' என்ற இயக்கத்தை ஆர்எஸ்எஸ் தூசுதட்டியது.

ஸ்ரீராம்சேனாவின் மங்களூர் பகுதியைச் சேர்ந்த முக்கியமான தலைவர்களுள் ஒருவரான சுபாஷ் படில் தன்னுடைய ஆதரவாளர்களான சுரேஷ் படில் மற்றும் ஷரத் படவினங்கடி

ஆகியோருடன் ஸ்ரீராம்சேனா இயக்கத்திலிருந்து விலகி இந்து ஜகரன் வேதிகா இயக்கத்தில் இணைந்தனர். அதுவே வேதிகா இயக்கத்திற்கு திருப்புமுனையாகவும் அமைந்தது. 2006இல் சங்பரிவார இயக்கத்தின் பிராமணிய ஆதிக்கத்தை எதிர்த்து அதிலிருந்து விலகி புதிய இயக்கத்தை வால்கேவின் வீட்டில் கூடி முடிவெடுத்தபோது, சுபாஷும் உடனிருந்தார். பின்னர் ஸ்ரீராம்சேனாவில் அட்டவருடன் 2007 இல் ஏற்பட்ட பிரிவினையில் ஸ்ரீராம்சேனாவிலிருந்து வால்கே விலகியபோது, சுபாஷ் படில் மட்டும் விலகாமல் இருந்துவிட்டார்.

மங்களூரில் வெகுசீக்கிரத்திலேயே ஆக்ரோசமான கள செயல்பாட்டாளர் என்கிற பிம்பத்தை சுபாஷ் உருவாக்கியிருந்தபோதும், அட்டவருடனான அவரது உறவில் விரிசல் இருக்கத்தான் செய்தது. இராமர் பாலம் தொடர்பான பிரச்சனையில் மங்களூரில் ஒரு கடையடைப்பினை ஸ்ரீராம் சேனா நடத்திக்கொண்டிருக்கும்போது, கடைகளை அடித்து உடைத்துக்கொண்டிருந்த சுபாஷை வீடியோ எடுத்தனர் சில பத்திரிக்கையாளர்கள். அதனைக் கண்டதும், அவர்களில் இரண்டு பத்திரிக்கையாளர்களை சுபாஷ் அடிக்கப் பாய்ந்துவிட்டார். அப்போது சுபாஷை பளாரென அறைந்துவிட்டு, பத்திரிக்கையாளர்களிடம் மன்னிப்பு கேட்டார் அட்டவர். 2008இல் இந்து பத்திரிக்கை இதனை செய்தியாக வெளியிட்டிருந்தது. 2009 ஜனவரியில் மங்களூர் இரவுவிடுதியில் நடத்தப்பட்ட தாக்குதலில் சுபாஷுக்கு முக்கியப்பங்கிருந்தபோதும், அத்தாக்குதலை திட்டமிட்டு நடத்தியதாக அட்டவர் சொல்லிக்கொண்டதால், தனக்கு கிடைக்கவேண்டிய பாராட்டை அட்டவர்[10] அபகரித்துக்கொண்டதாக நினைத்தார் சுபாஷ். அத்தாக்குதலின் வீடியோக்களை தொலைக்காட்சியில் காட்டப்பட்டபோது, அதில் ஆக்ரோசமாக நடந்துகொண்ட காரணத்தினாலேயே உள்ளூர் இந்துத்துவ வட்டாரத்தில் சுபாஷுக்கு பேரும் பெருமையும் கிடைத்தன. வெகுவிரைவிலேயே கொடூரமான அடியாளாக அடையாளம் காணப்பட்டு, நில ஆக்கிரமிப்பாளர்கள் மற்றும் கட்டுமான முதலைகளின் செல்லப்பிள்ளையானார் சுபாஷ்.

மக்களை மிரட்டிப் பணம்பறித்த குற்றத்திற்காக 2010 மே மாதத்தில் அட்டவர் கைது செய்யப்பட்டவுடன், சுபாஷும் அவரது கூட்டாளிகளும் சில மாதங்களுக்குத் தலைமறைவாகினர். அதன்பின்னர் ஆளும் பாஜக அரசிடமிருந்து பாதுகாப்பு கிடைக்கும் எனக்கருதி, 2011 பிப்ரவரி மாதத்தில் இந்து ஜகரன் வேதிகா என்னும் இயக்கத்தில் இணைந்தனர். வேதிகா இயக்கத்தில் சிறிதுகாலம் அமைதியாக இருந்துவிட்டு, பின்னர் 2012 காலகட்டத்தில்

தன்னுடைய செயல்பாடுகளைத் துரிதப்படுத்தி, ஆர்எஸ்எஸ் இன் வேதிகா இயக்கத்திற்கு புத்துயிர் கொடுத்தார். அதே ஆண்டு மே மாதத்தில், மங்களூரிலுள்ள ஒரு விவசாயி தன்னுடைய நிலத்தை கையகப்படுத்துவதற்கு எதிர்ப்புத் தெரிவித்திருந்தார். அதற்காக, அவரையும் அவரது குடும்பத்தையும் தாக்கியதாக சுபாஷ், அதில் தொடர்புடைய ஒப்பந்ததாரர்கள் மற்றும் மங்களூரின் சிறப்புப் பொருளாதார மண்டல அதிகாரிகள் உள்ளிட்டோரின் மீது முதல் தகவல் அறிக்கை (எஃப்.ஐ.ஆர்) பதிவு செய்யப்பட்டது. தாக்கப்பட்ட விவசாயியின் குடும்பத்தில், இரு குழந்தைகள் உள்பட நான்கு பேர் படுகாயமடைந்திருந்தனர்.[11] 2012 ஜூலை 26ஆம் தேதியன்று, முண்டிப்பு என்கிற ஊரிலிருந்து மங்களூருக்கு பேருந்தில் பயணம் செய்துகொண்டிருந்த ஒரு முஸ்லிம் பையனையும் பெண்ணையும் சுபாஷின் வேதிகா இயக்க உறுப்பினர்கள் கடத்திக்கொண்டுபோய் தாக்கியிருக்கின்றனர். பின்னர் அப்பையனும் பெண்ணும் காவல்துறையினரிடம் ஒப்படைக்கப்பட்டனர். ஆனாலும் அவர்களைத் தாக்கியவர்கள் மீது எந்த நடவடிக்கையும் எடுக்கப்படவில்லை.[12]

இரண்டு நாட்களுக்குப்பிறகு (2012 ஜூலை 12), மங்களூரில் படில் என்கிற கிராமத்திலிருக்கும் 'மார்னிங் மிஸ்ட் ஹோம்ஸ்டே' என்கிற தங்கும்விடுதியில் நடந்துகொண்டிருந்த பிறந்தநாள் விழாவில் அத்துமீறி நுழைந்து அங்கிருந்தவர்களை வேதிகா இயக்கத்தைச் சேர்ந்த சுபாஷ் மற்றும் அவரது கூட்டாளிகள் அடித்துத் துன்புறுத்தினர் (பெண்களுக்கு பாலியல் தொல்லைகளையும் கொடுத்தனர்). 2009இல் ஸ்ரீராம்சேனாவினால் நடத்தப்பட்ட இரவுவிடுதித் தாக்குதலைப் போன்ற இத்தாக்குதலும், தேசிய மற்றும் சர்வதேச ஊடகங்களின் செய்திகளில் இடம்பிடித்தது. அத்தாக்குகலுக்கு இந்து ஜகரன் வேதிகா அமைப்பு மறைமுகமாக பொறுப்பேற்றுக் கொண்டாலும், தன்னை ஸ்ரீராம் சேனாவிலிருந்து வேறுபடுத்திக்காட்டவும் மறக்கவில்லை.[13]

2012 ஆகஸ்ட் 1 ஆம் தேதி டிவி-9 என்கிற தொலைக்காட்சிக்கு இந்து ஜகரன் வேதிகா அமைப்பின் கர்நாடகத் தலைவரான ஜகதீஷ் கரந்த் பேட்டியளித்தபோது, தாக்குதலை நடத்தியது வேதிகா அமைப்பைச் சேர்ந்த சுபாஷ் படில்தான் என்று ஒப்புக்கொண்டார். இருப்பினும் அது வேதிகா இயக்கத்தினால் திட்டமிடப்பட்ட நடவடிக்கையல்ல என்றார்.

> *'படில் கிராமத்தைச் சேர்ந்த இந்து ஜகரன் வேதிகா இயக்கத்தின் செயல்பாட்டாளரான சுபாஷ்தான் அத்தாக்குதலுக்கு தலைமைதாங்கினார் என்பது உண்மைதான்.*

*தாக்குதல் நடந்தபோது இந்து ஜகரன் வேதிகா அமைப்பின் பதாகை எதுவும் பயன்படுத்தப்படவில்லை. அதனால் இந்து ஜகரன் வேதிகா அமைப்பும் அதற்கு பொறுப்பல்ல. அன்று கோபத்தை வெளிப்படுத்தியது உள்ளூர் மக்கள்தான்'*

என்றார் ஜகதீஷ் கரந்த். அத்தாக்குதலின் நோக்கத்தை விஹெச்பியும் இதர ஆர்எஸ்எஸ் இயக்கங்களும் ஆதரித்தே பேசின. அதே வேளையில், 'ஸ்ரீராம் சேனா இயக்கம் ஒரு பொறுப்புள்ள இயக்கமல்ல, ஆனால் நாங்கள் அப்படியல்ல. பொறுப்பும் இயக்கவிதிகளையும் கொண்டவர்கள்' என்று மறக்காமல் தெளிவுபடுத்தினர்.[14]

## VI

பிரசாத் அட்டவரும் எண்ணற்ற இதர தலைவர்களும் தொண்டர்களும் வெளியேறியதன்மூலம் கர்நாடகாவின் கடலோரப் பகுதிகளில் ஸ்ரீராம் சேனாவின் செயல்பாடுகள் முடங்கித்தான் போனது. இருப்பினும் கர்நாடகாவின் இதர பகுதிகளில் அவ்வியக்கம் தொடர்ந்து செயல்பட்டுக்கொண்டிருந்தது. ஹூப்ளியைத் தலைமையகமாகக் கொண்டு ஸ்ரீராம் சேனாவின் தலைவர் முத்தலிக் இயங்கிவந்தார். ஸ்ரீராம் சேனாவிலிருந்து பிரிந்துசென்றவர்களை மீண்டும் இணைக்கும் பணியினைத் துவங்கினார் முத்தலிக். அதன் ஒரு பகுதியாக, சங்பரிவாரின் நேரடிக் கண்காணிப்பில் இல்லாத ஸ்ரீராம் சேனாவைப் போன்றே கருத்தியல் ரீதியான ஒற்றுமை இருக்கும் சனாதன் சன்ஸ்தா என்கிற இயக்கத்துடன் தொடர்பை ஏற்படுத்தத் துவங்கினார் முத்தலிக். இந்தியாவின் மேற்கு மாநிலங்களில் இயங்கிவரும் இயக்கம்தான் சனாதன் சன்ஸ்த்தா.

*'ஆன்மீகத்தைக் கருவியாகக் கொண்டு இந்துத்துவாவை பரப்பி, வேகமாக வளர்ந்துவருகிறது சனாதன் சன்ஸ்தா. 2012 முதல் ஆண்டுதோறும் ஜூன் மாதத்தில், இந்துத்துவ இயக்கங்களின் அகில இந்திய அளவிலான மாநாட்டினை கோவாவில் பொன்டா என்னும் ஊரில் சனாதன் சன்ஸ்தா இயக்கம் நடத்திவருகிறது. 2013 மற்றும் 2014 ஆண்டுகளில் நான் கலந்துகொண்டேன். ஆனால் 2015இல் என்னை கோவாவிற்குள் நுழைய அம்மாநில அரசு அனுமதிக்கவில்லை. அதனால் அப்போது நான் கலந்துகொள்ளமுடியாமல் போனது. எங்கள் இரு இயக்கங்களுக்கிடையிலான உறவினால் நாங்கள் இருவருமே*

பயனடைந்தோம். சனாதன் சன்ஸ்தாவின் சாதகர்களை எங்களது தொண்டர்களிடையே பேசுவதற்கு அவ்வப்போது அழைத்துவருவோம்'

என்றார் முத்தலிக்.

2014 ஆம் ஆண்டின் துவக்கத்தில் பாராளுமன்றத் தேர்தலுக்கு முன்னர், ஸ்ரீராம் சேனா மறுமலர்ச்சி பெற ஆரம்பித்தது. அதன் முன்னாள் உறுப்பினர்கள் பலரும் மீண்டும் இயக்கத்தில் சேரத்துவங்கினர்.

'2013க்கும் 2014க்கும் இடைப்பட்ட காலகட்டத்தில், கர்நாடகாவின் கடலோரப்பகுதியின் பொறுப்பினை ஏற்றுக்கொள்ளுமாறு, மூன்று முறை என்னை அணுகி முத்தலிக் கேட்டுக்கொண்டார்'

என்கிறார் (ஸ்ரீராம்சேனாவிலிருந்து விலகி ஒதுங்கியிருந்த) வால்கே. வேறெந்த இந்துத்துவ இயக்கங்களிலும் ஈடுபடவில்லையென்றாலும், சில ஆண்டுகளாகத் தன்னுடைய ஆதரவாளர்களையும் அவர் ஒதுங்கியே இருக்கவைத்திருந்தார்.

'எங்களது வரவை எளிமையானதாக்கவே, பிரசாத் அட்டவரையும் ஸ்ரீராம் சேனா இயக்கத்திலிருந்து வெளியேற்றிவிட்டார் முத்தலிக். ஆரம்பத்தில் இணைவதுகுறித்து உறுதியாக முடிவெடுக்கவில்லையென்ற போதும், 2014 துவக்கத்தில் மீண்டும் ஸ்ரீராம்சேனாவில் இணைந்து செயல்படத் துவங்கினோம்'

என்கிறார் வால்கே.

2014 மார்ச் மாதத்தில் அவரது முயற்சிகளுக்கு பலன்கிடைத்தபோது, பாஜகவின் பார்வையும் அவர்மீது விழ ஆரம்பித்தது. பாராளுமன்ற தேர்தலுக்கு வலுசேர்ப்பதற்காக நாடு முழுவதுமுள்ள இந்துத்துவ இயக்கங்களை அரவணைக்கும் திட்டத்தில் பாஜக இருந்தபோது, அதன் கவனத்தை ஈர்க்கும் விதமான செயல்பாடுகளில் முத்தலிக்கும் ஈடுபட்டிருந்தார். ஆனால் காவிக்கட்சியின் உட்கட்சி அரசியல் பூசலினால், அப்படியான இணக்கத்திற்கான சாத்தியமில்லாமல் முற்றுப்புள்ளி வைக்கப்பட்டுவிட்டது.

# இந்து ஐக்கிய வேதி -
# கேரளாவில் இந்து ஓட்டுகள்

## I

'**க**டந்த பல நூற்றாண்டுகளாக கேரளாவில் இந்துக்களை திட்டமிட்டு அழிப்பதற்கான முயற்சிகள் நடப்பதால், அவர்கள் பாதிக்கப்பட்டுள்ளனர். முன்னர், முஸ்லிம்களும் கிருத்துவர்களும் வாள்வீசி அதனை செய்துவந்தனர். தற்போது சிரித்த முகத்துடனேயே அதனை செய்கின்றனர்'

என்று மேடையில் பேசிக்கொண்டிருக்கும்போதே, அடுத்த கைத்தட்டுக்காக இடைவெளிவிட்டு மீண்டும் தொடர்கிறார் இந்து ஐக்கிய வேதி இயக்கத்தின் தலைவரான கே.பி.சசிகலா டீச்சர். இடைவெளிவிடுகிற போதெல்லாம், அவருக்கு எப்போதும் கைத்தட்டல் கிடைக்கும். பேச்சின் மூலமாகவே தாங்கள் விரும்பும் அரசியலுக்கு ஏற்ற மாநிலமாக கேரளாவை மாற்றும்திறமை சசிகலா டீச்சருக்கு உண்டு என்று அவருக்கு கைதட்டும் கூட்டத்தினர் முழுமையாக நம்பினர்.[1]

கேரளாவில் பாஜகவின் இந்துத்துவ அரசியலுக்கு அடித்தளமிடுவதற்காக இந்து ஐக்கிய வேதி என்கிற இயக்கத்தை ஆர்எஸ்எஸ் உருவாக்கியது. அவ்வியக்கத்தில், சசிகலா டீச்சரின் பேச்சுத்திறமைக்கு ஈடுகொடுக்க வேறு எவருமில்லை எனலாம். ஆனால் நேருக்கு நேரான பேட்டிகளில் கேட்கப்படும் சிக்கலான அரசியல் கேள்விகளுக்கு பதிலளிக்க அவர் தடுமாறுவார். அப்போது அவருக்கு மற்றவர்களின் உதவி தேவைப்படும். அவரை எப்போதும் கைத்தட்டி உற்சாகப்படுத்துவதோடு மட்டுமில்லாமல், அப்படியான சூழல்களில் அவருக்கு உதவி செய்வதும் ஆர்எஸ்எஸ் இயக்கத்தின்

நம்பிக்கைக்குரிய செயல்பாட்டாளர்கள்தான். பேட்டிகளில் கேட்கப்படும் கேள்விகளுக்கு பதில் தேவைப்படும்போதெல்லாம் சுற்றுமுற்றிலும் அவர் பார்ப்பார். அப்போது அவருக்கு அருகிலேயே நின்றுகொண்டு, அவருடைய காதுக்குள் மெல்ல பதிலைச் சொல்வதும் ஆர்எஸ்எஸ் இயக்கத்தைச் சேர்ந்தவர்கள்தான். ஆனால் மேடைப்பேச்சுக்களிலோ யாருடைய உதவியும் தேவைப்படாமல், காற்றாற்று வெள்ளமாக தன்னுடைய இந்துத்துவ செயல்திட்டத்தை பரப்பும்விதத்தில் தடுமாற்றமின்றி அவர் பேசுவார்.

சசிகலா டீச்சரின் பேச்சுத்திறமையும் உணர்ச்சியைத்தூண்டும் விதமான உரையாற்றும் முறையும், ஏற்கனவே நன்கு பயிற்சியெடுத்து பலமுறை பேசிப்பழகியதைப் போன்றே இருக்கிறது. அதற்கு மிகமுக்கியமான காரணம் ஆர்எஸ்எஸ்தான். 2003இல் அவர் இந்து ஐக்கிய வேதி இயக்கத்தில் சேர்ந்தது முதலே, அவரது பொதுவாழ்க்கைக்கான திரைக்கதையை எழுதிக்கொண்டிருப்பது ஆர்எஸ்எஸ் இயக்கம்தான். சசிகலா டீச்சருக்கு இந்து ஐக்கிய வேதி இயக்கத்தின் தலைமைப் பதவியை வழங்கியதும் அவ்வியக்கமே. இந்திய கம்யூனிஸ்ட் கட்சி (மார்க்சிஸ்ட்) [சிபிஐ(எம்)] தலைமையிலான இடது ஜனநாயக முன்னணியும் காங்கிரஸ் தலைமையிலான ஐக்கிய ஜனநாயக முன்னணியும் மட்டுமே கேரள அரசியல் கடலில் பலம்வாய்ந்ததாகத் திகழும் இரண்டு கூட்டணிகளாக இருக்கின்றன. அக்கடலில் நீந்தி முத்தெடுக்க பாஜகவிற்கு வாய்ப்பினை ஏற்படுத்திக்கொடுக்கும் திறமை சசிகலா டீச்சருக்கு மட்டுமே உண்டென்று பெரிய நம்பிக்கையினை அவர்மீது ஆர்எஸ்எஸ் வைத்திருக்கிறது.

அதனால், கேரளாவில் இந்துத்துவக் குழுக்களால் நடத்தப்படும் எந்தக்கூட்டமாக இருந்தாலும், அதில் முக்கியமான பேச்சாளராக சசிகலா டீச்சர் அழைக்கப்படுகிறார். இருப்பினும், பாலக்காடு, திரிச்சூர் மற்றும் மலப்புரம் உள்ளிட்ட மாவட்டங்களை உள்ளடக்கிய மலபார் பகுதிகளைப் பூர்வீகமாகக் கொண்டவர் என்பதால், அங்கே அதிக கவனம் செலுத்துவதைத்தான் அவர் அதிகமாக விரும்புகிறார். 1981இல் அவர் பாலக்காட்டிலுள்ள பட்டாம்பி தாலுக்காவில் ஆரம்பப்பள்ளி ஆசிரியரானார். பின்னர் 1993இல் அரசு உயர்நிலைப் பள்ளிக்கு பதவியுயர்வுடன் மாற்றப்பட்டு, சமூக அறிவியல் ஆசிரியரானார் (வரலாறு தான் அவரது விருப்பப் பாடம்). 2003இல் இந்து ஐக்கிய வேதி இயக்கத்தினை மறுசீரமைத்து, முறையான நிர்வாகக் கட்டமைப்பை ஆர்எஸ்எஸ் உருவாக்கியது. அப்போது இந்து யுவ வாகினியின் துணைத்தலைவராகவே சசிகலா டீச்சர் இணைந்தார். 2007இல்

அவ்வியக்கத்தின் தலைவராக்கப்பட்டார். அன்றிலிருந்து தொடர்ந்து இன்றுவரை அப்பதவியை அவர் வகித்துவருகிறார். தன்னை அரசியல்வாதியாகக் காட்டிக்கொள்வதைவிட, இந்துத்துவ எண்ணங்களால் ஈர்க்கப்பட்டு பொதுவாழ்வில் இயங்கிவரும் ஒரு நபராகக் காட்டிக்கொள்வதையே அவர் விரும்புகிறார்.

மதரீதியாக மக்களைப் பிளவுபடுத்துவதையே நோக்கமாகக் கொண்டவைதான் சசிகலாவின் பேச்சுக்கள். ஆனால் அவரோ, இந்துக்களை எழுச்சியுறச்செய்வதற்காகத்தான் தனது பேச்சுத்திறமையைப் பயன்படுத்துவதாகச் சொல்கிறார். தனது உரைகளை வள்ளுவநாடன் வட்டார வழக்கில்தான் நிகழ்த்துகிறார் அவர். பாலக்காடு, திரிச்சூர் மற்றும் மலப்புரம் மாவட்டப்பகுதிகளை உள்ளடக்கிய வள்ளுவநாடன் பகுதிகளில் பிராமணர்கள் மற்றும் ஆதிக்கசாதி இந்துக்கள் பேசும் வட்டாரவழக்குதான் அது என்பது கவனிக்கத்தக்கது. அவரது உரைகளின் வடிவத்திலும் உள்ளடக்கத்திலும் உயர்சாதி மேலாதிக்கமே (குறிப்பாக பிராமண மேலாதிக்கம்) முழுக்க நிறைந்திருக்கிறது. கடந்த காலத்தில் தங்களுக்கிருந்த அரசியல் அதிகாரத்தை மீண்டும் பறித்துக்கொள்வதற்கான முயற்சியாகத்தான் இதனை பார்க்கவேண்டும் என்பது அவரை விமர்சிப்பவர்களின் கருத்தாக இருக்கிறது.

சசிகலாவின் அனைத்து உரைகளிலும் பிரிவினைவாதமே மேலோங்கியிருந்தாலும், அவற்றில் சிலபேச்சுக்கள் வன்முறையைத் தூண்டுமளவுக்கு அபாயகரமானவையாக இருக்கின்றன. பிரபல பாடகரான கே.ஜே.யேசுதாசை குருவாயூர் கோவிலில் அனுமதிப்பது குறித்து பரிசீலிக்குமாறு கோவில் நிர்வாகத்திடம் கேரளாவின் கூட்டுறவு மற்றும் தேவசம்போடு அமைச்சராக இருந்த ஜி.சுதாகரன் கேட்டுக்கொண்டார். அப்போது, ‘கே.ஜே.யேசுதாசை மெக்காவில் அனுமதிக்குமாறு, இதேபோன்ற கடிதமொன்றை சவுதி அரேபிய அதிகாரிகளுக்கு அனுப்பவாரா சுதாகரன்? அதற்கான தைரியம் அவருக்கு இருக்கிறதா?’ என்று இந்து ஐக்கிய வேதியின் தலைவராக நியமிக்கப்பட்டவுடன் சர்ச்சைக்குறிய முறையில் நிகழ்த்திய உரையில் கேட்டார் சசிகலா.[2]

அதேபோன்று மற்றொரு கூட்டத்தில்,

*‘1921இல் மாப்பிளாவில் வெறிபிடித்தவாறு முஸ்லிம்கள் நடந்துகொண்டபோது, வேறுவழியின்றி தங்களுடைய வீடுகள், சொத்துக்கள், கோவில்கள் என அனைத்தையும் விட்டுவிட்டு இந்துக்கள் வெளியேறவேண்டியிருந்தது. கேரள*

வரலாற்றின் அவமானகரமான பக்கங்கள் அவை. இப்போது காலம் மாறியிருக்கிறது. சமீபத்தில் மரத் பகுதியில் எட்டுபேர் இறந்துபோயிருக்கின்றனர்; பதினைந்து பேருக்கு மோசமான காயங்கள் ஏற்பட்டிருக்கின்றன. ஆனால் இந்துக்கள் தப்பித்து ஓடவில்லை. உறுதியாக நின்றனர். அத்தகைய தைரியம் தானாக வரவில்லை. ஆர்எஸ்எஸ் இயக்கத்தின் கட்டுக்கோப்பான நடவடிக்கைகளும் திட்டமிட்ட முயற்சிகளுமே, இந்துக்களுக்கு அத்தகைய தைரியத்தைக் கொடுத்திருக்கிறது. 1950களில் சபரிமலைக் கோவிலை கிருத்துவ அடிப்படைவாதிகள் எரித்து சாம்பலாக்கியபோது, அவ்வாறு செய்தவர்களின் கைகளை வெட்டித்துண்டாக்குமாறு ஐயப்பனை வேண்டிக்கொள்வதைத்தவிர இந்துக்களால் வேறெதையும் செய்துவிடமுடியவில்லை. ஆர்எஸ்எஸ் தன்னுடைய செயல்பாடுகளை அப்போதுதான் கேரளாவில் துவக்கியிருந்தபடியால், இந்துக்களால் கடவுளை வேண்டிக்கொள்ள மட்டுமே முடிந்தது. ஆனால் 1980களில் சபரிமலைக் காடுகளில் திடீரெனத் தோன்றிய சிலுவையினைப் பார்த்துக்கொண்டு இந்துக்கள் கண்ணீர் வடித்துக்கொண்டிருக்கவில்லை. இம்முறை, ஐயப்பனை வேண்டிக்கொண்டு, ஒருங்கிணைந்து சிலுவையை பிடுங்கி எறிந்தனர் இந்துக்கள். அத்தகைய தைரியத்தையும் இந்துக்கள் தானாகப் பெற்றுவிடவில்லை. இந்து கலாச்சாரத்தைக் காப்பாற்றுவதற்காக ஆர்எஸ்எஸ் இயக்கத்தினுடைய தொடர் செயல்பாடுகளின் விளைவாகவே அது சாத்தியமானது."³

பள்ளியில் வரலாற்றுப் பாடமெடுக்கும் ஆசிரியராக இருந்தபோதும், வரலாற்று உண்மைகளைப் பற்றியெல்லாம் சிறிதும் கண்டுகொள்ளாமல், பிரிவினைவாதப் பேச்சுக்களைத் தொடர்ந்து பரப்புகிறார் சசிகலா. உதாரணத்திற்கு, மலபாரில் நடந்தது மதக்கலவரமல்ல; ஒடுக்குமுறைக்கு எதிரான விவசாயிகளின் எழுச்சி. 1921இல் மாப்பிளாக்கள் என்றழைக்கப்பட்ட முஸ்லிம் விவசாயிகள், தங்களது நிலவுடைமையாளர்களான நம்பூதிரிகள் மற்றும் நாயர்களை எதிர்த்துப்போராடினர் என்பதை வரலாற்று ஆய்வாளர்கள் ஆதாரங்களோடு நிரூபித்திருக்கின்றனர். ஆதிக்கசாதி நிலவுடைமையாளர்களின் மிக மோசமான வடிவங்களிலான சுரண்டல்களுக்கு எதிராக நடத்தப்பட்ட விவசாயிகளின் கிளர்ச்சிக்கு, மதச்சாயம் பூசி ஒடுக்கியது பிரிட்டிஷ் அரசாங்கம். முதன்முதலில் கைதுசெய்யப்பட்டவர்களில் ஒரு நம்பூதிரியும் நான்கு நாயர்களும் கூட உண்டென்பதையும் இங்கே குறிப்பிட்டாகவேண்டியிருக்கிறது.⁴

சசிகலாவின் பேச்சுக்கள், அவருக்கு நிறைய இரசிகர்களைப் பெற்றுக்கொடுத்தது. வெள்ளையர்களை எதிர்த்துப் போராடிய

ஜான்சி ராணியின் பெயரை வைத்தே அவர்கள் சசிகலாவை அழைத்தனர். ஆனால் பெரும்பான்மையான மலையாளிகள், அவரை ஏளனமாகப் பார்த்ததோடு, 'விஷகலா' (பேச்சுக்களில் விஷத்தை கக்குவதால்) என்றே அழைத்தனர்.

சசிகலாவைப் பொருத்தவரையில் வெறும் மேடைப்பேச்சுமட்டும் தான். மேடைக்கு வெளியே, பொதுவாக அவரிடம் தெளிவற்ற தன்மையே காணப்படும். தேர்தலில் போட்டியிடுவீர்களா? என்று கேட்டால், உடனடியாக '*இல்லை. இல்லை. இல்லை. அரசியலுக்கெல்லாம் நான் சரிப்பட்டுவரமாட்டேன்*' என்பார். ஆனாலும் அப்பதிலை சொல்லிவிட்டபிறகும், தன்னுடைய பதிலில் ஏதும் தவறு இருக்கிறதா என்று சுற்றிலும் முற்றிலும் குழப்பத்துடனேயே பார்க்கிறார். அவருடைய காதில் ஆர்எஸ்எஸ் ஆலோசகர் ஏதோ இரகசியமாகக் கூறியதும்,

> *'நானொரு (ஆர்எஸ்எஸ்) சங்பரிவாரின் ஒழுக்கமான உறுப்பினர். அவர்கள் இந்து ஐக்கிய வேதிக்காக வேலைசெய்யச் சொன்னபோது, அதனை எந்தக் கேள்வியும் கேட்காமல் ஏற்றுக்கொண்டேன். அதேபோன்று என்னைத் தேர்தலில் போட்டியிடவேண்டுமென சங் அமைப்பு பணித்தால், அதனையும் செய்வதற்குத் தயாராகத்தான் இருக்கிறேன். நான் ஏற்கனவே 1996இல் பட்டாம்பி தொகுதியில் பாஜகவின் வேட்பாளராக போட்டியிட்டிருக்கிறேன். அப்போது நான் பாஜகவின் உறுப்பினர் கூட கிடையாது. அப்போதும் சங்பரிவார் அமைப்பு என்னைக் கேட்டுக்கொண்டதாலேயே, நான் தேர்தலில் போட்டியிட்டேன். இப்போதைப்போலவே, நான் அப்போதும் அரசியலில் இருக்கவில்லை'*

என்கிறார் சசிகலா. பட்டாம்பி தேர்தலில் அவர் மிக மோசமாகத் தோற்றார். அதன்பின்னர், தேர்தலில் எப்போதும் நிற்கவேபோவதில்லை என்றே முடிவெடுத்திருந்தார் சசிகலா.

## II

இந்து ஐக்கிய வேதி மற்றும் இன்னபிற ஆர்எஸ்எஸ் அமைப்புகளின் ஒட்டுமொத்த கேரள இந்துத்துவ அரசியலும் கொச்சியில் இருக்கும் சங்பரிவாரின் தலைமைச்செயலகத்தில்தான் தீர்மானிக்கப்படுகிறது. ஆர்எஸ்எஸ் அலுவலகத்தில் இந்து ஐக்கிய வேதியின் பொதுச்செயலாளரான கும்மனம் இராஜசேகரன் எனக்களித்த

விரிவான பேட்டியில் இதை குறிப்பிட்டார்.[5] இந்து ஐக்கிய வேதியின் தலைவராக சசிகலா இருந்தபோதும், அதன் நட்சத்திரத் தலைவராக இராஜசேகரன் இருக்கிறார். மென்மையான குணமும் குரலும் கொண்டவராகவே அவர் வெளிக்காட்டப்படுகிறார். இவ்விரண்டு தலைவர்களுக்கும் பெரியளவுக்கு ஒருமித்த கருத்துகள் இல்லையென்றாலும், அவ்வேறுபாடுகளால் அவர்களுக்கிடையில் விரிசலெல்லாம் ஏற்பட்டுவிடவில்லை. சிறுபான்மை மக்களுக்கு எதிரான கருத்தும், சங்பரிவார் மீதான அர்ப்பணிப்பு உணர்வும் இருதலைவர்களும் ஒன்றுசேரும் புள்ளிகளாக இருக்கின்றன.

சசிகலாவைப் போன்று கேட்பவர்களைத் தட்டியெழுப்பும் உணர்ச்சிப்பூர்வமான உரைகளையெல்லாம் இராஜசேகரனால் நிகழ்த்தமுடியாது என்றாலும், அரசியல் கேள்விகளை கையாளும் திறமைவாய்ந்த தந்திரமான அரசியல்வாதி அவர். அதனால்தான் கேரள அரசியலில் பாஜகவிற்கு ஒரு களத்தை அமைத்துத் தருவதற்காகவே, 'அரசியல் சார்பற்ற' ஒரு இயக்கத்தை தொடங்கி நடத்தும் பணியினை ஆர்எஸ்எஸ் அவருக்கு வழங்கியிருக்கிறது. 1992இல் திருவனந்தபுரத்திற்கு அருகிலிருக்கும் பூந்துரையில் நடந்த வகுப்புவாதக் கலவரத்தில் தொடங்கியது அது. கோட்டயம் மாவட்டத்தைப் பூர்வீகமாகக் கொண்ட இராஜசேகரன், ஒரு பத்திரிக்கையாளராக தனது வாழ்க்கையைத் துவங்கினார். 1976இல் அவருக்கு, அரசு நிறுவனமான இந்திய உணவுக் கழகத்தில் வேலைகிடைத்தது.

> *'1987இல் என்னுடைய வேலையை விட்டுவிட்டு, முழுநேர ஆர்எஸ்எஸ் பிரச்சாரகராக மாறினேன். அன்றிலிருந்து இன்றுவரை ஒரு பிரச்சாரகராகவே தொடர்கிறேன்'*

என்கிறார் இராஜசேகரன்.

1992 ஜூலை மாதத்தில் பூந்துரையில் நடந்த கலவரத்தில் ஐந்து பேர் கொல்லப்பட்டனர். அக்கலவரத்தை இராமர் கோவில் - பாபர் மசூதி விவகாரத்தோடு நேரடியாக இணைத்துப்பார்க்கலாம். இசுலாமிய அடிப்படைவாத இயக்கமான இசுலாமிய சேவா சங்கமும்(ஐஎஸ்எஸ்) ஆர்எஸ்எஸ்சும் பூந்துரையில் நடந்த கலவரத்தில் முக்கியப்பங்காற்றின. கலவரத்தின் இறுதியில் முஸ்லிம் ஐக்கிய வேதி என்கிற புதிய இயக்கத்தை ஐஎஸ்எஸ் இயக்கமும், இந்து ஐக்கிய வேதி என்கிற இயக்கத்தை ஆர்எஸ்எஸ் இயக்கமும் உருவாக்கின. இரண்டு இயக்கங்களுக்குமே மக்களின் ஆதரவு கிடைக்கப்பெறவில்லை. முஸ்லிம் ஐக்கிய வேதி உருவாக்கப்பட்ட கொஞ்ச காலத்திலேயே காணாமலேபோனது. ஆனால் இந்து

ஐக்கிய வேதி இயக்கமோ, ஆர்எஸ்எஸ் இயக்கத்தைச் சேர்ந்த இராஜசேகரனின் பங்களிப்பில், குறைந்தபட்சம் பெயரளவிலாவது தொடர்ந்து இயங்கிக்கொண்டிருக்கிறது.

'பூந்துறைக் கலவரத்துக்குப்பின்னர், பல்வேறு இந்து குழுக்களையும் சன்யாசிகளையும் திருவனந்தபுரத்தில் ஒருங்கிணைத்து இந்து ஐக்கிய வேதி என்கிற இயக்கத்தை உருவாக்கும் முடிவினை ஆர்எஸ்எஸ் எடுத்தது'

என்கிறார் இராஜசேகரன். புதிய அமைப்பின் தலைவராக ஸ்ரீ இராமதாசம் மடத்தைச் சேர்ந்த சுவாமி சத்யானந்த சரஸ்வதியும், ஒருங்கிணைப்பாளராக ஆர்எஸ்எஸ் இயக்கத்தின் மூத்த பிரச்சாரகரான ஜெய் சிசுபாலனும், துணை ஒருங்கிணைப்பாளராக கும்மனம் இராஜசேகரனும் நியமிக்கப்பட்டனர்.

'1990களிலும் 21ஆம் நூற்றாண்டின் துவக்க ஆண்டுகளிலும் பல்வேறு இந்து குழுக்களையும் தனிநபர்களையும் ஒருங்கிணைப்பதே இந்து ஐக்கிய வேதி இயக்கத்தின் முக்கியமான செயல்திட்டமாக இருந்தது. ஆனால் 2003 ஆம் ஆண்டில் மே மாதத்தின் முதல் வாரத்தில் மரத் என்னுமிடத்தில் நடந்த வகுப்புவாதக் கலவரம்தான் எங்களுடைய இயக்கத்திற்கு புதிய மாற்றத்தைக் கொடுத்தது'

என்கிறார் இராஜசேகரன்.

கோழிக்கோடு மாவட்டத்தின் கடலோர கிராமமான மரத்தில் நடந்த கலவரத்தில் ஒன்பது பேர் கொல்லப்பட்டனர். இதுகுறித்து நீதியரசர் தாமஸ் பி.ஜோசப் தலைமையிலான விசாரணைக் கமிஷன் ஒரு அறிக்கையை வெளியிட்டது. அதன்படி, 2003 ஆம் ஆண்டு நடந்த மரத் கலவரத்திற்கு இரண்டு காரணங்கள் குறிப்பிடப்பட்டிருக்கின்றன. ஒன்று, 2002 ஆம் ஆண்டு ஜனவரி மாதத்தில், அரசியல் இலாபத்திற்காக அதே கிராமத்தில் ஐந்து பேர் கொல்லப்பட்ட நிகழ்வு. மற்றொன்று, அதற்குக் காரணமானவர்களை விசாரித்து தண்டிப்பதில் காங்கிரஸ் தலைமையிலான ஐக்கிய ஜனநாயக முன்னணி அரசு காட்டிய நியாயப்படுத்தவே முடியாத தாமதம்.[6] பின்னர் 2002ஆம் ஆண்டு நிகழ்வில் ஈடுபட்டதாக 393 பேர் மீது 115 வழக்குகள் பதிவு செய்யப்பட்டிருந்தன. அவர்களில் பெரும்பாலானோர் (213 பேர்) ஆர்எஸ்எஸ் மற்றும் பாஜகவைச் சேர்ந்தவர்கள். எஞ்சியவர்கள், முஸ்லிம் லீக், சிபிஎம், இந்திய தேசிய லீக் மற்றும் தேசிய ஜனநாயகக் கூட்டணியைச் சேர்ந்தவர்களாவர். நீதி வழங்குவதில் உருவாக்கப்பட்ட தாமதத்தை, முஸ்லிம் அடிப்படைவாதிகளும்,

தீவிரவாதிகளும், வேறுசில இயக்கத்தவர்களும், பாதிக்கப்பட்ட முஸ்லிம் குடும்பங்களுக்கு ஆதரவாக மரத் கிராமத்தின் இந்துக்களை பழிவாங்குவதாக சொல்லி அவ்வாய்ப்பினை பயன்படுத்திக்கொண்டனர்.[7]

கேரள வரலாற்றின் மிக மோசமான வகுப்புவாதக் கலவரங்களில் ஒன்றான மரத் கலவரத்திலிருந்து மீண்டுவருவதற்குள்ளாகவே, அப்பதட்டத்தை தனக்கு சாதகமாகப் பயன்படுத்திக்கொண்டு, தனது நிர்வாகக் கட்டமைப்பிற்கு வலுவான அடித்தளத்தை இந்து ஐக்கிய வேதி இயக்கம் அமைத்துக்கொண்டது.

> *'2003 மரத் கலவரத்திற்குப்பின்னர், இந்து ஐக்கிய வேதி ஒரு வெகுஜன அமைப்பாக மாறியது. மாநிலம் முழுவதும் மாவட்ட நிர்வாகக்குழுக்கள் அமைத்தோம். அப்படியே, கிராமங்கள் மற்றும் தாலுகாக்கள்தோறும் நிர்வாகக்குழுக்கள் அமைக்கும் அளவுக்கு மாநிலத்தில் அடிமட்டம் வரை அமைப்பை கொண்டுசென்றோம்'*

என்கிறார் இராஜசேகரன்.

2003க்குப் பிறகு அடுத்த ஆறு ஆண்டுகள் இந்து ஐக்கிய வேதி இயக்கத்திற்கு உதவுமளவிற்கான பெரிய உணர்ச்சிகரப் பிரச்சனைகள் ஏதும் நடக்கவில்லை. இருப்பினும், மாநிலத்தின் பல்வேறு பகுதிகளில் ஆங்காங்கே அவர்கள் பிரச்சனைகளை உருவாக்கிக்கொண்டுதான் இருந்தனர். ஆறு ஆண்டுகளுக்குப்பின்னர் தங்களது கைவரிசையைக் காட்ட அவர்களுக்கு சந்தர்ப்பம் கிடைத்தது. 2009 ஆம் ஆண்டு டிசம்பர் மாதத்தில் நீதியரசர் இரங்கநாத் மிஸ்ரா தலைமையிலான தேசிய மத மற்றும் மொழிச் சிறுபான்மையினருக்கான ஆணையம், ஒரு அறிக்கையினை பாராளுமன்றத்தில் சமர்ப்பித்தது. கிருத்துவர்களாகவும் முஸ்லிம்களாகவும் மதம் மாறிய தலித்துகளுக்கும், ஆதிதிராவிட பட்டியலின சாதிகளுக்கான இடஒதுக்கீட்டை வழங்கவேண்டும் என்று அவ்வாணையம் பரிந்துரை செய்தது. இடதுசாரிக் கட்சிகளும் காங்கிரசும் மிஸ்ரா ஆணையத்தின் அறிக்கையை வரவேற்றன. ஆனால், இந்து ஐக்கிய வேதியும், ஆர்எஸ்எஸ்சின் மற்ற இயக்கங்களும் தேசியளவில் அதற்கெதிரான பிரச்சாரத்தைத் தொடங்கின.

> *'அவ்வறிக்கைதான் எங்களுக்கு முக்கியமான திருப்புமுனையாக அமைந்தது. மிஸ்ரா ஆணையத்தின் பரிந்துரைகளை அரசு ஏற்றுக்கொண்டால், கிருத்துவர்களாகவும் முஸ்லிம்களாகவும் மதம்*

மாறியவர்கள்கூட பட்டியல் சாதி மக்களுக்கு ஒதுக்கப்பட்ட தொகுதிகளில் போட்டியிடும் தகுதியினைப் பெற்றுவிடுவர். கல்வி நிலையங்களிலும் அரசுப் பணிகளிலும் பட்டியல்சாதி மக்களுக்கான இட ஒதுக்கீட்டிலும் மதம் மாறிய தலித்துகள் பங்குக்கு வந்துவிடுவார்கள் என்கிற வாதத்தை நாங்கள் முன்வைத்தோம்'

என்கிறார் ஆர்எஸ்எஸ் இயக்கத்தின் மூத்த பிரச்சாரகரான எம்.இராதாகிருஷ்ணன். அவர் 2002 முதல் 2007 வரை, இந்து ஐக்கிய வேதி இயக்கத்தின் செயலாளராக இருந்தவர்.[8]

தலித்திய மற்றும் பிற ஒடுக்கப்பட்ட சாதியினரின் இயக்கங்களோடு உறவை ஏற்படுத்திக்கொள்ள, இந்து ஐக்கிய வேதி இயக்கத்திற்கு முதல் முக்கியமான வாய்ப்பை அவர்கள் முன்வைத்த வாதங்கள்தான் ஏற்படுத்திக்கொடுத்தன. மிஸ்ரா ஆணையத்தின் அறிக்கை பொதுவில் சமர்ப்பிக்கப்பட்டபிறகு, தங்களது எதிர்காலம் குறித்து தலித்திய இயக்கங்களுக்கு ஏற்பட்ட அச்ச உணர்வை, இந்து ஐக்கிய வேதி இயக்கம் பயன்படுத்திக்கொண்டது.

'அதுதான் எங்களுக்கு மிகப்பெரிய திருப்புமுனையாக அமைந்தது. இந்து ஐக்கிய வேதியின் வாதங்களை ஒடுக்கப்பட்ட சாதியினரின் பல்வேறு இயக்கங்களும் கவனித்துக் கேட்டன. கேரள புலயர் மகாசபை, சித்தனர் சர்வீஸ் சொசைட்டி, கேரள செரமர் இந்து மகாசபை, விஸ்வகர்மா சபை, மற்றும் பல்வேறு இயக்கங்களும் எங்களது நிகழ்ச்சிகளுக்கு வருகைதர ஆரம்பித்தனர். அப்போதிலிருந்து அவ்வியக்கங்களுடனான தொடர்பை பேணிப்பாதுகாத்து வளர்த்தோம்'

என்கிறார் இராதாகிருஷ்ணன்.

இரங்கநாத் மிஸ்ரா ஆணைய அறிக்கையின் பலனாக இந்து ஐக்கிய வேதிக்கு பல்வேறு வகையில் கணிசமான ஆதாயங்கள் கிடைத்தபோதிலும், ஒடுக்கப்பட்ட சாதியினரின் இயக்கங்களுடனான தொடர்புகளால் அரசியல் இலாபங்கள் கிடைப்பதற்கு சிறிதுகாலம் காத்திருக்கத்தான் வேண்டும் என்பதை இராதாகிருஷ்ணன் ஒப்புக்கொள்கிறார். தலித்திய இயக்கங்கள் மட்டுமல்லாது, இடைநிலை மற்றும் ஆதிக்க சாதி இயக்கங்களும் கேரள அரசியலில் குறிப்பிடத்தக்க பங்காற்றி வந்திருக்கின்றன. இராதாகிருஷ்ணன் மற்றும் சங்பரிவார் இயக்கங்களின் எதிர்பார்ப்புகளுக்கு ஏற்ப, கேரள அரசியலை வகுப்புவாதத்தின்

பக்கம் அவ்வியக்கங்கள் திருப்புமா என்பதை பொருத்திருந்துதான் பார்க்கவேண்டும்.

## III

கேரளாவில் 3000 கோவில்களுக்கும் மேலாக நிர்வகித்துவரும் தேவஸ்தானங்களிடமிருந்து கேரளக் கோவில்களை 'விடுவிக்கும்' கோரிக்கையினை இந்து ஐக்கிய வேதி இயக்கம் தொடர்ந்து வைத்துக்கொண்டிருக்கிறது. இந்து ஐக்கிய வேதி இயக்கத்தை இத்தனை ஆண்டுகளாக தொடர்ச்சியாக வாழவைத்துக்கொண்டிருக்கிற பிரச்சனையும் அதுதான். குருவாயூர் கோவிலுக்கு ஒரு தேவஸ்தான அமைப்பும், திருவிதாங்கூர், மலபார் மற்றும் கொச்சியின் பகுதிகளில் இருக்கும் கோவில்களுக்கு ஒவ்வொரு அமைப்புமாக மொத்தம் நான்கு தேவஸ்தான அமைப்புகள் உள்ளன. மலபார் தேவஸ்தான அமைப்பு 1337 கோவில்களையும், திருவிதாங்கூர் தேவஸ்தான அமைப்பு 1240 கோவில்களையும், கொச்சி தேவஸ்தான அமைப்பு 403 கோவில்களையும் நிர்வகிக்கின்றன.⁹ தேவஸ்தான அமைப்புகளை நிர்வகிக்கத் தேவையான விதிகளும் சட்டங்களும், பல்வேறு காலகட்டங்களில் அந்தந்த பகுதிகளில் நடந்த வரலாற்று நிகழ்வுகளையொட்டி, உருவாக்கப்பட்டு நடைமுறையில் இருக்கின்றன. கேரள அரசினால் உருவாக்கப்பட்டு கண்காணிக்கப்படும் சட்டவிதிமுறைகளுக்கு உட்பட்டுதான், தேவஸ்தானப் பணியாளர்கள் பணிக்கமர்த்தப்படுகின்றனர்.

முஸ்லிம் மற்றும் கிருத்துவர்களின் வழிபாட்டுத்தலங்களை அந்தந்த சமூகத்தினரே நிர்வகிப்பதைப்போல், இந்து கோவில்களின் நிர்வாகத்தையும் இந்துக்களிடமே கொடுத்துவிடவேண்டும் என்பது ஆர்எஸ்எஸ் மற்றும் இந்து ஐக்கிய வேதியினரின் வாதமாக இருக்கிறது. தேவஸ்தான அமைப்புகளின் தலையீடு இருப்பதை அவர்கள் விரும்பவில்லை. இந்து கோவில்களின் மூலமாக வரும் வருமானத்தை அரசாங்கமே எடுத்துக்கொண்டு, அதனை சிறுபான்மை மதத்தினருக்கு செலவுசெய்வதாகவும் அவர்கள் குற்றஞ்சாட்டுகின்றனர். ஆனால் உண்மையில், தன்னாட்சி அதிகாரம் பெற்றிருக்கிற தேவஸ்தானங்கள் ஈட்டும்பணத்தை அரசு எடுத்துக்கொள்வதற்கு பதிலாக, அரசுதான் இந்து கோவில்களுக்கு கோடிக்கணக்கில் அவ்வப்போது செலவிடவேண்டியிருக்கிறது. இந்து கோவில்களுக்கு வரும் மிகப்பெரிய அளவிலான நன்கொடைகளை நிர்வகித்து முறையான வழியில் செலவுசெய்ய

சட்டவிதிமுறைகளும் அமைப்பும் தேவையென்பதை இந்து ஐக்கிய வேதி அமைப்பு ஒருபோதும் ஏற்றுக்கொள்வதில்லை. அதற்குபதிலாக, தேவஸ்தான அமைப்புகள் மூலமாக கோவில்களை அரசாங்கம் கட்டுப்படுத்துவதாகவும், இந்து நன்கொடையாளர்கள் கொடுக்கும் நிதியினை இந்துக்களுக்கே பயன்படுத்த அரசின் சட்டங்கள் தடையாக இருப்பதாகவும் இந்து ஐக்கிய வேதி அமைப்பு திசைதிருப்பிக்கொண்டிருக்கிறது.

> *'அரசின் பிரதிநிதிகள் தான் தேவஸ்தான அமைப்புகளை நடத்திக்கொண்டிருக்கிறார்கள். பக்தர்கள் கொடுக்கும் நன்கொடைகள்தான் தேவஸ்தானங்களின் முக்கியமான வருமானமாக இருக்கிறது. ஆனால், கோவில்களின் நிர்வாகத்தில் பக்தர்களுக்கு எவ்வித அதிகாரமும் இல்லை. கிருத்துவர்கள் மற்றும் முஸ்லிம்களின் வழிபாட்டுத்தலங்களை அரசு நிர்வகிப்பதில்லை. அந்த மதங்களின் நம்பிக்கையாளர்களுக்கு மட்டும் முழுசுதந்திரத்தை அரசு வழங்கியிருக்கிறது'*

என்கிறார் இராஜசேகரன்.

தேவஸ்தானங்களிடமிருந்து இந்து கோவில்களுக்கு 'விடுதலை' பெற்றுத்தருவதற்கான அழுத்தத்தை அரசாங்கத்திற்கு கொடுப்பதற்காக இந்துக்களிடையே ஏராளமான போராட்டங்களையும் ஆர்ப்பாட்டங்களையும் பிரச்சாரங்களையும் இந்து ஐக்கிய வேதி அமைப்பு நடத்தியிருக்கிறது.

> *'அனைத்து தேவஸ்தான அமைப்புகளையும் ஒழித்துவிட்டு, இந்துமத நிறுவன சட்டம் உருவாக்கி மற்ற மதத்தினரின் வழிபாட்டுத்தலங்களுக்கு இணையான நிலையை உருவாக்கிடவேண்டும். இந்து கோவில்களில் இதனை செயல்படுத்தாதவரை இது ஜனநாயகமே இல்லை'*

என்கிறார் இராஜசேகரன்.

இந்தியாவின் வேறெந்த பகுதியைவிடவும், கேரளாவில்தான் கோவில்களை மிகமுக்கியமான அரசியல் யுத்தியின் ஒரு அங்கமாக ஆர்எஸ்எஸ் பயன்படுத்திவருகிறது. கேரளாவிலுள்ள கோவில்கள் அதிக செல்வமிக்கதாகவும், ஏராளமான மக்கள் தினமும் வந்துபோகும் இடமாகவும் இருக்கின்றன. அதனால், சங்பரிவாரங்களைப் பொருத்தவரையில், தங்களது அரசியலை துவங்குவதற்கு கோவில்களே வசதியானவை என்று புரிந்துவைத்திருக்கின்றனர். 1940களிலிருந்தே கோவில்களின்

நிர்வாகத்திற்குள் நுழைந்துவிட ஆர்எஸ்எஸ் முயற்சித்துக்கொண்டே இருக்கிறது. இருப்பினும், தேவஸ்தான அமைப்புகள் ஆர்எஸ்எஸ் இயக்கத்தை அனுமதிக்காமல் இருப்பதோடு, அவர்களின் திட்டங்களுக்கு தடையாகவும் இருந்து வந்திருக்கின்றன. அதனால், தேவஸ்தான அமைப்புகளுக்கு இணையான 'கோவில் பாதுகாப்புக் குழுக்களை' ஏராளமான கோவில்களில் ஆர்எஸ்எஸ்சும் அதன் துணை அமைப்புகளும் கேரளாவில் உருவாக்கியிருக்கின்றன. க்ஷேத்திர சமரக்ஷன் சமிதி (கோவில் பாதுகாப்பு குழு) என்கிற பெயரில் உருவாக்கப்பட்ட அமைப்புகள், அந்தந்த ஊர்க்கோவில் பக்தர்களைக்கொண்டுதான் அமைக்கப்பட்டன என்றாலும், அவையனைத்தும் ஆர்எஸ்எஸ் செயல்பாட்டாளர்களின் கட்டுப்பாட்டில்தான் இருந்துவருகின்றன.

வடஇந்தியாவைப்போல பூங்காக்களிலும் திறந்தவெளி மைதானங்களிலும் சாகா வகுப்புகளை நடத்தாமல், கேரளாவில் கோவில்களின் வளாகத்திற்குள்ளேயே நடத்துகிறது ஆர்எஸ்எஸ். கோவில்களுக்குள் ஆர்எஸ்எஸ் இயக்கத்தின் எந்த செயல்பாடுகளுக்கும் எந்த தேவஸ்தான அமைப்பும் அனுமதி வழங்கவில்லையென்பதால், அவ்வப்போது சர்ச்சைகளும் எழத்தான் செய்கின்றன. கோவில்களில் உருவாக்கப்பட்டிருக்கும் ஷேத்திர சமரக்ஷன் சமிதிகளின் ஆதரவு இருப்பதாலேயே, ஆர்எஸ்எஸ்சால் சாகாக்களை நடத்தமுடிகிறது. கோவில்களில் சாகாக்களை நடத்துவதற்கு தாங்கள் அனுமதி வழங்கவில்லை என்றும் அவற்றை தடுத்துநிறுத்துவதற்கான நடவடிக்கைகளை எடுத்திருப்பதாகவும் 2015ஆம் ஆண்டு ஜூன் மாதம், கேரள உயர்நீதிமன்றத்தில் திருவிதாங்கூர் தேவஸ்தான அமைப்பு கூறியது. தெற்கு கொல்லம் மாவட்டத்தில் கோவில்களில் ஆயுதப்பயிற்சிகள் கொடுக்கப்படுவதாக வழக்கு பதிவு செய்யப்பட்டதைத் தொடர்ந்து, தேவஸ்தான அமைப்பு இவ்வாறான பதிலை நீதிமன்றத்தில் தாக்கல் செய்தது.[10]

தேவஸ்தானங்களுக்கு எதிரான வாதத்தினூடே, திருவிதாங்கூர் மற்றும் கொச்சி இராஜ்ஜியங்களை இந்தியாவுடன் இணைத்ததையே கேள்விக்குள்ளாக்குகிறது இந்து ஐக்கிய வேதி இயக்கம். ஆங்கிலேயர்களின் ஆட்சிக்காலத்தில் மூன்று வெவ்வேறு அரசாங்கங்களாக இருந்த பகுதிகளை இணைத்தே தற்போதைய கேரளா உருவாக்கப்பட்டிருக்கிறது. இன்றைய கேரளாவின் வடக்குப்பகுதிகள், ஆங்கிலேய ஆட்சியில் மலபார் மாவட்டமாக சென்னை மாகாணத்துடன் இணைந்திருந்தது. தெற்கு மலபார்

பகுதியில் சிறிய கொச்சி இராஜ்ஜியமும், அதன் தெற்குப்பகுதிகள் திருவிதாங்கூர் சமஸ்தானமுமாக இருந்து வந்தது.

> *‘இந்தியாவுடன் இணைக்கும்போது, அப்பகுதிகளின் ஆட்சியதிகாரம் ஜனநாயக அரசுடன் இணைக்கப்பட்டது. ஆனால் கோவில்களின் நிர்வாகம் என்பது வேறு. அதனை இந்துக்களிடமே கொடுத்திருக்கவேண்டும். அதானால்தான் கோவில்களின் நிர்வாகம் இந்துக்களிடமே திருப்பித்தரவேண்டும் என்று நாங்கள் வலியுறுத்துகிறோம்’*

என்கிறார் இராஜசேகரன்.

இந்து ஐக்கிய வேதியின் வாதம் வேடிக்கையாக இருக்கிறது என்றாலும்கூட, இத்தனை ஆண்டுகளாக அதனை உயிர்ப்புடனேயே அவர்கள் வைத்திருக்கிறார்கள். அதே வேளையில், கோவில்களை ‘விடுவிக்கும்’ கோரிக்கையின் உண்மையான நோக்கத்தினை மறைக்கவும் கடுமையாக முயற்சித்து வருகின்றனர். அதனை அரசியலுக்கு அப்பாற்பட்ட கோரிக்கையாகவும் காட்டிக்கொள்ள கடும் பிரயத்தனம் மேற்கொண்டுவருகிறது அவ்வியக்கம்.

## IV

இந்து ஐக்கிய வேதியின் கேடுவிளைவிக்கும் வளர்ச்சிக்கு, கேரளாவில் சாதிய அமைப்புகளின் இருப்பும் ஒரு காரணமாக இருந்துவருகிறது என்பது ஆய்வாளர்களின் விவாதத்திற்குரிய கருத்தாக இருக்கிறது. சுதந்திரத்திற்கு முன்பே சாதிய அமைப்புகள் உருவாகியிருந்தன. அப்போதிலிருந்து தொடர்ந்து முறைப்படுத்தப்படாமலேயே அரசியலில் ஈடுபட்டுக்கொண்டுதான் இருந்தன.

> *‘சாதியதிகாரப் படிநிலைக்கும் பொருளாதார நிலைமைக்கும் இடையிலான தொடர்பே, கேரளாவில் அரசியல் முக்கியத்துவத்தை சாதிக்கு கொடுத்திருக்கிறது. அதுவே நாட்டின் மற்ற பகுதிகளிலிருந்து கேரளாவை மாறுபடுத்தியும் காட்டுகிறது’*

என்று 1964இல் நடத்தப்பட்ட ஆய்வொன்றில் குறிப்பிடப்பட்டிருக்கிறது.[11] பல்வேறு பொருளாதார மற்றும் சமூக சீர்திருத்தங்களை அரசே கொண்டுவந்தபோதும், சாதிய அமைப்புகள் தொடர்ந்து செயல்பட்டுக்கொண்டிருந்தன. ஆனால், வர்க்க அரசியலுக்குள் சாதி அரசியல் உள்ளடங்கிவிட்டதைப் போலத் தோன்றுகிறது.

இடது ஜனநாயக முன்னணிக்கு ஒடுக்கப்பட்ட சாதியினரும் தலித் மக்களும் தொடர்ந்து ஆதரவளித்து வந்திருக்கின்றனர். காங்கிரசிற்கோ, ஆதிக்கசாதிகளைச் சேர்ந்த சில பிரிவினரும், காங்கிரஸ் கூட்டணியில் இருக்கும் கேரள காங்கிரஸ் கட்சிக்கு பெரும்பான்மையான கிருத்துவர்களும், முஸ்லிம் லீக்கிற்கு பெருவாரியான முஸ்லிம்களும் ஆதரவளித்து வந்திருக்கின்றனர். இப்படியானதொரு கட்டமைப்பை உடைப்பதுதான் 1992இல் உருவாக்கப்பட்ட இந்து ஐக்கிய வேதியின் முக்கிய நோக்கமாக இருந்தது. ஆனால் ஆர்எஸ்எஸ்சால் உருவாக்கப்பட்ட அவ்வியக்கத்தினால், கேரளாவின் சமூக-அரசியல் கட்டமைப்பை சொல்லிக்கொள்ளும்படியாக அசைத்துவிடமுடியவில்லை. இரங்கநாத் மிஸ்ரா ஆணையத்தின் பரிந்துரைகளையொட்டி இடதுசாரிகள் மற்றும் காங்கிரசுக்கு எதிராக அவர்களின் கேள்விகளும் நிலைப்பாடும்கூட, அரசியல் நுழைவுக்கு எந்தவகையிலும் உதவிடவில்லை. இருப்பினும் சாதிய அமைப்புகளை ஒருங்கிணைத்து இந்து ஓட்டுகளாக மாற்றும் தனது திட்டத்தைத் தொடர்ந்து செயல்படுத்திக்கொண்டிருந்தது. ஆதிக்கசாதி நாயர்கள், இடைநிலை சாதி ஈழவர்கள் மற்றும் தாழ்த்தப்பட்ட சாதி புலயர்கள் ஆகியோரில் சில பிரிவினரிடம் தனது செல்வாக்கை இந்து ஐக்கிய வேதி இயக்கம் உயர்த்தியிருக்கிறது. அவ்வியக்கத்தினை கடுமையாக விமர்சிப்பவர்கள்கூட இதனை ஒப்புக்கொள்ளத்தான் செய்வார்கள். எண்ணிக்கையில் குறைவாக இருக்கிற நாயர்கள் பாரம்பரியமாக காங்கிரசையும், ஈழவர்களும் புலயர்களும் இடதுசாரிகளையும் தொடர்ந்து ஆதரித்து வந்திருக்கின்றனர்.

மாறிவரும் களநிலவரங்களினால், கவனிக்கத்தக்க ஆதாயங்களை இந்து ஐக்கிய வேதி அடைந்திருக்கிறது. கல்வியும் உயர் அரசியல் அறிவும் மிகுந்திருக்கிற கேரளத்தில், பொருளாதார மந்தநிலையும் அதிகரித்துவரும் வேலையின்மையும் ஒன்றுசேர்ந்து அதிருப்தியையும் அமைதியின்மையையும் மக்கள் மனதில் உருவாக்கிவிட்டிருக்கிறது. நிலச்சீர்திருத்தம் நடப்பதற்கு முந்தைய காலகட்டத்தை பிரதிபலிப்பதாக இச்சூழல் இருக்கிறது. வரலாற்றின் எந்த காலகட்டத்திலும் நிலச்சீர்திருத்தத்திற்காகப் போராடியிருக்காத ஆர்எஸ்எஸ் இயக்கம், தற்போது இந்து ஐக்கிய வேதியின் மூலமாக ‘புதிய நிலச்சீர்திருத்தம்’ அமல்படுத்தக் கோருவது போன்ற தோற்றத்தை உருவாக்குகிறது.

> *‘கேரளாவில் அமல்படுத்தப்பட்ட நிலச்சீர்திருத்ததில் பல்வேறு பிரச்சனைகள் இருந்தன. நிலமற்ற தலித்துகளும் மலைவாழ் மக்களும் பொதுவாக அதில் விடுபட்டனர்.*

*1967இல் ஒவ்வொரு நிலமற்ற குடும்பத்திற்கும் 10 சென்ட் மனைநிலம் கொடுக்கப்பட்டது. ஆனால் அக்குடும்பங்கள் தற்போது பெருகிவிட்டன. ஐம்பது ஆண்டுகளுக்கு முன்னர் கொடுக்கப்பட்ட நிலம் தற்போது அவர்களுக்கு போதுமானதாக இல்லை. அதனால் புதிய நிலச்சீர்திருத்தத்தை அமல்படுத்தி நிலமற்ற குடும்பம் ஒவ்வொன்றிற்கும் ஒன்று அல்லது இரண்டு ஏக்கர் விவசாய நிலம் வழங்க வேண்டும் என்ற கோரிக்கையினை முன்வைக்கிறோம்'*

என்கிறார் இராஜசேகரன்.

நிலம் எந்தளவுக்கு அவசியமோ, அதே அளவிற்கு நிலமற்றவர்களின் ஓட்டுகளும் அவசியம். 1960களில் செயல்படுத்தப்பட்ட நிலச்சீர்திருத்தங்கள், நிலமற்ற மக்களின் பிரச்சனைகளை முழுமையாகத் தீர்த்துவிடவில்லை. பெரும்பான்மையான தலித்துகளும் பழங்குடியினரும் நிலமற்றவர்களாகவே தொடர்ந்து வாழ்கின்றனர். இந்தியாவிலேயே மிகவிரிவாக செயல்படுத்தப்பட்ட நிலச்சீர்திருத்தமாக அது இருந்தபோதிலும், உழுபவர்களுக்கே (பெரும்பாலும் தலித்துகளும் பழங்குடியினரும்) விளைநிலங்கள் சொந்தமென்ற நிலையை அது உருவாக்கிவிடவில்லை. வீடற்ற ஏழை எளிய மக்களுக்கு, வாழ்வதற்கு சொந்தமாக வீட்டினை கிடைக்கச்செய்த சீர்திருத்தமாக இருந்தது. ஆனால், நிலமற்ற தொழிலாளர்களுக்கு விளைநிலத்தைப் பெற்றுத்தரவில்லை. அதேபோன்று, தோட்டத்தொழிலாளர்களின் நிலையும் கவனத்தில் எடுத்துக்கொள்ளப்படாமல், பெருமளவிலான நிலப்பரப்பில் வாழ்ந்த அவர்களும் நிலமற்ற தொழிலாளர்களாகத் தொடரவேண்டியிருந்தது.[13]

பெரும்பாலான தேயிலைத் தோட்டங்களின் உரிமையாளர்களாக கிருத்துவர்கள் இருந்தனர். அவர்களைக் கருத்தில்கொண்டே தேயிலைத் தோட்டங்களில் திட்டமிட்டே நிலச்சீர்திருத்தங்களை இடதுசாரி அரசு செய்யாமல்விட்டது என்கிற வகுப்புவாத வாதத்தினை இந்து ஐக்கியவேதி அமைப்பு முன்வைக்கிறது.

*'எங்களுடைய கோரிக்கைகளின் பட்டியலை அரசுக்கு கொடுத்திருக்கிறோம். நிலமற்றவர்களின் பிரச்சனைகளை தீர்ப்பதற்கு புத்தம்புதிய நிலச்சீர்திருத்தத்தைக் கொண்டுவரவேண்டிய அவசியம் ஏற்பட்டிருக்கிறது'*

என்கிறார் இராஜசேகரன்.

இந்து ஐக்கிய வேதியின் கோரிக்கைகள் சிபிஎம்மிற்கு வேடிக்கையாக இருக்கிறது.

'நிலச்சீர்திருத்தத்தைக் மிகக்கடுமையாக எதிர்த்து, கம்யூனிஸ்ட் கட்சியின் ஆட்சியையே 1959இல் கலைப்பதற்குத் துணையாக இருந்தவர்கள், புத்தம்புதிய நிலச்சீர்திருத்தம் வேண்டுமென்று தற்போது இந்து ஐக்கிய வேதியுடன் இணைந்துகொண்டு கேட்கிறார்கள். ஆதிக்கசாதி மற்றும் பணக்காரர்களின் குறிப்பிட்ட பகுதியினரை மட்டுமே சங் பரிவார இயக்கங்களால் ஈர்க்கமுடியும். ஆனால் அதுமட்டுமே அரசியல் அதிகாரத்தைக் கைப்பற்ற உதவாது என்பதை உணர்ந்துவைத்திருக்கிறார்கள். அதனாலேயே தாழ்த்தப்பட்ட மக்களை ஈர்ப்பதற்கென்றே, எல்லாவிதமான நாடகங்களையும் நடத்துகிறார்கள்'

என்கிறார் திருவனந்தபுரத்தில் இருக்கும் சிபிஎம்மின் ஈஎம்எஸ் அகாடமியில் பயிற்சி ஆசிரியராக இருக்கும் பேராசிரியர் வி.கார்த்திகேயன்.[14]

'கேரளாவில் இடதுசாரி அரசினால் நிலச்சீருத்தம் செயல்படுத்தப்படுவதற்கு முன்னரே, சது ஜன படிபாலன சங்கம் என்கிற புலயர்களின் அமைப்பு அதற்கான கோரிக்கையினை முன்வைத்தது. ஈழவர்கள் உள்ளிட்ட பல சமூகங்களும் கொஞ்சமாவது நிலம் வைத்திருந்தார்கள். ஆனால் புலயர்களும், பறையர்களும் கோர்வர்களும் தீண்டத்தகாதவர்களாக நடத்தப்பட்டதோடு, நிலமற்றவர்களாக துரத்தியடிக்கப்பட்டவர்களாகவும் வாழ்ந்தனர். 1855இல் அடிமைமுறை ஒழிக்கப்படும் வரை அடிமைகளாகவும், பின்னர் விவசாயக்கூலிகளாகவும் மட்டுமே இருந்து வந்திருக்கின்றனர்'

என்கிறார் பேராசிரியர் கார்த்திகேயன்.

## V

2015 ஆம் ஆண்டு டிசம்பர் 15ஆம் தேதி, இந்து ஐக்கிய வேதியிலிருந்து பாஜகவிற்கு மாற்றப்பட்டு மாநிலத்தலைவராக்கப்பட்டார் கும்மனம் இராஜசேகரன். பாஜகவோடு மறைமுகத் தொடர்பிருப்பதாக மட்டுமே காட்டிக்கொண்ட இராஜசேகரன், முன்னணி அரசியலுக்கு கொண்டுவரப்பட்ட காலம் கவனிக்கத்தக்கது. 2016 மேமாதத்தில்

நடைபெறவிருந்த மாநில சட்டப்பேரவைத் தேர்தலில், இந்து ஐக்கிய வேதியினால் விதைக்கப்பட்ட கருத்துக்களை, ஓட்டுக்களாக அறுவடை செய்வதே பாஜகவின் நோக்கம். அரசியலுக்கு அப்பாற்பட்ட இயக்கமாக தன்னைக் காட்டிக்கொண்ட இந்து ஐக்கிய வேதியின் சாயம் வெளுத்துப்போன தருணம் அது. ஸ்ரீ நாராயண தர்ம பரிபாலன யோகம் (எஸ்என்டிபி) என்கிற ஈழவ சாதி இயக்கமும் பாஜகவோடு தேர்தல் கூட்டணி அமைத்துக்கொள்ள ஒப்புக்கொண்டது. கடந்த ஒரு நூற்றாண்டு காலமாக, ஈழவ சமூகத்து மக்களின் சமூக மற்றும் கல்வி முன்னேற்றத்திற்காக பாடுபட்ட இயக்கமாக இருந்ததால், மாநிலத்தின் அரசியலிலும் குறிப்பிடத்தக்க செல்வாக்கை எஸ்என்டிபி இயக்கம் பெற்றிருந்தது.

பாஜகவுடன் கூட்டணி சேரும் (எஸ்என்டிபி யோகம் இயக்கத்தின் பொதுச்செயலாளரான) நடேசனின் முடிவினை எஸ்என்டிபி யோகம் இயக்கத்தின் ஒரு பிரிவினர் மட்டுமல்லாமல், ஸ்ரீ நாராயண குருவின் தத்துவங்களைப் பின்பற்றும் இன்னபிற இயக்கங்களும் எதிர்த்தன. சமூக சீர்திருத்தவாதியான ஸ்ரீநாராயண குருதான் எஸ்என்டிபி யோகம் இயக்கத்தை உருவாக்கியவர் என்பது குறிப்பிடத்தக்கது. ஈழவ சமூகத்தில் நடேசனுக்கு எதிர் இயக்கமாக இயங்கிவந்த ஈழவ மக்களுக்கான ஆன்மீக மையமான சிவகிரி மடமும் எஸ்என்டிபி யோகம் இயக்கத்தின் முடிவில் மாறுபட்ட கருத்தைக் கொண்டிருந்தது. அதேபோன்று, ஸ்ரீ நாராயண குருவின் கருத்துகளை மக்களிடையே பிரச்சாரம் செய்யும் 'குரு தர்ம பிரச்சார் சபா'வும் நடேசனை வெளிப்படையாகவே விமர்சித்தது. இயக்கத்தின் பெயரை அரசியலுக்காக பயன்படுத்துவதை வன்மையாகக் கண்டிக்கவும் செய்தது.

பாஜகவுடன் கைகோர்க்க முடிவெடுத்ததும், தனது பங்கிற்கு 2015 ஆம் ஆண்டு நவம்பர் 15ஆம் தேதி, கேரளாவின் வடக்கு மாவட்டமான கசர்கோட்டில் 'சமரக்ஷன் யாத்திரா'வை நடேசன் நடத்தினார். மாநிலத்தின் வடக்கில் துவங்கி, இரண்டு வாரகாலத்திற்குப் பின்னர், தெற்கு மாவட்டமான திருவனந்தபுரத்தில் டிசம்பர் 5ஆம் தேதி யாத்திரை முடிவுற்றது. ஏராளமானோர் பங்குபெற்ற ஊர்வலத்தின் இறுதியில் 'பாரத் தர்ம ஜன சேனா' என்கிற புதிய கட்சியை உருவாக்குவதாக எஸ்என்டிபி யோகத்தின் தலைவர் நடேசன் அறிவித்தார்.

எஸ்என்டிபியும் பாஜகவும் கூட்டு சேர்ந்தபின்னர், 'இந்து ஓட்டு' என்கிற கருத்தாக்கம், புதிய அலைகளை உருவாக்கத் துவங்கியது. கேரள மக்கள் தொகையில் நான்கில் ஒரு பகுதி மக்கள் தொகையைக் கொண்டது ஈழவ சமுதாயம். நிலச்சீர்திருத்தங்களில்

முக்கியமான பயனாளிகளாக இருந்தமையால், காலங்காலமாக இடது ஜனநாயக முன்னணியைத் தான் அவர்கள் ஆதரித்து வந்திருக்கின்றனர். சிபிஎம்-இன் இரண்டு முக்கியமான தலைவர்களான வி.எஸ்.அச்சுதானந்தமும் பினராயி விஜயனும் கூட ஈழவ சமுதாயத்தைச் சேர்ந்தவர்கள்தான். பாஜகவுடன் கூட்டு சேர்ந்தது, ஸ்ரீ நாராயண குருவின் கோட்பாடுகளுக்கே முரணானது என்று நடேசனை சிபிஎம் விமர்சித்தது. மதச்சார்பற்ற அமைப்பான ஸ்ரீ நாராயண குருவின் இயக்கத்தையே ஆர்எஸ்எஸ் விழுங்கிவிடும் என்று சிபிஎம்-இன் மாநில செயலாளரான கொடியேறி பாலகிருஷ்ணனும் எச்சரித்தார். ஸ்ரீ நாராயண குருவின் பெயரைப் பயன்படுத்தி அரசியல் ஆதாயம் தேடும் எஸ்என்டிபி யோகம் இயக்கத்தினுடைய தலைமையினை எதிர்த்துக் குரலெழுப்புமாறும் ஈழவ மக்களிடம் கோரிக்கைவிடுத்தார்.

மறுபுறம் நாயர்களோ, பாஜகவுடன் அரசியல் கூட்டணி அமைக்காமல் ஒதுங்கியே நின்றனர். அவர்களுடைய சாதிய அமைப்பான நாயர் சேவா சமூகமும் அரசியலில் பங்கெடுப்பதை எதிர்த்தது. ஆனால், நாயர்களின் ஒரு பகுதியினர் இந்து ஐக்கிய வேதிக்கும் பாஜகவுக்கும் ஆதரவளித்தனர் என்பது யாருக்கும் தெரியாத இரகசியமொன்றும் இல்லை.

கூட்டணியெல்லாம் அமைத்தபின்னர் நடந்த தேர்தலில் பாஜக ஒரேயொரு தொகுதியில் மட்டுமே வெற்றிபெற்றிருந்தாலும், 2011 இல் 6.3 ஆக இருந்த அக்கட்சியின் வாக்கு சதவீதம், 2016இல் 16 ஆக அதிகரித்தது. இந்து ஐக்கிய வேதி அமைப்பின் முயற்சியால், சாதிய அமைப்புகளுக்குள் தொடர்பை ஏற்படுத்தி, அதன்மூலம் உருவாக்கப்பட்ட புதிய தளம்தான், பாஜகவின் வளர்ச்சிக்குக் காரணம் என்பது நிதர்சனமான உண்மை. சாதியக் கட்டமைப்பில் எதிரும்புதிருமாக இருந்த ஈழவர்களையும் நாயர்களையும் இந்து ஐக்கிய வேதி என்கிற ஒற்றைக் குடையின் கீழ் கொண்டுவந்ததே அதிர்ச்சிதரக்கூடியதாக இருக்கிறது.

எஸ்என்டிபி யோகம் என்கிற இயக்கம் 1903இல் உருவாக்கப்பட்டது. ஈழவ மக்களின் வளர்ச்சிக்கான முயற்சிகள் அனைத்தையும், கேரளாவில் தன்னுடைய அதிகார இருப்பிற்கு ஆபத்து விளைவிப்பவையாகவே நாயர்கள் கருதினர். 1905இல் மத்திய திருவிதாங்கூர் அரசு பள்ளிகளில், ஈழவர்களை அனுமதிப்பதை நாயர்கள் கடுமையாக எதிர்த்தனர்.[15] தாழ்த்தப்பட்ட சாதியைச் சேர்ந்த பெண்கள், மார்பகங்களை மறைக்கும் ஆடைகளை அணியக்கூடாதென்கிற தடைக்கு எதிரான சீர்திருத்தங்களையும் எதிர்த்தனர்.[16] தன்னுடைய எண்ணிக்கையின் பலத்தை

உணர்ந்த ஈழவமக்கள், அரசுப்பணியிலும் சட்டமன்றத்திலும் பல்கலைக்கழகங்களிலும் தனக்கென தனி இடத்தைப் பெற்று பயனடையத் துவங்கினர்.[17] நாயர்களின் ஆதிக்கத்தில் இருந்த காங்கிரசுக்கு எதிராக, தங்களுக்கென சிறப்புச் சலுகைகளைப் பெறுவதற்காக ஆங்கிலேய அரசைக் கூட ஈழவர்கள் ஆதரித்தனர்.[18]

பேராசிரியர் கார்த்திகேயனின் கூற்றுப்படி, பத்தொன்பது மற்றும் இருபதாம் நூற்றாண்டு துவக்கம் வரையிலும், சாதிய அமைப்புகள் (குறிப்பாக ஒடுக்கப்பட்ட சாதிகளின் அமைப்புகள்) பொதுவாக முற்போக்கானதாகவே இருந்துவந்திருக்கின்றன. சமூகக்கொடுமைகளை எதிர்த்துப் போராடியதே அதற்கு மிகமுக்கியமான காரணம்.

> 'ஆனால் இன்றைய சமூகசூழலில் அவர்களுக்கு சாதிய ரீதியாக எவ்விதப் பாத்திரமும் இல்லாமல் போய்விட்டது. காலங்காலமாக இருந்துவந்த தங்களுக்கான இடத்தை இழந்துவிட்டனர். தற்போது ஜனநாயகத்திற்கு எதிரான சீர்குலைவு போக்குகளின் மூலமாகவே, தங்களின் இருப்பைத் தக்கவைத்துக் கொண்டிருக்கின்றனர்.'

## VI

ஆர்எஸ்எஸ்சின் திட்டமிட்டபடுகொலைகளால் பாதிக்கப்பட்டும், அதனை எதிர்த்துப் போராடுவதில் முன்னணியில் இருக்கிறபோதும், கடந்தகாலத்தில் செய்த பல தவறுகளினால், சசிகலா டீச்சரையும் இந்து ஐக்கிய வேதியையும் சமாளிப்பதில் சிபிஎம்மிற்கு தொய்வு இருக்கிறது.

தனது கவனக்குறைவின் காரணமாக, எஸ்என்டிபி யோகம் இயக்கத்தின் அதிகாரமிக்க பொதுச்செயளாலரான நடேசனுக்கு பாஜகவுடன் சேர்வதற்கான வாய்ப்பை சிபிஎம் தன்னையறியாமலேயே அமைத்துக்கொடுத்துவிட்டது. 2009 ஆண்டு நடந்த பாராளுமன்ற தேர்தலின்போது, அதிர்ச்சி தரக்கூடிய வகையில் மக்கள் ஜனநாயகக் கட்சி (பிடிபி)யுடன் மறைமுகக் கூட்டணி அமைத்தது சிபிஎம். மக்கள் ஜனநாயகக் கட்சியின் சர்ச்சைக்குரிய தலைவரான அப்துல் நாசர் மதானி, கோவை குண்டுவெடிப்பு வழக்கில் ஆறாண்டுகள் விசாரணைக்கைதியாக சிறைவாசம் அனுபவித்தவர். சசிகலா டீச்சரை நகலெடுத்தவரைப் போலவே அதிதீவிர உரைகளை நிகழ்த்துபவர் என்று பலராலும் கருதப்படுபவர். இடதுஜனநாயக முன்னணிக்குள்ளேயே

சலசலப்புகளை உருவாக்கியதோடு மட்டுமல்லாமல், முஸ்லிம்களின் ஓட்டுக்களைப் பெறுவதற்காகவே தனது மதச்சார்பின்மையிலிருந்து சற்று இறங்கிவந்து, உருவாக்கப்பட்ட கூட்டணியாகவே அது புரிந்துகொள்ளப்பட்டது. சிபிஎம்மின் மாநில செயலாளரான பினராயி விஜயன், பொன்னானியில் நடந்த தேர்தல் பிரச்சாரத்தில் மதானியுடன் ஒரே மேடையை பகிர்ந்துகொள்ளும் அளவுக்கு நிலைமை சென்றது.

கடந்த காலத்தில் எப்போதும் முஸ்லிம் லீக்கிற்கே வாக்களித்துவந்த பெருவாரியான முஸ்லிம் மக்களின் ஒரு சாராரையாவது ஈர்க்கவேண்டும் என்பதற்காக கடும்போக்காளர்களுடன் இணைந்திருக்கலாம். ஆனால், அதன்மூலம் இடதுசாரிகளுக்கே வாக்களித்துவந்த பெரும்பாலான ஈழவமக்களை, அதிதீவிர இந்து கட்சியான பாஜகவுடன் இணைவதை நியாயப்படுத்துவற்கான வாய்ப்பை நடேசனுக்கு கொடுத்ததுபோலாகி விட்டது.

கேரளாவின் மார்க்சியத் தலைநகராகக் கருதப்படும் கண்ணூரில் 2015 செப்டம்பர் மாதம், ஸ்ரீ கிருஷ்ண ஜெயந்தி ஊர்வலங்களில் சிபிஎம் தலைவர்களும் தொண்டர்களும் கலந்துகொண்டனர்.[19] கிருஷ்ண ஜெயந்தியைக் கொண்டாடுவதற்கு நடத்தப்பட்ட ஊர்வலமல்ல என்றும், ஓணம் பண்டிகை முடிவுறுவதைக் கொண்டாடுவதற்கே நடத்தப்பட்ட ஊர்வலமென்று கட்சியின் தலைமை தெளிவுபடுத்தியது. ஆனால், பாஜகவை நோக்கி சிபிஎம்மின் ஆதரவாளர்கள் நகர்வதைத் தடுப்பதற்காகவே, கட்சியின் சிறுவர் அமைப்பான பாலசங்கத்தின் சார்பாக இப்படியொரு நிகழ்ச்சியை நடத்தியதாக, விமர்சகர்கள் புரிந்துகொண்டனர். கட்சி பலமாக இருந்த கண்ணூர் மாவட்டத்தில் பல கிராமங்களில் இந்துக்களின் ஆதரவு வேகமாக குறைந்துகொண்டு வருவதை சுட்டிக்காட்டிய ஆய்வுகளுக்கு பின்னர்தான் இப்படியான நிகழ்வு நடந்திருக்கிறது.

இந்து மத நம்பிக்கைகளை கடந்த காலங்களிலும் சிபிஎம் தொட்டுச்சென்றிருக்கிறது. 1989இல் கட்சியின் பதிமூன்றாவது மாநாட்டில் பல்வேறு சுவரொட்டிகளிலும் இந்து மதத்தின் சின்னங்களை திருவனந்தபுரத்தின் சில பகுதிகளில் பயன்படுத்தியதைப் பார்க்க முடிந்தது. அதில் ஒரு சுவரொட்டியில், சாரட் வண்டியினை ஓட்டிச்செல்லும் பாண்டவ இளவரசன் அர்ஜுனனுக்கு பதிலாக, இந்துக்கடவுள் கிருஷ்ணரின் வேடமிடப்பட்டு, கையில் காரல்மார்க்சின் மூலதனம் நூலை ஏந்திக்கொண்டு ஈ.எம்.எஸ்.நம்பூதிரிபாட் இருப்பதைப்போன்று வடிவமைக்கப்பட்டிருந்தது.[20] மாநாட்டின் இறுதி நாளில்

மிகப்பெரிய ஊர்வலத்திற்குப்பிறகு, சங்குமுகம் கடற்கரையில் இந்துகோவிலைப் போன்றும் கிரெம்லின் (மாஸ்கோ கோட்டை) போன்றும் வடிவமைக்கப்பட்ட மேடையில் கட்சியின் தலைவர்கள் உரையாற்றினர்.[21]

கேரள அரசியலில் ஆர்எஸ்எஸ்சை வளரவிடாமல் தடுக்கும் முயற்சியில், இப்படியான சின்னச்சின்ன மாற்றங்கள் உதவியிருக்கின்றன என்று சிபிஎம் தன்னுடைய வாதமாக முன்வைக்கலாம். மதச்சார்பின்மை குறித்த பல்வேறு விதமான நிலைப்பாடுகள், குறுகியகால நன்மைகளை பெறுவதற்கு சிபிஎம்க்கு உதவிகரமாக இருந்திருந்தாலும், 'இந்து ஓட்டு' என்கிற கருத்தியல் உருவாவதற்கும் அது உதவியிருக்கிறது.

'இந்து ஓட்டு' என்பது ஒரு தெளிவற்ற கருத்தியலாக இருக்கிறபோதும், அப்படியான கருத்தியல் பற்றிய விவாதங்களேகூட, மதச்சார்பற்ற மற்றும் முற்போக்கு அரசியல் முகத்தைக் கொண்ட மாநிலத்திற்கு கவலைதரும் ஒன்றுதான். 2016இல் சட்டசபைத் தேர்தலுக்கு முன்னர், வீடுவீடாக சென்று கும்மனம் இராஜசேகரன் செய்த பிரச்சாரங்களும் சசிகலா டீச்சரின் வெறுப்பைத் தூண்டும் பேச்சுக்களும், வெளிப்படையாகவே இந்துத்துவ செயல்திட்டத்தைக் கொண்டுபோவதற்கான அங்கீகாரத்தை மக்கள் மத்தியில் ஆர்எஸ்எஸ் பெற்றிருக்கிறது. அதற்கு இந்து ஐக்கிய வேதியின் செயல்பாடுகளும், அவர்களுடைய எதிர்முகாமில் இருக்கும் மதச்சார்பற்ற குழுக்களின் தோல்விகளுமே முக்கியமான காரணங்கள்.

மாநிலத்தில் இப்படியான குழப்பங்களை விளைவிப்பதற்கு, மதநம்பிக்கைகளை தனக்கு சாதமாக அவர்கள் பயன்படுத்தியது காரணமாக இருந்தபோதிலும், களத்தில் வேறுபல ஆழமான காரணிகளும் இருக்கத்தான் செய்கின்றன. 1950 மற்றும் 1960களில் கொண்டுவரப்பட்ட நிலச்சீர்திருத்தங்களால், மாநிலத்தின் ஒடுக்கப்பட்ட மக்களின் வாழ்க்கைத்தரம் மிகச்சிறப்பாக உயர்ந்தது உண்மைதான். ஆனால், காலப்போக்கில் அப்போது பெற்ற பலன்கள் அனைத்தும் இன்றைய சூழலில் காலாவதியாகிவிட்டன. அதனை சரிசெய்வதற்கான நடவடிக்கைகளை விரைந்து எடுக்காவிட்டால், சசிகலாவைப் போன்றவர்களின் உளரல்களுக்கு உண்மையாகவே மக்கள் செவிமடுக்கத் துவங்கிவிடுவர்.

# அபினவ் பாரத் -
## இந்துத் தீவிரவாத வலைப்பின்னல்

### I

**அ**ர்ச்சகர் மந்திரம் சொல்லிக்கொண்டிருக்க, ஹிமானி சாவர்க்கரின் பூதவுடலைச் சுற்றி, 2015 அக்டோபர் 12 ஆம் தேதியன்று ஒரு சிறிய கூட்டம் அஞ்சலி செலுத்திக்கொண்டிருந்தது. ஹிமானி என்பவர் வேறு யாருமல்ல. ஒருவகையில், காந்தியைக் கொன்ற நாதுராம் கோட்சேவின் தம்பியான கோபால் கோட்சேவினுடைய மகள். மற்றொரு வகையில், சாவர்க்கரின் தம்பியான நாராயண் சாவர்க்கரின் மருமகளும் ஆவார். ஹிமானியின் மகனான சத்யேகி சாவர்க்கர் அவருக்கு இறுதிச்சடங்குகளைச் செய்தார். முந்தைய நாள் இரவில் பெய்த மழையினால், காலை வானம் வெளிச்சமாகக் காட்சியளித்திருந்தது. இறுதி ஊர்வலம் முடிந்தபின்னர், மின்சுடுகாட்டில் ஹிமானியின் உடல் வைக்கப்பட்டு மந்திரங்கள் ஓதப்பட்டு கற்பூரம் ஏற்றப்பட்டது. புனேவின் வைகுந்த் மின்சுடுகாட்டு உலை எரிய, அர்ச்சகரின் உத்திரவுப்படி அவ்வறையைவிட்டு சத்யேகி வெளியேவந்தார்.[1] அவருக்குப்பின்னால், பயங்கரவாத நடவடிக்கைகளில் குற்றஞ்சாட்டப்பட்டிருக்கும் அபினவ் பாரத் என்கிற இந்துத்துவ இயக்கத்தின் உறுப்பினர்கள் மட்டுமே பெரும்பாலும் சூழ்ந்து நின்றுகொண்டிருந்தனர்.

அஞ்சலி செலுத்தவந்தவர்கள் அமைதியாகக் கலைந்துசென்றனர். அவர்களின் உத்வேகமாகவும் தூண்டுகோலாகவும் முன்மாதிரியாகவும், இரண்டு வரலாற்று முக்கியத்துவம் வாய்ந்த நபர்களின் வாழும் இணைப்பாகவும் இருந்தவரான ஹிமானியின் இறப்பு அது.

மகாத்மா காந்தியை 1948ஆம் ஆண்டு ஜனவரி 30ஆம் தேதி கொலை செய்து, அதற்காக 1949ஆம் ஆண்டு

நவம்பர் 15இல் நாராயண் ஆப்தேவுடன் சேர்ந்து தூக்கிலடப்பட்ட இந்து வெறியர்தான் நாதுராம் கோட்சே. அவருடைய தம்பி கோபால் கோட்சேவின் மகள்தான் ஹிமானி. கோபால் கோட்சேவும் அக்கொலையில் சதித்திட்டம் தீட்டி உடந்தையாக இருந்த குற்றவாளி என்பதால், அவர் சிறைதண்டனை பெற்றார். புனேவில் அவரது வீட்டிலேயே கோபால் கோட்சே கைதுசெய்யப்பட்டபோது, ஹிமானிக்கு ஒருவயது கூட நிரம்பியிருக்கவில்லை. கோபால் கோட்சேவுக்கு 18 ஆண்டுகள் சிறைதண்டனை விதிக்கப்பட்டது. 1964இல் கோபால் கோட்சே சிறையிலிருந்து விடுவிக்கப்பட்டார். இருப்பினும்அடுத்த மாதமே தேசிய பாதுகாப்பு சட்டத்தில் மீண்டும் கைது செய்யப்பட்டு மற்றுமொரு ஆண்டு சிறையில் வைக்கப்பட்டார்.

அகில பாரத இந்து மகாசபாவின் புகழ்பெற்ற தலைவரும் இந்துத்துவக் கொள்கையின் மூலகர்த்தாவுமாகிய வீ.டி.சாவர்க்கரின் இளைய சகோதரரான நாராயண் சாவர்க்கரின் மகனைத் திருமணம் செய்துகொண்டார் ஹிமானி. அதனால் கோட்சே-சாவர்க்கர் என இரண்டு பாரம்பரியத்தின் வாரிசாகினார் ஹிமானி. கோட்சே சகோதரர்கள் கைது செய்யப்பட்டபோதே சாவர்க்கரும் கைதுசெய்யப்பட்டு காந்தியின் கொலைவழக்கில் விசாரிக்கப்பட்டார். 1949ஆம் ஆண்டும் பிப்ரவரி 10 ஆம் தேதியில், சாவர்க்கருக்கு எதிராக அப்ரூவராக மாறிய ஒருவர் சாட்சியம் சொல்லியும், அவ்வாக்குமூலத்திற்கு வேறெந்த ஆதாரமும் இல்லையென்று குறிப்பிட்டு, வி.டி.சாவர்க்கருக்கு எதிரான வழக்கு தள்ளுபடி செய்யப்பட்டு விடுதலை செய்யப்பட்டார்.

இருப்பினும் 1965இல் மகாத்மா காந்தியின் கொலையின் பின்னணியில் இருக்கும் பரந்துபட்ட சதியினைக் கண்டறிய நீதிபதி ஜீவன் லால் கபூர் தலைமையில் அமைக்கப்பட்ட விசாரணைக் குழுவின் அறிக்கையில் நாதுராம் கோட்சேவின் மீது குற்றஞ் சாட்டப்பட்டிருந்தது.

> "உறுதிசெய்யப்பட்ட இவ்வுண்மைகள் அனைத்தும், காந்தியைக் கொல்வதற்கு சாவர்க்கரும் அவரது கூட்டாளிகளும் திட்டம் தீட்டினர் என்பதைத் தவிர மற்றனைத்து வாதங்களையும் புறந்தள்ளுகின்றன"

என்கிறது கபூர் விசாரணைக்குழுவின் அறிக்கை.[2]

ஹிமானியின் அரசியல் அனுபவத்தைவிடவும், அவருக்கிருந்த இரட்டைப் பாரம்பரியமே, அவரை இந்து மகாசபாவுக்கும் அதனைத்தொடர்ந்து அபினவ் பாரத்துக்கும் அழைத்துவந்தது.

மகாராஷ்ட்ராவின் அதிதீவிர சாவர்க்கர் விசுவாசிகளால் 2006இல் துவங்கப்பட்ட இயக்கம்தான் அபினவ் பாரத். 2000 ஆம் ஆண்டு வரையிலும் தொழில்முறைக் கட்டிடக்கலை நிபுணராக இருந்துவந்தார் ஹிமானி. அதன்பின்னர்தான் தன்னுடைய வேலையினை விட்டுவிட்டு மும்பையிலிருந்து புனே வந்து, தீவிர அரசியலில் ஈடுபட்டார்.

"நான் 1974 முதல் 2000 ஆண்டுவரை பணிபுரிந்துவந்தேன். சாவர்க்கரின் நூல்கள் அனைத்திற்கும் என்னிடம் காப்புரிமை இருந்ததால், 2000த்தில் என்னுடைய வேலையைவிட்டுவிட முடிவுசெய்தேன். அவற்றின் வாரிசு நான். அதனால் அதனைப் பாதுகாக்கும் கடமை எனக்கு இருந்தது"

என்று தன்னுடைய வேலையைவிட்டு இந்துமகாசபாவின் முகமாக மாறத்துவங்கிய நான்காண்டுகளுக்குப் பின்னர் அளித்த பேட்டியில் குறிப்பிட்டிருந்தார்.³

இருப்பினும் இந்துமகாசபை அவருக்கு பெரியளவுக்கு எந்த பொறுப்பையும் வழங்கிவிடவில்லை. 2004இல் புனேவின் கஸ்பா பேத் தொகுதியிலும், 2009இல் கோத்ருத் தொகுதியிலும் போட்டியிட்டபோது மக்கள் புறக்கணித்துவிட்டனர். 2004இல் ஆயிரத்து சொச்சம் ஓட்டுகளையும், 2009இல் வெறும் 684 ஓட்டுகளையுமே பெற்றார். அவர் அரசியலுக்கு வந்தபோது புனேவில் கடுமையான மாற்றங்கள் நிகழ்ந்துகொண்டிருந்தன. இந்துத்துவாவின் கோட்டையாக அந்நகரம் இருந்தபோதிலும், இந்துமகாசபையின் செல்வாக்கு முற்றிலுமாக சரிந்துவிட்டிருந்தது. ஏராளமான ஷாகாக்கள் நடைபெறுவதாலும், சிந்திக்களின் பெருவாரியான ஆதரவையும் (சிந்திக்கள்: பாகிஸ்தானின் சிந்து மாகாணத்திலிருந்து இந்தியாவுக்கு இடம்பெயர்ந்த இந்துக்கள்) பெற்று, புனேவின் பகுதிகளை தனது கட்டுப்பாட்டில் வைத்திருந்தது ஆர்.எஸ்.எஸ். இயக்கம். முன்னொரு காலத்தில் புனே பகுதியில் இந்து மகாசபையின் ஆதரவாளர்களாக இருந்த மகாராஷ்டிர பிராமணர்கள், ஆர்.எஸ்.எஸ்.சின் முதுகெலும்பாக மாறிவிட்டிருந்தனர்.

இருப்பினும் வரலாறு தனக்கு அளித்திருந்த முக்கியத்துவத்தை நன்கு அறிந்திருந்தார் ஹிமானி. 2008இல் அபினவ் பாரத்தை தலைமையேற்று நடத்தும் வாய்ப்பு கிடைத்தபோது, அதனைப் பயன்படுத்திக்கொண்டார். இன்னும் சொல்லப்போனால், அதனைத் திறம்பட நடத்தியும் காட்டினார். மாலேகான் குண்டுவெடிப்பில் அபினவ் பாரத்தின் உறுப்பினர்கள் ஈடுபட்டது வெளியே

தெரியவந்தபோது, அதனை ஹிமானி வெளிப்படையாக நியாயப்படுத்தியே பேசினார்.

> *"தோட்டாவுக்கு பதில் தோட்டா என்னும்போது, ஏன் குண்டுவெடிப்புக்கு பதிலடி மற்றொரு குண்டுவெடிப்பாக இருக்கக்கூடாது?"*

என்றார் ஹிமானி.[4]

# II

அபினவ் பாரத்தின் தோற்றம் மர்மமானதாகவேதான் இருக்கிறது. 1905இல் புனேவில் ஃபெர்குசன் கல்லூரியில் படித்தபோது சாவர்க்கர் உருவாக்கிய இரகசிய குழுவின் பெயரால் ஈர்க்கப்பட்டுதான் அபினவ் பாரத் என்கிற இயக்கத்திற்கு பெயர் சூட்டப்பட்டது என்று சொல்லப்படுகிறது. இத்தாலியப் புரட்சியாளரான கியூசெப்பே மஸ்ஸினி உருவாக்கிய 'இளம் இத்தாலி' இயக்கத்தைப் போலவே உருவாக்கநினைத்து, சாவர்க்கரால் 1905இல் துவங்கப்பட்ட ஆயுதந்தாங்கிய இயக்கம்தான் அபினவ் பாரத் சமூகம் என்கிற இயக்கம். ஆனால் அதற்குள் இங்கிலாந்தில் உயர்படிப்பை மேற்கொள்வதற்காக உதவித்தொகை கிடைத்தமையால், 1906இல் இந்தியாவைவிட்டு வெளியேறினார்.[5] அதன்பின்னர் 1952 வரையிலான காலகட்டங்களில் அவ்வியக்கம் செயல்படாமல் இருந்தது. இந்தியா சுதந்திரம் பெற்ற ஐந்தாண்டுகளில், இந்துமகாசபையின் தலைவரால் அபினவ் பாரத் சமூக அமைப்பு கலைக்கப்பட்டேவிட்டது.

அதன்பிறகு யார் அந்த இயக்கத்தை தூசுதட்டி புதுப்பித்தார்கள், எப்படி மீண்டும் தொடங்கினார்கள் என்கிற விவரங்கள் தெளிவாகத் தெரியவில்லை. 2008 நவம்பரில் அவுட்லுக் இதழுக்காக அளித்த பேட்டியில், *"அபினவ் பாரத்தின் புதிய வடிவத்தை, ஆர்.எஸ்.எஸ். இயக்கத்தில் இருந்த சமீர் குல்கர்னிதான் தொடங்கினார்"* என்றார் ஹிமானி.[6] 2008ஆம் ஆண்டு செப்டம்பர் 29ஆம் தேதி நடத்தப்பட்ட மாலேகான் குண்டுவெடிப்பில் 6 பேர் கொல்லப்பட்டு நூற்றுக்கணக்கானோர் காயமடைந்தனர். அக்குண்டுவெடிப்புக்கு ஆயுதங்கள் வழங்கியதாக குல்கர்னி மீது மகாராஷ்டிராவின் பயங்கரவாதத் தடுப்புப்படை குற்றஞ்சாட்டியது. அத்துயர சம்பவமே அபினவ் பாரத்தின் கைவரிசையாகத்தான் இருக்கும் என்று நம்பப்படுகிறது. (அதே மாலேகானில் 2006லும் ஒரு குண்டுவெடிப்பு

நடந்திருந்தாலும், 2008இல் தான் அவ்வழக்கும் அபினவ் பாரத்தோடு தொடர்புபடுத்தப்பட்டது).

மாலேகான் குண்டுவெடிப்பு வழக்கு தொடர்பாக ஹிமானியிடம் காவல்துறையினர் விசாரித்தபோது, போபாலில் நடந்த கூட்டமொன்றிலேயே அபினவ் பாரத் இயக்கத்தின் தலைவராக தேர்ந்தெடுக்கப்பட்டதாக தெரிவித்தார்.[7] இயக்கத்தின் வளர்ச்சிக்காக மத்தியபிரதேசத்தில் சமீர் குல்கர்னி உழைத்துவந்ததாகவும் ஹிமானி கூறினார்.[8]

அப்போதைய மகாராஷ்டிர பயங்கரவாதத் தடுப்புப்படையின் தலைவராக இருந்த ஹேமந்த் கர்கரே தயாரித்த முதல் தகவல் அறிக்கையின்படி, மாலேகான் குண்டுவெடிப்பில் முக்கியப் பங்காற்றிய லெஃப்டினன்ட் கர்னல் ஸ்ரீகாந்த் புரோகித் தான் புதிய "அபினவ் பாரத்" இயக்கத்தின் சிற்பியாக அறியப்படுகிறார். மகாராஷ்டிர பயங்கரவாதத் தடுப்புப்படையின் சில விசாரணைகளின்படி, பத்துக்கும் மேற்பட்டோருடன் ராய்காட்டிலிருக்கும் மராட்டிய மன்னர் சிவாஜியின் கோட்டைக்கு 2006இல் சென்றபோது புரோகித்தால் துவங்கப்பட்டதுதான் அபினவ் பாரத் என்று தெரியவந்திருக்கிறது.

> *"மன்னர் சிவாஜியின் அருளைப்பெற்று அபினவ் பார்த் என்று பெயர்சூட்டி வெற்றிக்காக பிரார்த்தனை செய்தோம்"*

என்று அப்பயணத்தில் புரோகித்துடன் பயணித்த ஒருவர் காவல்துறையினரிடம் வாக்குமூலம் கொடுத்தார்.[9] அதன்பின்னர் 2007 பிப்ரவரியில் அவ்வமைப்பை ஒரு அறக்கட்டளையாக பதிவு செய்ய முடிவுசெய்து, புனேவைச்சேர்ந்த அஜய் ராஹிர்க்கரின் முகவரியை அமைப்பின் அதிகாரப்பூர்வ முகவரியாக கொடுத்தனர். அமைப்பின் பொருளாளராக நியமிக்கப்பட்ட அவரும், மாலேகான் குண்டுவெடிப்பில் குற்றஞ்சாட்டப்பட்டவர் ஆவார்.

அபினவ் பாரத் உருவாக்கப்பட்டவிதமும் பூர்வீகமும் உறுதிசெய்யப்படமுடியாத ஒன்றாக இருப்பதென்பது, திட்டமிட்டு நடந்ததாகவே தெரிகிறது. பின்னர் ஏழாண்டுகள் தலைமையேற்று வழிநடத்திய ஹிமானி சாவர்க்கரும் கூட, அவ்வியக்கத்தின் பல்வேறு கோணங்களை அறியாதது போன்றே வெளிக்காட்டிக்கொண்டார். அதைப்பற்றிய குழப்பங்கள் நீடிக்கவேண்டும் என்பதற்காகவே திட்டமிட்டேகூட பேசிவந்திருக்கலாம்.

*"அபினவ் பாரத் குறித்த பல்வேறு அம்சங்கள் ஹிமானிக்கு தெரியவில்லை என்று அவரைக் குற்றஞ்சாட்டுவது நியாயமற்றது. அபினவ் பாரத் துவங்கப்பட்ட சிலகாலம் கழித்துதான் அவர் இயக்கத்தில் இணைந்தார். அதனால் அதன் தோற்றம் மற்றும் பூர்வீகம் குறித்த அனைத்தையும் அவர் தெரிந்திருக்க வாய்ப்பில்லை. உண்மை எதுவென்று யாருக்குத் தெரியும்? உண்மையை நிரூபிக்க வேண்டுமென்றால் நீதிமன்றத்தில் ஏற்றுக்கொள்ளப்படுகிற அளவுக்கு ஆதாரங்களை சமர்ப்பிக்கவேண்டும். அதனை இதுவரை யாரும் செய்யவில்லை"*

என்கிறார் ஸ்ரீகாந்த் புரோகித்தின் நெருங்கிய கூட்டாளியும் அபினவ் பாரத்தின் செய்தித்தொடர்பாளருமான மிலிந்த் ஜோஷிராவ்.[10]

மாலேகான் குண்டுவெடிப்புக்குப் பின்னர், விசாரணைக்காக இரண்டு வாரம் சிறையில் அடைக்கப்பட்டிருந்தார் ஜோஷிராவ்.

*"(மாலேகான் குண்டுவெடிப்புகளைத் தொடர்ந்து நடந்த கைது நடவடிக்கைகளால் ஏற்பட்ட) குழப்பமான அக்காலகட்டத்தில் ஹிமானி சாவர்க்கர் தான் எங்களின் சார்பாக ஊடகங்களில் பேச முன்வந்தார். அவரை இயக்கத்தின் தலைவராக அதிகாரப்பூர்வமாக எந்தக் கூட்டத்திலும் தேர்வு செய்யவில்லை என்பதால்தான் அபினவ் ப்ாரத் இயக்கத்தின் ஆவணங்களில் அதுகுறித்து எதுவும் குறிப்பிடப்படவில்லை. தன்னைத்தானே அபினவ் பாரத்தின் தலைவராக உரிமையோடு அறிவித்துக்கொண்டதால்தான் அவர் தலைவரானார். வி.டி.சாவர்க்கர் மற்றும் கோட்சேவின் பாரம்பரியத்தில் வந்தவரென்பதால், அவருடைய முடிவினை நாங்களும் மதித்து ஏற்றுக்கொண்டோம்"*

என்றார் ஜோஷிராவ்.

ஹிமானி மீது அபினவ் பாரத்தின் உறுப்பினர்களுக்கு மரியாதை மட்டுமேயன்றி நன்றியுணர்வும் சேர்ந்தே இருந்தது.

*நான் சிறையிலிருந்து வெளியானதும், அவருடைய வீட்டுக்கு சென்று, இயக்கத்தின் தலைமைப்பதவியை தனது கைகளில் ஏற்றுக்கொண்டதற்காக நன்றி தெரிவித்தேன். 'அடிக்கு அடி, உதைக்கு உதை, என்பது போல குண்டுவெடிப்புக்கு பதிலடியாக குண்டுவெடிப்பு' போன்ற அறிக்கைகளெல்லாம் வெளியிடவேண்டாம் என்றும் அவரிடம் கேட்டுக்கொண்டேன். நீதிமன்றத்தில் அதுபோன்ற*

பேச்சுக்கள் நம்முடைய நோக்கங்களுக்கு பாதிப்பை ஏற்படுத்திவிடும் என்றும் எடுத்துரைத்தேன். தன்னுடைய தவறுக்கு வருந்தி, அதன்பின்னர் அவர் எப்போதும் அதுபோன்ற கருத்துக்களை வெளியிடவில்லை"

என்றார் ஜோஷிராவ்.

ஜோஷிராவுடனான அச்சந்திப்பிற்குப் பிறகு மிகவும் கவனமாகவே பேசத்துவங்கினார் ஹிமானி. மாலேகான் குண்டுவெடிப்புக்குப் பின்னால் நடந்த சதி தனக்குத் தெரியுமென்று, மகாராஷ்டிர பயங்கரவாத தடுப்புப்படையிடம் எந்த வாக்குமூலமும் கொடுக்கவில்லை என்று ஜனவரி 2009இல் மறுத்தார்.[11] பிப்ரவரி 2010இல் புனேவில் நடந்த ஜெர்மன் பேக்கரி குண்டுவெடிப்பு நிகழ்வுக்கும் அபினவ் பாரத்திற்கும் தொடர்பு இருப்பதாக ஊடகங்கள் சொல்லத்துவங்கியதும்,

"அபினவ் பாரத் ஒன்றும் பயங்கரவாத இயக்கம் கிடையாது. மாலேகான் குண்டுவெடிப்பில் கூட எங்களது இயக்கம் ஈடுபட்டதென்பதை நிரூபிக்கமுடியவில்லை. அதனால் புனே குண்டுவெடிப்புடன் அபினவ் பாரத்தை இணைத்துப்பேசுவது பொறுப்பற்ற செயல்மட்டுமல்ல, வன்மையாக கண்டிக்கத்தக்கதுமாகும்"[12]

என்றார். ஆனாலும் புனே குண்டுவெடிப்போடு அபினவ் பாரத்தை தொடர்புபடுத்துவதற்காக பயங்கரவாதத் தடுப்புப்படை எப்போதும் முயற்சிக்கவில்லை என்பது குறிப்பிடத்தக்கது.

பலகட்ட விசாரணைகளுக்குப் பின்னரும், புரிந்துகொள்ளமுடியாத மர்மம்நிறைந்த இயக்கமாகவே அபினவ் பாரத் இருந்தது. அவ்வியக்கத்தை உருவாக்கியவர்களே அதன் தோற்றம், பூர்வீகம் குறித்த தகவல்களைத் திட்டமிட்டு மறைத்தார்களா அல்லது இது தற்செயலானதா என்பதும் யூகிக்கக்கூடியதாக இல்லை. ஆனால், அவ்வியக்கத்தின் தோற்றம் மற்றும் கட்டமைப்பு குறித்த தெளிவான தகவல்கள் இல்லாமல் போனதே, அதற்குக் கவசமாகவும் கேடயமாகவும் செயல்பட்டது. அதுவே, இந்தியாவை இந்துத்துவ தேசமாக மாற்றும் எண்ணத்தோடு செயல்படும் அரசியல் சக்திகளிடம் அபினவ் பாரத்திற்கு பலமான அங்கீகாரத்தை வழங்கியிருக்கிறது.

# III

மகாராஷ்டிராவில் இசுலாமியர்கள் அதிகமாக வாழும் விசைத்தறி நகரமான மாலேகானில் 2008 செம்பம்பர் 29இல் நடத்தப்பட்ட குண்டுவெடிப்பு மட்டும் நிகழாமல் போயிருந்தால், அபினவ் பார்த் என்கிற இயக்கம் பரவலாக அறியப்படாமலேயே போயிருக்கும். பயங்கரவாத வழக்குகளிலேயே அச்சம்பவத்தின் விசாரணை மாறுபட்டதாக இருந்தது. மும்பை பயங்கரவாதத் தாக்குதலில் கொல்லப்பட்ட ஹேமந்த் கர்க்கரே என்பவர்தான் மாலேகான் குண்டுவெடிப்பு விசாரணையைத் தலைமையேற்று நடத்தினார். இந்தியாவில் பயங்கரவாதத்தைப் பரப்புவதற்காகவே, வலதுசாரி இந்து தீவிரவாத இயக்கங்கள் சதிசெய்திருப்பதை (குறிப்பாக அபினவ் பாரத்) முதன்முறையாக அவ்விசாரணை வெளிக்கொண்டுவந்தது.

மகாராஷ்டிராவை மையமாகக் கொண்டு இயங்கிய சிறிய இயக்கமாக அபினவ் பாரத் இருந்தபோதிலும், தேசியளவில் திட்டமிட்டு நடத்தப்பட்டதுதான் மாலேகான் குண்டுவெடிப்பு. மகாராஷ்டிர பயங்கரவாதத் தடுப்புப்படையுடைய விசாரணையின் அடிப்படையில், குண்டுவெடிப்புக்கான திட்டமிடலுக்காக லெஃப்டினன் கர்னல் புரோகித்தின் மேற்பார்வையில் ஐந்து மறைமுக சந்திப்புகள் நடைபெற்றிருக்கின்றன. புரோகித் உள்ளிட்ட அபினவ் பாரத்தைச் சேர்ந்தவர்கள் பங்கேற்ற முதல் சந்திப்பு, 2008 ஆம் ஆண்டு ஜனவரி 25-27 தேதிகளில் ஃபரிதாபாத்தில் நடந்திருக்கிறது. அபினவ் பாரத்தைச் சாராதவர்களும் பங்கேற்றிருந்தாலும், அவ்வியக்கத்தைச் சேர்ந்தவர்கள்தான் பெரும்பான்மையாக இருந்திருக்கின்றனர். ஓய்வுபெற்ற இராணுவ மேஜர் ரமேஷ் உபாத்யாயா, சமீர் குல்கர்னி, சுதாகர் சதுர்வேதி (அவர் சுதாகர் திவேதி, சுதாகர் தர் மற்றும் தயானந்த் பாண்டே போன்ற பல பெயர்களாலும் அறியப்பட்டவர்) போன்ற பல முக்கியமான நபர்களும் புரோகித்துடன் இணைந்து அக்கூட்டத்தில் பங்கேற்றனர். அவர்கள் அனைவரின் பெயர்களும் குண்டுவெடிப்பு வழக்கின் குற்றப்பத்திரிக்கையிலும் குறிப்பிடப்பட்டிருக்கின்றன.

இரண்டாவது முறையாக 2008 ஆம் ஆண்டு ஏப்ரல் மாதம் 11-12 தேதிகளில் போபாலில் அவர்கள் மீண்டும் சந்தித்துக்கொண்டனர். இம்முறை, பாஜகவின் மாணவர் அமைப்பான ஏபிவிபியின் முன்னாள் செயல்பாட்டாளரான சாத்வி பிரக்ய சிங் தாகூரும் கலந்துகொண்டார் என்று மகாராஷ்டிர பயங்கரவாதத் தடுப்புப்படையின் அறிக்கை சொல்கிறது. மாலேகானில் இருக்கும் முஸ்லிம்களைப் பழிவாங்குவதற்காக அதிகமான

மக்கள் கூடுமிடத்தில் குண்டுவைப்பது என்று அக்கூட்டத்தில் சதித்திட்டம் தீட்டப்பட்டது. குண்டுவெடிப்புக்குத் தேவையான வெடிபொருட்களை வழங்கும் பொறுப்பை குற்றவாளி ஷிரிகாந்த் புரோகித்தும், குண்டுவெடிப்புக்குத் தேவையான ஆட்களை ஏற்பாடு செய்யும் பொறுப்பை குற்றவாளி பிரக்யா சிங் தாகூரும் ஏற்றுக்கொண்டனர். கூட்டத்தில் கலந்துகொண்ட அனைவரும் மாலேகானில் குண்டுவைக்கிற முடிவோடு உடன்பட்டு ஏற்றுக்கொண்டனர்.[13]

மூன்றாவது கூட்டம், 2008 ஆம் ஆண்டு ஜூன் மாதம் 11ஆம் தேதி இந்தோர் சர்க்யூட் இல்லத்தில் நடந்தது. குற்றப்பத்திரிக்கையின்படி, மாலேகானில் குண்டுவைப்பதற்காக, இராமச்சந்திர கலசங்கரா மற்றும் சந்தீப் டாங்கே ஆகிய இருவரையும் நம்பிக்கையானவர்கள் என்று சொல்லி, அம்ரிதானந்த தேவ் திரித்திடம் சாத்வி பிரக்யசிங் அறிமுகப்படுத்தினார்.[14]

நான்காவது கூட்டம், 2008 ஆம் ஆண்டு ஜூலை முதல் வாரத்தில் புனேயில் நடந்தது. அப்போது, கலசங்கராவுக்கும் டாங்கேவுக்கும் வெடிகுண்டுகளை வழங்க, புரோகித்தை வழிநடத்துமாறு அம்ரிதானந்த தேவ் திரித்திடம் சாத்வி கேட்டுக்கொண்டார்.[15]

இறுதியாக ஐந்தாவது கூட்டம், 2008ஆம் ஆண்டு ஆகஸ்ட் 3ஆம் தேதி உஜ்ஜைனில் மகாகாலேஷ்வர் கோவிலில் இருக்கும் தங்கும் விடுதியில் நடந்தது. ஆர்டிஎக்ஸ் வெடிபொருட்களை கொள்முதல் செய்து கலசங்கரா மற்றும் டாங்கேவிடம் வழங்கும் பொறுப்பு, புரோகித்திடம் வழங்கப்பட்டிருந்தது. வெடிகுண்டுகளை வெடிப்பதிலும் மேம்படுத்தப்பட்ட வெடிபொருள் சாதனங்களைச் செய்வதிலும் பயிற்சிபெற்ற நிபுணரான ராகேஷ் தாவடேவுக்கு அப்பணியினை ஒப்படைத்தார் புரோகித். ஆகஸ்ட் 9-10 தேதிகளில் கலசங்கரா மற்றும் டாங்கேவை சந்திக்கையில் வெடிபொருட்களை வழங்கவேண்டுமென அறிவுறுத்தப்பட்டிருந்தது.[16]

மாலேகான் குண்டுவெடிப்பில் அபினவ் பாரத்தின் பாத்திரத்தை கண்டுபிடித்த மகாராஷ்டிர பயங்கரவாதத் தடுப்புப்படையினர், அதுவரையிலும் இசுலாமியத் தீவிரவாதிகளால் நிகழ்த்தப்பட்டவை என்று கருதப்பட்ட பல்வேறு முந்தைய குண்டுவெடிப்புகளுக்கும் இந்து மதவாதிகளுக்கும் உள்ள தொடர்பினை வெளிக்கொண்டுவரத் துவங்கினர். 2010 டிசம்பரில், ஆர்எஸ்எஸ் பிரச்சாரகரான சுவாமி அசீமானந்தாவின் கைதுக்குப் பின்னர், நாடு முழுவதும் நடந்த பல்வேறு பயங்கரவாதத் தாக்குதல்களில் இந்துத்துவவாதிகளின்

செயல்பாடுகளை அறிந்துகொள்வதற்கான புதிய பார்வையைக் கொடுத்தது.

*'ஜிகாதி பயங்கரவாதத்திற்கு எதிராக, இந்துத்துவ அடிப்படைவாதக் குழுக்களின் பழிவாங்கல்தான் 2006இல் நிகழ்த்தப்பட்ட மாலேகான் குண்டுவெடிப்பு நிகழ்வு'*

என்று நீதிபதி முன்பு அசீமானந்தா ஒப்புதல் வாக்குமூலம் கொடுத்தார்.[17] 2007ல் நடந்த சம்ஜவுத்தா எக்ஸ்பிரஸ் இரயில் குண்டுவெடிப்பு, ஐதராபாத் மெக்கா மசூதியில் நடந்த குண்டுவெடிப்பு, அஜ்மெர் ஷரிஃப் தர்காவில் நடந்த குண்டுவெடிப்பு ஆகியவற்றிலும் கூட இந்துத்துவ வெறியரும் ஆர்எஸ்எஸ் பிரச்சாரகருமான சுனில் ஜோஷியின் தலைமையிலான குழுதான் ஈடுபட்டது என்று குறிப்பிட்டார். அபினவ் பாரத்தின் சில உறுப்பினர்களும் அக்குழுவில் இடம்பெற்றிருந்தனர். தன்னுடைய வாக்குமூலத்தை சுவாமி அசீமானந்த் பின்னர் திரும்பப்பெற்றுக்கொண்டபோதிலும், அவர் முன்னர் ஒப்புக்கொண்டதன் அடிப்படையில் கொடூரமான இந்துத்துவ பயங்கரவாதத்தின் வலைப்பின்னலை கண்டுபிடிப்பதற்கு உதவிகரமாக இருந்தது.

2011 துவக்கத்தில், 2008-மாலேகான் குண்டுவெடிப்பு வழக்கும் இன்னபிற இந்துத்துவ பயங்கரவாத நடவடிக்கைகள் தொடர்பான விசாரணைகளும் தேசிய புலனாய்வுத் துறையிடம் ஒப்படைக்கப்பட்டன. குற்றஞ்சாட்டப்பட்டவர்களின் வக்கீல்களுடைய தொடர் மனுக்களாலேயே, சில வருடங்களுக்கு என்ஐஏ வின் காலம் கழிந்துவிட்டது. அதன்பின்னர் (குறிப்பாக மத்தியில் பாஜக ஆட்சிக்கு வந்தபிறகு), மேலிடத்திலிருந்து வந்த அழுத்தம் காரணமாகவே புலனாய்வுத்துறை வேகமாக விசாரிக்கவில்லை என்று குற்றச்சாட்டுகள் வரத்துவங்கின.

2015 ஜூன் மாத்தில், மாலேகான் குண்டுவெடிப்பு வழக்கில் அரசுதரப்பு வழக்கறிஞராக வாதாடிவந்த ரோகிணி சலியன், குற்றவாளிகளிடம் சலுகைகாட்டி அனுசரனையாக விசாரிக்கவேண்டுமென்று தன்னை என்ஐஏ கேட்டுக்கொண்டதாக பகிரங்கமான குற்றச்சாட்டை வைத்தார். அது அனைவரையும் அதிர்ச்சியடைய வைத்தது. என்ஐஏ வின் ஆதரவு பெற்ற குற்றவாளிகளில் பெரும்பாலானோர் அபினவ் பாரத்தின் உறுப்பினர்களாக இருந்தனர்.[18] இந்தியன் எக்ஸ்பிரஸ் இதழுக்கு அவர் வழங்கிய விரிவான பேட்டியில், புதிய அரசாங்கம் பதவியேற்ற கடந்த ஓராண்டுகாலமாக, வழக்கில் 'மென்மையாக'

நடந்துகொள்ளவேண்டுமென்று தனக்கு என்ஐஏ அழுத்தம் கொடுப்பதாகத் தெரிவித்தார். புதிதாக மாறிய அரசினால், வழக்கு செல்லும் திசையில் தனக்கு மிகுந்த அவநம்பிக்கை ஏற்பட்டிருப்பதாகவும் பேட்டியில் சொல்லியிருந்தார்.

> *“அவர்கள் (என்ஐஏ மற்றும் அரசாங்கம்) இவ்வழக்கிலிருந்து(மாலேகான் 2008 குண்டுவெடிப்பு வழக்கு) விலகவோ திரும்பப் பெற்றுக்கொள்ளவோ முடியாது என்பதால், வழக்கில் தோற்றுவிடவேண்டும் என்று நினைத்திருக்கலாம்”*

என்றார்.

முப்பது ஆண்டுகளுக்கும் மேலாக மகாராஷ்டிராவின் தலைமை அரசு வழக்கறிஞராக ஏராளமான வழக்குகளில் வாதாடி நற்பெயரைப் பெற்றிருந்த சலியானாவின் பேட்டி மிகவும் முக்கியத்துவம் வாய்ந்ததாகிறது. அதுமட்டுமில்லாமல், இவ்வழக்கு விசாரணையின் விவரங்களை பயங்கரவாதத் தடுப்புப்படையின் தலைவராக இருந்த ஹேமந்த் கர்க்கரே பகிர்ந்துகொண்ட மிகச்சிலரில் சலியானாவும் ஒருவர் என்பதும் குறிப்பிடத்தக்கது.[19]

மாலேகான் குண்டுவெடிப்பு வழக்கு ஒரு தர்க்கரீதியான முடிவினை எட்டுவது இரண்டு முக்கியமான காரணங்களுக்காக அவசியமாகிறது. ஒன்று, சட்டத்திற்கு முன்பு யாவரும் சமமே என்ற செய்தியை (குறிப்பாக மே 2014க்குப் பின்னர், அதிக துணிச்சல் வந்துவிட்டதாகத் தெரிகிற இந்த்துத்துவ குழுக்களுக்கு) சொல்லும். இரண்டு, எப்போதும் இசுலாமியர்கள் உள்ளிட்ட சிறுபான்மையினரை இழிவுபடுத்தும் உத்தியைக் கையாளும் இந்து பெரும்பான்மையினரின் பொதுப்புத்தியைக் கேள்விக்குள்ளாக்கி துடைத்தெறிய உதவும்.

## IV

விசாரணையின் முடிவுகள் ஊசலாடிக்கொண்டிருந்தாலும், அதன் தன்மையும் பாதையும் நோக்கமும் அதுவரை யாரும் கண்டிராதது. அபினவ் பாரத் இயக்கத்தினர் 2007-2008 ஆண்டுகளில் நடத்திய சந்திப்புகளின் விவரங்கள் அனைத்தும் விசாரணையின்மூலம் வெளியாகி அதிர்வலைகளை உண்டாக்கின. அக்கூட்டங்களில் கலந்து கொண்டவர்களில் ஒருவரான சுதாகர் திவேதி என்றழைக்கப்படும் அம்ரிதானந்த தேவிதிரித், தன்னுடைய மடிக்கணிணியில் அனைத்தையும் பதிவுசெய்திருக்கிறார். இந்து

இராஷ்டிரம் அமைப்பதுதான் அபினவ் பாரத்தின் இறுதி இலக்கு என்பதை அவ்விவரங்கள் நமக்குத் தெளிவுபடுத்துகின்றன. இந்து இராஷ்டிரத்திற்கு புதிய அரசியல் சட்டங்களும் புதிய கொடியும் உருவாக்குவது முதல் குண்டுவெடிப்பை நியாயப்படுத்துவது வரையிலுமான விவரங்கள் வெளிச்சத்திற்கு வந்தன. அபினவ் பாரத்திற்கும் ஆர்எஸ்எஸ்-பாஜகவிற்கும் இருந்த சமூக உறவை வெளிப்படுத்துவதாகவும் மாலேகான் குண்டுவெடிப்பின் குற்றப்பத்திரிக்கையில் பதிவுசெய்யப்பட்டிருந்த விவாதங்களின் விவரங்கள் இருக்கின்றன.

விவாதத்தின் ஒரு சிறு குறிப்பு:

***லெஃப்டினன் கர்னல் புரோகித்:*** *"அரசியலமைப்புச் சட்டத்தை எதிர்த்துப் போராடுவோம், இந்த தேசத்தை எதிர்த்துப் போராடுவோம், இந்த அரசியலமைப்புச் சட்டம் நம்முடையதல்ல [...] அதனை வீழ்த்துவதுதான் ஒரேவழி [...]"*

***சுதாகர் திவேதி:*** *"அரசியலமைப்புச் சட்டத்தை இந்திய மக்கள் ஏற்றுக்கொண்டதாக அதன் முதல் பக்கத்தில் எழுதப்பட்டிருக்கிறது. இது எப்படி நடந்தது? எதனடிப்படையில் அரசியலமைப்புச் சட்டத்தை மக்கள் ஏற்றுக்கொண்டனர்? ஏதாவது வாக்கெடுப்பு நடத்தப்பட்டதா? இல்லை. ஏதாவது விவாதங்கள் நடத்தப்பட்டதா? இல்லை. பிறகெப்படி அது நிறைவேற்றப்பட்டது? இது மக்களால் எழுதப்பட்டது என்று எப்படிச் சொல்லமுடியும்? இது யாரால் எழுதப்பட்டது? [...]"*

***புரோகித்:*** *"சுவாமிஜி, இப்படியான நிலையில் அரசியலமைப்புச் சட்டத்தை நாம் எதிர்த்துப் போராடவேண்டும். நம்முடைய விடுதலைக்காக போராடவேண்டும்."*

***சுதாகர் திவேதி:*** *"நம்மிடம் பண்டைய காலத்து நிர்வாக முறை இருக்கிறது. வேத காலத்து ஸ்மிருதிக்கள் தான் நம்முடைய சமூகத்தின் அரசியலமைப்புச் சட்டம். இப்போது நாட்டில் ஏறத்தாழ 14 ஸ்மிருதிக்கள் இருக்கின்றன. அவற்றை சேகரித்து ஒன்றாக்கவேண்டும். [...]"*

***புரோகித்:*** *"இந்நாட்டில், வேதக் கோட்பாடுகளை அடிப்படையாகக் கொண்ட இந்து தர்மமோ அல்லது வேத தர்மமோதான் நமக்கு வேண்டும்."*

***ஓய்வுபெற்ற இராணுவ மேஜர் ரமேஷ் உபாத்யாயா:*** *"இந்த அரசியலமைபுச் சட்டம் எங்களுக்கு பொருந்தக்கூடியதுமல்ல; எங்களுக்கு*

*ஏற்புடையதுமல்ல; இதற்கு பதிலாக மற்றொரு அரசியலமைப்புச் சட்டம் வரும். அப்போது இந்து இராஷ்ட்ரியம் அமைக்கப்படும்."*[20]

ஸ்மிரித்திக்களின் அடிப்படையிலான புதிய அரசியலமைப்புச் சட்டம் மட்டுமே புதிய இந்து இராஷ்ட்ரத்துக்கு போதுமானதல்லவாம். தேசத்தின் மூவர்ணக்கொடியையும் மறுவடிவமைப்பு செய்யவேண்டுமென்பது, அபினவ் பாரத் இயக்கத்தைக் கட்டியெழுப்பிய சிற்பியின் பரிந்துரை.

> *"முழுக்க காவி நிறத்தில், சுற்றிலும் தங்க நிறத்தினாலான கரையும், தங்கநிறத்தினாலான பண்டைய காலத்து தீப்பந்தமும் கொண்டதாக புதிய கொடி இருக்க வேண்டும். கொடியின் அகலத்தைவிட, இரண்டு மடங்கு நீளம் இருத்தல் வேண்டும். [...] கொடியின் நான்கு புறமும் நான்கு தீப்பிழம்புகள், நான்கு வேதங்களைக் குறிப்பதாக இருக்கவேண்டும்"*[21]
>
> புதிதாக உருவாகும் தேசத்தின் பாதுகாவலராக அபினவ் பாரத் இயக்கத்தை நிறுவுவதற்கு,
>
> *"எங்கெல்லாம் அபினவ் பாரத் இயக்கம் தொடங்கப்படுகிறதோ, அங்கெல்லாம் பாரத மாதாவின் கோவில் உருவாக்கவேண்டும். அதுதான் தேசபக்திக்கான புனிதத்தைத் தரும்"*

என்று தனது வாதத்தை முன்வைக்கிறார் புரோகித்.[22]

இந்திய தேசத்தின் அரசமைப்பு நிறுவனங்களையும் சட்டங்களையும் அப்பட்டமாக அவமதிப்பதாகத்தான் இருக்கிறது அவர்களது விவாதமொழி. 'பாகிஸ்தான் ஐஎஸ்ஐ உளவு அமைப்பின் வேலை' என்று அதற்குமுன்னர் சொல்லப்பட்ட பல்வேறு குண்டுவெடிப்புகளை தாங்கள்தான் செய்ததாக, ஓய்வுபெற்ற மேஜர் ரமேஷ் உபாத்யாயா மற்றும் லெஃப்டினன் கர்னல் புரோகித் உள்ளிட்ட சிலர் பொறுப்பேற்றுக்கொண்டதும் அதேகூட்டத்தின் பதிவேடுகளில் பதிவாகியிருக்கின்றன. இந்து ராஷ்டிரத்தை அமைக்கும் பாதையின் குறுக்கே வருபவர்கள் யாராக இருந்தாலும், அரசியலில் இருந்து மட்டும் ஒதுக்கிவைக்கப்படமாட்டார்கள், கொல்லப்பட்டேவிடுவார்கள் என்று மற்றொரு கட்டத்தில் புரோகித் குறிப்பிடுகிறார்.[23]

அவ்விவாதக் குறிப்புகளின்படி, பாஜகவையும் ஆர்எஸ்எஸ்சையும் தங்களது நட்பு இயக்கங்களாகவே அபினவ் பாரத்தின் தலைவர்கள் கருதினர் என்பதைக் காட்டுகின்றன. இருப்பினும், குறுகியகாலத்தில்

அவர்களிடம் பெரிதாக எதையும் எதிர்பாக்கமுடியாது என்ற கருத்தையும் கொண்டிருந்தனர். வேலைத்திட்டத்திலும் தத்துவார்த்த ரீதியாகவும் ஆர்எஸ்எஸ்சை குறைசொல்லமுடியாவிட்டாலும், அவற்றை நடைமுறைப்படுத்துவதிலும் உடனுக்குடன் செயல்படுவதிலுமே பிரச்சனைகள் இருக்கின்றன என்பது அபினவ் பாரத் இயக்கத்தின் கருத்தாக இருக்கிறது.

அவர்களின் உரையாடலிலிருந்து அபினவ் பாரத்தின் கொள்கையான "உடனடி நடவடிக்கை" தான் புரோகித்தையும் மற்றவர்களையும் உத்வேகம்கொண்டு செயல்படவைத்திருக்கிறது என்பது தெளிவாகிறது. அதற்கு, போதியளவு ஆட்களும் தேவையான அளவிற்கு நிதியும் அவர்களுக்குத் தேவைப்பட்டது. அபினவ் பாரத் இயக்கத்திற்கு பணம் வந்த பாதையினையும் மகாராஷ்டிர பயங்கரவாதத் தடுப்புப்படையினர் கண்டறிந்தனர்.[24] அவர்கள் தாக்கல் செய்த குற்றப்பத்திரிக்கையின்படி, அபினவ் பாரத் உறுப்பினர்கள் உறுதிமொழி எடுத்துக்கொண்டபோது, அதில் ராக்கேஷ் தாவடே என்பவரும் கலந்துகொண்டிருக்கிறார். ஆயுதங்கள் மற்றும் போர்க்கவசங்களின் கீழைநாட்டு ஆய்வு மற்றும் வளர்ச்சி நிறுவனம் (IRDOS) என்ற நிறுவனத்தை அவர் நடத்திவந்திருக்கிறார். 2,25,000 ரூபாய்க்கான காசோலையினை அபினவ் பாரத்தின் வங்கி கணக்கிலிருந்து குண்டுவெடிப்பை நடத்துவதற்காக, ஐஆர்டிஓஎஸ் (IRDOS) நிறுவனத்திற்கு புரோகித் மூலமாக வழங்கப்பட்டிருக்கிறது. அதே ராக்கேஷ் தாவடேவுக்கு குண்டுவெடிப்புக்கான ஆயுதங்கள் வாங்குவதற்கு மேலும் 3,20,000 ரூபாயினை அபினவ் பாரத்தின் பொருளாளர் அஜய் ராஹிர்க்கர் கொடுத்திருப்பதாகவும் குற்றப்பத்திரிக்கையில் குறிப்பிடப்பட்டிருக்கிறது.

இந்து இராஷ்டிரத்தை உருவாக்குவதும் இந்திய முஸ்லிம்களின் 'முந்தைய பயங்கரவாதச் செயல்களுக்கு' பழிதீர்ப்பதும் மட்டுமே அபினவ் பாரத்தின் குறிக்கோள்கள் இல்லை என்பதும் தெளிவாகிறது. உதாரணத்திற்கு காசுக்காகத்தான் ராக்கேஷ் தாவடே எல்லாவற்றையும் செய்தார். அதேபோன்று, குற்றத்தில் ஈடுபட்ட பலரும் ஏதோவொரு இலாபத்திற்காகத்தான் வேலை செய்திருக்கிறார்கள் என்பதையும் குற்றப்பத்திரிக்கை சுட்டிக்காட்டியிருக்கிறது.

> *குற்றங்களை செய்வதற்கு ஒழுங்கமைக்கப்பட்ட ஒரு குழுவின் மூலமாக 2003லிருந்து பல்வேறு குண்டுவெடிப்புகளை ராக்கேஷ் தாவடே நடத்திவந்திருக்கிறார். அபினவ் பாரத்தும் அக்குழுவுடன் இணைந்து, தங்களுக்கு சாதகமாக, சட்டத்திற்கு விரோதமான நடவடிக்கைகளில் ஈடுவந்திருக்கின்றனர்.*

*[...] முஸ்லிம் மக்களின் முந்தைய பயங்கரவாதச் செயல்களுக்கு பழிக்குப்பழி வாங்குவதற்காகவே இதுபோன்ற நடவடிக்கைகளில் ஈடுபடுவதாக ஒரு மாயத்தோற்றத்தையும் உருவாக்கினர். நிதியை வசூல்செய்து, குற்றங்கள் செய்வதற்காக இயங்கிய குழுவினர் தங்களுக்குள் அதனைப் பகிர்ந்துகொண்டு, பல்வேறு இலாபங்களை அடைந்திருக்கின்றனர்.*[25]

2008இல் நடந்த மாலேகான் குண்டுவெடிப்புக்கு முன்னர், அபினவ் பாரத்தின் ஒருங்கிணைப்பில், பல்வேறு திசைகளில் இங்குமங்குமாக பணம் புழங்கிக்கொண்டிருந்தது. ஒரு துப்பாக்கியினை விற்றதாக ஓர் ஆவணம் குறித்து குற்றப்பத்திரிக்கையில் குறிப்பிடப்பட்டிருக்கிறது.

*'சுதாகர் திவேதியின் அறிவுறுத்தலின்படி, ஒரு துப்பாக்கியை போபாலைச் சேர்ந்த அலோக் என்பவருக்கு புரோகித் வழங்கியிருக்கிறார். அதற்கான பணமாக புரோகித்தின் வங்கிக் கணக்கில் 80000 ரூபாய் பணம் போடப்பட்டிருக்கிறது'*

என்று குற்றப்பத்திரிக்கை சொல்கிறது.[26]

அபினவ் பாரத்துக்கு நங்கொடை வழங்கிய புனே தொழிலதிபர்களிடம் விசாரணை நடத்திக்கொண்டிருப்பதாக, 26 நவம்பர் 2008இல் ஹேமந்த் கர்க்கரே கொல்லப்படுவதற்கு முந்தையநாள்தான் பயங்கரவாதத் தடுப்புப்படை செய்தி வெளியிட்டது. அபினவ் பாரத்திற்கு நன்கொடை பெற்றுத்தருவதற்காக பல்வேறு தொழிலதிபர்களை புனேவைச்சேர்ந்த ஷியாம் ஆப்தே தான் அணுகியிருக்கிறார் என்று பயங்கரவாதத் தடுப்புப்படை நம்புவதாக, நவம்பர் 25ஆம் தேதி இந்துஸ்தான் டைம்சில் செய்தி வெளியாகியது. அப்படியாகப் பெற்ற பணத்தை, பயங்கரவாதத் தாக்குதல்களுக்குத் தேவையான பயிற்சியளிப்பதற்காக செலவிட்டதாகவும் தெரிகிறது. அபினவ் பாரத்திற்காக நிதிதிரட்டும் முயற்சிகளில் ஷியாம் ஆப்தேவுடன் புரோகித் நெருங்கிய தொடர்பிலிருந்தார் என்றும் பயங்கரவாதத் தடுப்புப்படை நம்பியது.[27] ஆப்தே அமெரிக்காவில் இருந்தபோது ஆர்எஸ்எஸ் மற்றும் பிற இந்து இயக்கங்களோடு இணைந்து தீவிரமாக செயல்பட்டுவந்தவர். அப்போதே பல்வேறு தொழிலதிபர்களோடும் வியாபாரிகளோடும் தொடர்புகளை ஏற்படுத்திக்கொண்டார் ஆப்தே. 1980களின் மத்தியில் புனேவுக்குத் திரும்பியதும், புரோகித்துடனும் அபினவ் பாரத் இயக்கத்துடனும் தன்னை இணைத்துக்கொண்டார்.

அபினவ் பாரத்தின் தலைமை நிதிக்கண்காணிப்பாளராக பயங்கரவாதத் தடுப்படையினரால் அடையாளம் காணப்பட்ட அஜய் ராஹிர்க்கர், பல்வேறு வழிகளில் 10,00,000 ரூபாய் ஹவாலா பணம் பெற்ற விவரங்களும் கிடைக்கப் பெற்றிருக்கின்றன.[28] அதிலிருந்து 3,20,000 ரூபாயினை ராகேஷ் தாவடேவுக்கு வழங்கியிருக்கிறார் என்பது குற்றப்பத்திரிக்கையில் குறிப்பிடப்பட்டிருக்கிறது. அதுமட்டுமில்லாமல், மற்றொரு குற்றவாளியான ஜக்தீஷ் மாத்ரேவுக்கு 3,98,000 ரூபாயும், ஓய்வுபெற்ற மேஜர் ரமேஷ் உபாத்யாயாவுக்கு 1,95,000 ரூபாயும், சமீர் குல்கர்னிக்கு 95,000 ரூபாயும் அஜய் ராஹிர்க்கர் கொடுத்திருக்கிறார்.

அபினவ் பாரத்திற்காகத் திரட்டப்பட்ட எல்லா பணமும், அவ்வியக்கத்தின் செயல்பாடுகளுக்கு மட்டுமே பயன்படுத்தப்படவில்லை. அதன் ஒரு பகுதியை தனிப்பட்ட பயன்பாட்டிற்கும் எடுத்திருக்கின்றனர். குண்டுவெடிப்புக்கு முன்னர் மூன்று மாதங்களாக புரோகித்திடம் உதவியாளராக பணிபுரிந்த பிரவீன் முத்தலிக் என்பவர் காவல்துறையினரின் கைதிலிருந்து இரண்டாண்டுகள் தப்பித்திருந்தார். அபினவ் பாரத்தின் நிதியைப் பயன்படுத்தி, சொந்தமாக ஒரு வியாபாரத்தைத் தொடங்கியதாகவும்[29] சொல்லப்படுகிறது. குண்டுவெடிப்புக்குப் பின்னர் கைதுநடவடிக்கைகள் தொடங்கியதுமே, புரோகித்திடமிருந்து மூன்று இலட்ச ரூபாயினை எடுத்துக்கொண்டு எங்கோ காணாமல் போய்விட்டார். வெடிகுண்டுகளைப் பொருத்துவதில் மற்ற குற்றவாளிகளுக்கு உதவியதாக குற்றஞ்சாட்டப்பட்ட முத்தலிக், 2011 ஆம் ஆண்டு ஜனவரி 31ஆம் தேதியில் கர்நாடகாவின் பெல்காம் மாவட்டத்தில் கோகக் என்னுமிடத்தில் அவருடைய (செல்ஃபோன் சிம்கார்ட் விற்கும்) கடைக்கு வெளியே கைதுசெய்யப்பட்டார். புரோகித்தும் அபினவ் பாரத் இயக்கத்தின் பணத்திலிருந்து நான்கு இலட்சத்தை எடுத்து நாசிக்கில் தனக்கு சொந்தமாக ஒரு அடுக்குமாடி வீடு வாங்கிக்கொள்ளப் பயன்படுத்திக்கொண்டார்.[30]

## V

அபினவ் பாரத்தின் பயங்கரவாத நடவடிக்கைகளினால் ஏற்படப்போகிற விளைவுகளைக் கண்டு அஞ்சி, ஆர்எஸ்எஸ் மற்றும் பாஜகவினர் கொஞ்சம் குழம்பித்தான் போயினர். புரோகித் மற்றும் அவரது கூட்டாளிகளும் இணைந்து நடத்துகிற அபினவ் பாரத் இயக்கத்தை, ஒரு உதிரி அமைப்பாகக் கருதுவதாகவே, ஆர்எஸ்எஸ் மற்றும் பாஜகவின் தலைவர்கள் காட்டிக்கொண்டனர். ஆனால், மாலேகான்

குண்டுவெடிப்பில் குற்றஞ்சாட்டப்பட்ட சாத்வி பிரக்ய சிங் மற்றும் இன்னபிறருக்கு எதிராக காவல்துறையினரிடம் போதுமான ஆதாரங்கள் இல்லை என்று பாஜகவின் தலைவராக இருந்த ராஜ்நாத் சிங் வெளிப்படையாக அறிக்கை கொடுத்தார் என்பது குறிப்பிடத்தக்கது.

இருப்பினும் ஆர்எஸ்எஸ் இயக்கத்திலிருந்து வேர்விட்டு வளர்ந்த இயக்கம்தாம் அபினவ் பாரத் என்பது தெளிவாகத் தெரியக்கூடியதுதான். அபினவ் பாரத் இயக்கத்திற்கு தலைமையேற்க ஹிமானி சாவர்க்காரை அழைத்தவர் சமீர் குல்கர்னி. அபினவ் பாரத்தின் மத்திய பிரதேசக் கிளையை உருவாக்கியவரான சமீர் குல்கர்னி, ஒரு ஆர்எஸ்எஸ் பிரச்சாரகராவார்.

> *‘நான் குல்கர்னியை ஒன்றரை ஆண்டுகளுக்கு முன்பு சந்தித்தேன். அப்போது அவர் ஆர்எஸ்எஸ் இயக்கத்தில் முழுநேர ஊழியராக இயங்கிக் கொண்டிருந்தார். வி.டி.சாவர்க்கரின் வீடு என்னுடைய வீட்டுக்கு அருகில் இருந்ததால், குல்கர்னி அடிக்கடி அங்கே வருவார். அவரை நான் நன்கு தெரிந்துகொண்டேன். பின்னர், மத்திய பிரதேசத்தில் அபினவ் பாரத்திற்கு வேலை செய்யப்போவதாக அவர் என்னிடம் கூறினார்’*

என்று ஹிமானி சாவர்க்கரே 2008 ஆம் ஆண்டு டிசம்பர் மாதம் 26 ஆம் தேதி காவல்துறையினரிடம் சொல்லியிருக்கிறார்.

அபினவ் பாரத்தின் மற்றொரு முக்கியத்தலைவரான ஓய்வுபெற்ற மேஜர் ரமேஷ் உபாத்யாயாவுக்கும் சங் பரிவார இயக்கங்களோடு நெருக்கமான தொடர்புகள் உண்டு. அபினவ் பாரத்தில் இணைவதற்கு முன்னர், பாஜகவின் ‘முன்னாள் இராணுவவீரர்’களுக்கென்று உருவாக்கப்பட்டிருந்த பிரிவின் மும்பை கிளைத்தலைவராக இருந்தார். மாலேகான் குண்டுவெடிப்பில் முதன்முதலில் கைதான அபினவ் பாரத்தைச் சேர்ந்த சாத்வி பிரக்ய சிங்கின் காவி அரசியல் வரலாற்றையும் குறைவாக மதிப்பிட்டுவிடமுடியாது. 1997 வரை உஜ்ஜைன் மற்றும் இந்தூரில் ஆர்எஸ்எஸ்சின் மாணவர் பிரிவான ஏபிவிபியின் தலைவராக இருந்திருக்கிறார். அதனைத் தொடர்ந்து ஏபிவிபியின் தேசிய செயற்குழுவிலும் பணியாற்றியிருக்கிறார். பின்னர்தான் அவர் சன்யாசம் வாங்கினார்.

மிக முக்கியமான ஆர்எஸ்எஸ் ஊழியராக இருந்த பி.எச்.ஷர்மா என்பவரும் அபினவ் பாரத்தில் இணைந்திருந்தார். அவர் 1991 மற்றும் 1996இல் கிழக்கு டெல்லி பாராளுமன்றத் தொகுதியில் பாஜக சார்பாகப் போட்டியிட்டு வெற்றிபெற்றவர். 1940லிருந்தே ஆர்எஸ்எஸ்

இயக்கத்தில் ஊழியராக இருந்துவந்த ஷர்மா, விஹெச்பியுடன் (விஷ்வ இந்து பரிக்ஷத்) இணைந்து பெரியளவில் பணியாற்றியவர், ராமஜென்மபூமி இயக்கத்திலும் தீவிரமாக செயல்பட்டவர். ‘அகண்ட பாரதம்’ என்கிற இலக்கை அடைவதில் சங்பரிவாரிடம் இருக்கும் குறைபாடுகளைக் கண்டதும், பாஜக தலைவரான எல்.கே. அத்வானிக்கு ஒரு கடிதம்கூட அவர் எழுதினார். அக்கடிதத்தை அபினவ் பாரத்தின் ஒரு கூட்டத்தில் அவரே வாசித்தும் காட்டினார்,

> *‘அகண்ட பாரதம் என்பது, தொலைந்துபோன கருத்தியலாக இருந்தது. அதற்கு சாவர்க்கர்ஜிதான் மீண்டும் புத்துயிர்கொடுத்து மீட்டெடுத்து பரப்பினார். ஆனால் சங்பரிவாரங்களோ அதனை (மேலும் பரப்பாமல்) தனக்குள்ளாகவே வைத்துக்கொண்டது. அதையே ஜனசங்கமும் (பாஜகவுக்கு முன்னர், ஆர்எஸ்எஸ் தொடங்கி நடத்திய அரசியல் கட்சி) தொடர்ந்தது. பாஜக உருவானபின்னர், முற்றிலுமாக அக்கருத்தியல் ஓரங்கட்டப்பட்டுவிட்டது’*

(அகண்டபாரதத்தை அடைவதில்) ஆர்எஸ்எஸ் மற்றும் ஹிஹெச்பியிடம் காணப்பட்ட குறைபாடுகளை அகற்றிய அமைப்பாக அபினவ் பாரத்தை மாற்றுவதில் புரோகித் முக்கியமான பங்காற்றினார். ‘(தன்னோடு) இணைத்துக்கொள்வதில் வல்லுநர்’ என்றும், ‘விஹெச்பி போன்ற வலதுசாரி இயக்கத்தில் இருக்கும் அதிதீவிர அடிப்படைவாதிகளை சரியாக அடையாளம் கண்டு, அவர்களை அபினவ் பாரத்தில் சேருமாறு ஊக்கப்படுத்துவார்’ என்றும் புரோகித் குறித்து எக்கனாமிக்ஸ் டைம்ஸ் பத்திரிக்கை குறிப்பிட்டிருக்கிறது. விஹெச்பி உறுப்பினர்களையே கவர்ந்திழுக்கும் புரோகித்தின் திறமை, அவரோடு ஒரு சந்திப்புக்கு (மும்பையில் 2008 ஆகஸ்ட்) ஏற்பாடு செய்யுமளவுக்கு விஹெச்பியின் தலைவரான பிரவீன் தொகாடியாவை நிர்பந்தித்தது. அபினவ் பாரத்திலிருந்து விலகி, விஹெச்பியில் அவரோடு இணைந்து பணியாற்றுமாறு புரோகித்தை தொகாடியா கேட்டுக்கொண்டார். ஆனால் புரோகித் அக்கோரிக்கையினை நிராகரித்துவிட்டார்.

இருப்பினும் தொகாடியாவுடன் தொடர்ந்து தொடர்பிலேயே இருந்தார் புரோகித். குண்டுவெடிப்பை அபினவ் பாரத் நடத்தவிருப்பதாகவும், அதற்கு சங் பரிவார அமைப்புகள் பொறுப்பேற்றுக்கொள்ளவேண்டும் என்றும் தொகாடியாவுக்கு புரோகித் ஆலோசனை வழங்கினார். தொகாடியாவுடனான இப்பேச்சுவார்த்தை குறித்து, அபினவ் பாரத்தின் ஒரு கூட்டத்தில் சொல்லியிருக்கிறார்.

*“வேலையை நான் செய்கிறேன், அதற்கு விஹெச்பியோ அல்லது பாஜகவோ பொறுப்பேற்றுக்கொள்ளத் தயாரா? என்று கேட்டேன். யாரும் இதற்கு முன்வரமாட்டார்கள் என்று தொகாடியா தெளிவாகக் கூறினார்”*

விஹெச்பியிடம் மிகப்பெரிய எதிர்பார்ப்புகளைக் கொண்டிருந்தார் புரோகித்.

*‘விஹெச்பியிலிருந்து அஷோக் சிங்காலை (விஹெச்பி தலைவர்) மட்டும் நீக்கினால், அவ்வியக்கமே ஒரு தலையற்ற கோழியாகிவிடும். தலையில்லாமல் உடல்மட்டுமே மிஞ்சும். அதனைத்தான் பாஜகவும் விரும்புகிறது. விஹெச்பி நம்முடையதாகவேண்டும். இதில் என்னை யாரும் எதிர்க்காதீர்கள். இதுதான் நம்முடைய முக்கியமான ஆயுதமாகப்போகிறது’.*

அபினவ் பாரத்துக்கும் சங் பரிவார் இயக்கங்களுக்கும் இடையில், எதிர்பார்ப்பு, அன்பு, கோபம், வெறுப்பு போன்றவை கலந்த கலவையான உறவாகவே இருக்கிறது. ஆர்எஸ்எஸ் இயக்கத்துடனான நாதுராம் கோட்சேவின் உறவைப் போன்றதுதான் அபினவ் பாரத்தின் உறவும். ஒருபுறம் நாடுமுழுவதும் பரவியிருக்கிற ஆர்எஸ்எஸ் இயக்கத்தின் கட்டமைப்பை பாராட்டும் அதேவேளையில், மற்றொருபுறம் (நாட்டின்) பிரிவினையின்போது பெரிதாக எதையும் செய்யவில்லை என்று கோபத்தையும் கொண்டிருந்தார்.

மாலேகான் குண்டுவெடிப்புக்குப் பின்னர், சங்பரிவார இயக்கங்களில் முக்கியமானவை அனைத்தும் அபினவ் பாரத்திடமிருந்து கொஞ்சம் இடைவெளிவிட்டு விலகியிருந்தாலும், ஆர்எஸ்எஸ் இயக்கத்தோடு நேரடித் தொடர்புடைய பஜ்ரங்தள் மட்டும் குற்றம் சாட்டப்பட்டவர்களுக்கு ஆதரவு தெரிவித்தது.

*‘தீவிரவாதத்துக்கு எதிரான போரில் அரசின் மெத்தனத்தால், இந்துக்கள் தாங்களே ஆயுதங்களை எடுக்கவேண்டியிருப்பதால், (அரசின்) கொள்கைகளை உருவாக்குபவர்கள் வருத்தப்பட்டே ஆகவேண்டும்’*

என்று பஜ்ரங்தள்ளின் தலைவர் பிரகாஷ் ஷர்மா அறிவித்தார். (அதற்கேற்ப) பஜ்ரங்தள் இயக்கமும் தனது உறுப்பினர்களின் மனவுறுதிக்காக பயிற்சி முகாம்கள் நடத்துவதாகவும் ஒப்புக்கொண்டார். இளைஞர்களுக்கு ஆயுதப்பயிற்சிகள் கொடுக்காமல் போனால், இந்தியாவுக்கு அபினவ் பிந்திராக்கள்

(ஒலிம்பிக்கில் துப்பாக்கி சுடுதலில் தங்கம் வாங்கியவர்) கிடைக்கமாட்டார்கள் என்றார்.

பஜ்ரங்தள்ளுக்கும் அபினவ் பாரத்திற்கும் இடையே வெளிப்படையாகத் தெரியுமளவிற்கான ஒற்றுமைகள் உண்டு. சங் பரிவாரங்களுக்கு மோசமான சட்டவிரோத செயல்களை செய்வதற்கு பஜ்ரங்தள் எப்போதும் உதவிகரமாக இருந்துவருகிறது. பின்னர் அதனால் ஏற்படும் நெருக்கடிகளிலிருந்து பஜ்ரங்தள்ளை காப்பாற்றுவதும் சங்பரிவாரங்கள்தான். (பஜ்ரங்தள் அமைப்பைப்போன்றே, அபினவ் பாரத்தும் குண்டுவெடிப்பை நிகழ்த்திவிட்டு, அதனால் நெருக்கடியிலிருக்கும்போது சங்பரிவாரங்கள் உதவுவதைப் பார்க்கமுடிகிறது). மாலேகான் குண்டுவெடிப்புக் குற்றவாளிகளுக்கு ஆதரவாக என்ஐஏ நடந்துகொண்டதை அரசு வழக்கறிஞரான ரோகினி சலியானா வெளிப்படுத்தியதை இங்கே நினைவுப்படுத்திப் பார்க்கவேண்டியிருக்கிறது.

சங் பரிவாரங்களுக்கு எதிர்காலத்தில் அபினவ் பாரத் இயக்கத்தால் எந்தளவுக்கு உதவிகரமாக இருக்கமுடியும் என்பதெல்லாம் அதன்மீது நடந்துகொண்டிருக்கும் குண்டுவெடிப்பு வழக்குகளின் இறுதித்தீர்ப்பில்தான் அடங்கியிருக்கிறது. அதன் பெரும்பாலான தலைவர்கள் தற்போது சிறைக்கம்பிகளுக்குப் பின்னால்தான் இருக்கின்றனர். இருப்பினும் மத்தியிலும் மகாராஷ்டிராவிலும் பாஜக தலைமையிலான ஆட்சிக்கு வந்தபின்னர், நிலைமை அவர்களுக்கு சாதமாக மாறியிருக்கிறது. *"ஆனால் வழக்குகள் முடிய அதற்குரிய காலம் ஆகத்தான் செய்யும். அதன் முடிவுகள் எப்படியிருக்கும் என்று உறுதியாக சொல்லமுடியாது"* என்கிறார் அபினவ் பாரத்தின் புனேவேச் சேர்ந்த செய்தித்தொடர்பாளரான மிலிந்த் ஜோஷிராவ்.

> *'எங்களது தலைவர்களில் பலரும் கைதுசெய்யப்பட்டபின்னர், எங்களது தொண்டர் பலம் குறையத் துவங்கியது. அப்போது ஹிமானி சாவர்க்கார்தான் எங்களது நம்பிக்கைக் கீற்றாக வந்தார். நாங்கள் நாயகர்களாகக் கருதும் சாவர்க்கர் மற்றும் கோட்சேவின் அங்கீகரிக்கப்பட்ட பிரதிநிதியாக இருந்தார். நாங்கள் மீண்டும் முதலிலிருந்தே இயக்கத்தைக் கட்டியெழுப்பவேண்டிய அவசியத்தை அவருடைய வருகை இல்லாமல் செய்தது. ஒரு குறிப்பிட்ட எண்ணிக்கையிலான உறுப்பினர்களையாவது எங்களால் தக்கவைத்துக்கொள்ள முடிந்தது. எங்களது தலைவர்கள் சிறையிலிருந்து வெளியே வருவதற்கு முன்னரே, ஹிமானியின் மரணம் நிகழ்ந்திருப்பது எங்களுக்கெல்லாம் மிகப்பெரிய அடி.'*

# போன்சாலா இராணுவப்பள்ளி-
# இராணுவமயமாக்கப்படும் சிறுவர்கள்

## I

2008 செப்டம்பர் 29 ஆம் தேதியன்று மாலேகானில் நடந்த குண்டுவெடிப்பு நிகழ்வுக்குப் பின்னரே, மகாராஷ்டிர பயங்கரவாதத் தடுப்புப் படையினரின் கண்காணிப்பு வளையத்திற்குள் போன்சாலா இராணுவப்பள்ளி சிக்கியது. குண்டுவெடிப்பு தொடர்பான நிகழ்வுகளை விசாரிக்கையில், குற்றஞ் சாட்டப்பட்டவர்களில் சிலருக்கு அப்பள்ளியோடு தொடர்பிருந்தது கண்டறியப்பட்டது. குண்டுவெடிப்புக்கு முன்னர், அபினவ் பாரத் இயக்கத்திற்கு சில முக்கியமான உதவிகளை ஆர்எஸ்எஸ் நடத்தும் போன்சாலா இராணுவப்பள்ளி செய்திருக்கிறது. அப்பள்ளியின் எழுபது ஆண்டுகால வரலாற்றில் கண்டிராத ஒன்றாக அது இருந்தது. மாணவர்களுக்கு இராணுவப் பயிற்சி கொடுப்பதும், பல்வேறு இராணுவ பாதுகாப்புப் பணிக்கான தேர்வுகளுக்கு அவர்களைத் தயார்ப்படுத்துவதுமே தங்களது பள்ளியின் பணியென்று போன்சாலா இராணுவப்பள்ளி சொல்லிக்கொள்கிறது. அதற்கு முன்னரும், மதவாத வெறுப்பு எண்ணங்களை மாணவர்கள் மத்தியில் விதைப்பதாக அப்பள்ளியின் மீது குற்றச்சாட்டுகள் வைக்கப்பட்டிருந்தது என்றாலும், மகாராஷ்டிராவின் பயங்கரவாதத் தடுப்புப்படையினரால் கண்டறியப்பட்டவை அதிர்ச்சியளிப்பவையாக இருந்தன. பள்ளியின் நிர்வாகம் ஒப்புக்கொள்வதைவிடவும், பள்ளி வளாகத்திற்குள் அதிகமாக ஏதோ நடந்துகொண்டிருக்கிறது என்பது தெளிவாகியது.

2008 ஜனவரி 27-28 தேதிகளில் ஃபரீதாபாத்தில் நடந்த சந்திப்பின்போது, (முந்தைய பகுதியில் குறிப்பிடப்பட்டிருக்கும்) பயங்கரவாதத் திட்டத்தை

மெருகேற்றும் வேலையைச் செய்தனர். அதுபோன்று பல்வேறு சந்திப்புகள் நடத்தப்பட்டன. 'அதோ உட்கார்ந்திருக்கும் அதிகாரிகள்தான், நான் இன்று தெரிவித்த அனைத்தையும் கவனித்துக்கொண்டவர்கள். ஒட்டுமொத்த பள்ளியும் என்வசம்தான் இருக்கிறது' என்று தன்னுடைய அபிமானிகளிடம் அபினவ் பாரத் இயக்கத்தைச் சேர்ந்த லெப்டினன் கர்னல் ஸ்ரீகாந்த் புரோகித் கூறினார்.[1] போன்சாலா இராணுவப் பள்ளியோடு நீண்டகாலமாகவே தொடர்பில் இருந்துவந்தவர் புரோகித். தன்னுடைய இளவயதில் அதே பள்ளியில் குறுகிய கால இராணுவ சேவையில் அதிகாரியாவதற்கான பயிற்சி வகுப்பில் கலந்துகொண்டிருந்தார். அதுவே அவருக்கு இராணுவத்தில் சேர்வதற்கும் உதவியிருக்கக்கூடும்.[2] 2005இல் மகாராஷ்டிராவில் இராணுவத்திற்கும் உள்ளூர் குழுக்களுக்கும் இடையிலான தொடர்பை மேம்படுத்துவதற்கான 'இராணுவ மக்கள் தொடர்பு பிரிவு'க்கு பொறுப்பாளராக நியமிக்கப்பட்டபோது, போன்சாலா இராணுவப்பள்ளியுடனான தனது உறவை புதுப்பித்துக்கொண்டார். அப்பள்ளி வளாகத்திலேயே ஏராளமானோர் கலந்துகொண்ட பல பயிற்சிமுகாம்களையும் கூட்டங்களையும் நடத்தியிருக்கிறார். அவற்றில், 2008 ஆம் ஆண்டு நடந்த மாலேகான் குண்டுவெடிப்புக்கு இருவாரங்களுக்கு முன்னரும்கூட (2008 செப்டம்பர் 16), ஒரு பயிற்சிமுகாம் நடத்தப்பட்டிருக்கிறது. இதனை மகாராஷ்டிர பயங்கரவாதத் தடுப்புப்படையிடம் இராணுவ பாதுகாப்புத் துறையில் மேஜராக இருந்த இரமேஷ் உபாத்யாயா ஒப்புக்கொண்டார். அவர் போன்சாலா இராணுவப்பள்ளியின் நாசிக் வளாகத்தில் நடந்த மூன்று கூட்டங்களில் கலந்துகொண்டதாகவும், அங்கே பிரக்ய சிங் தாகூர் மற்றும் அவரது கூட்டாளிகளும் பங்கேற்றதாகவும், மாலேகான் குண்டுவெடிப்புக்கான திட்டமிடலை நடத்தியதாகவும் ஒப்புதல் வாக்குமூலமும் கொடுத்திருக்கிறார் கர்னல் புரோகித்.[3]

மாலேகான் குண்டுவெடிப்பு தொடர்பான விசாரணை வேகமெடுக்கத் துவங்கியதும், போன்சாலா இராணுவப் பள்ளி குறித்த பல்வேறு புதிய தகவல்கள் வெளிவர ஆரம்பித்தன. அதனையடுத்து, அப்பள்ளியின் பயிற்சி ஆசிரியரான ஓய்வுபெற்ற லெப்டினன் கர்னல் எஸ்.எஸ்.ராய்கர் தான் அனைத்திற்கும் காரணம் என்று குற்றம் சுமத்தினார் பள்ளியின் ஒட்டுமொத்த நிர்வாகத்தையும் கவனித்துவரும் ஆட்சிமன்றக்குழுவின் செயலாளரான டி.கே.குல்கர்னி.

*‘எங்கள் பள்ளியின் புதிய ஆசிரியரான லெப்டினன் கர்னல் எஸ்.எஸ்.ராய்கரும் புரோகித்தும் இராணுவத்தில் ஒன்றாகப் பணிபுரிந்தவர்கள். அதனால் அவரை அணுகி, பள்ளியில் கூட்டங்களை நடத்துவதற்கு அபினவ் பாரத் இயக்கத்துக்கு அனுமதி வாங்கியிருக்கிறார் புரோகித்’*

எனச்சொல்லி, பள்ளிக்கும் அபினவ் பாரத் போன்ற அரசியல் குழுக்களுக்கும் தொடர்பில்லை என்று வலியுறுத்தினார் குல்கர்னி.[4]

தான் எந்தக் குற்றமும் செய்யவில்லை என்றே சொல்லிவந்தார் இராணுவ புலனாய்வுத் துறையின் மனிப்பூர் பிரிவில் பணிபுரிந்து ஓய்வுபெற்றவரான ராய்கர். மகாராஷ்டிர பயங்கரவாதத் தடுப்புப்படையினரால் விசாரணை செய்யப்பட்டதுமே, எந்தக்காரணமும் சொல்லாமல், போன்சாலா இராணுவப்பள்ளியின் பொறுப்பிலிருந்து விலகினார் ராய்கர்.

எப்படியாகினும், அந்த இராணுவப்பள்ளி மிகவும் பயனுள்ளதாக இருந்ததாக புரோகித் கருதினார். அதற்கான வீடியோ ஆதாரத்தை பயங்கரவாதத் தடுப்புப் படையினர் கைப்பற்றினர். இந்தியாவின் ஒவ்வொரு மாநிலத்திலும் அதேபோன்ற இராணுவப் பள்ளிகள் துவங்க வேண்டுமென்றும், கோடைகால பயிற்சிகளை அங்கே கொடுக்க வேண்டுமென்றும், காவல்துறை ஏதும் தேடுதல் பணியைத் துவக்குகிற போதெல்லாம் அப்பள்ளிகளை ஒளிந்துகொள்ளப் பயன்படுத்தலாம் என்றும் அதில் புரோகித் பேசியிருக்கிறார்.[5]

இராணுவத்தினர் பலரும் தங்களது பணிக்காலம் முடிந்து ஓய்வுபெற்றபின்னர், இந்துத்துவ இயக்கங்களை நோக்கி நகர்வதைப் பார்க்கமுடிகிறது. வகுப்புவாதம் தேசியவாதமாகப்படுவதே அதற்கான காரணமாக இருக்கலாம். அப்படியாக முன்னாள் இராணுவத்தினரை இந்துத்துவ வகுப்புவாதத்தின்பால் ஈர்ப்பதற்கு, இந்துத்துவ தத்துவமும் இராணுவப் பயிற்சியும் பின்னிப்பிணைந்திருக்கும் இடமான போன்சாலா இராணுவப்பள்ளிக்கு எளிதான காரியமாக இருக்கிறது.

*‘மகாராஷ்டிராவில் இந்துத்துவ செயல்பாடுகள் அனைத்திலும், நாசிக்கில் இருக்கும் போன்சாலா இராணுவப்பள்ளிக்கும், நாக்பூரில் இருக்கும் அதன் கிளைப்பள்ளிக்கும் முக்கியமான பங்கிருந்து வந்திருக்கிறது. இந்துத்துவாவை இராணுவத்திற்குள் நுழைப்பதற்கான வாசலாகவும் அப்பள்ளிகள் இருந்து வருகின்றன. (போர் பதட்டம் இல்லாத) அமைதியான காலகட்டத்திலும்கூட*

'இராணுவத்திற்கு ஆட்களை ஈர்க்கும் காந்தமாக அப்பள்ளிகள் செயல்படுகின்றன'

என்று மகாராஷ்டிர பயங்கரவாதத் தடுப்புப்படையின் மூத்த அதிகாரியொருவர் மும்பையில் சந்தித்தபோது என்னிடம் தெரிவித்தார். 2014இல் பாஜக ஆட்சிக்கு வந்தபிறகு வெளிப்படையாக அதனைச் சொல்லமுடியாத சூழலில் தன்னுடைய அடையாளத்தை வெளிக்காட்டிக்கொள்ளாமல் தனது கருத்தினை அவர் தெரிவித்தார்.

இவை எல்லாவற்றுக்கும் மேலாக, இந்துத்துவாவின் அடியாட்களுக்கு பயிற்சிகொடுப்பதற்கான களமாகவும் போன்சாலா இராணுவப்பள்ளி மாறியிருக்கிறது. இன்னும் சொல்லப்போனால், அப்பள்ளியின் நாக்பூர் கிளையில் 2001லேயே பயிற்சிமுகாம்களை பஜ்ரங்தள் நடத்தியிருக்கிறது.⁶ 2006 ஏப்ரல் மாதத்தில் நந்தேத் என்கிற ஊரில் நடந்த குண்டுவெடிப்பை விசாரிக்கையில், மகாராஷ்டிர பயங்கரவாதத் தடுப்புப்படையினர் இதனை வெளிச்சத்திற்குக் கொண்டுவந்தனர். ஆர்எஸ்எஸ் ஊழியரான லக்ஷ்மண் ராஜ்கொண்ட்வாரின் வீட்டில், அவரது மகன் நரேஷும் உள்ளூர் பஜ்ரங்தள் தலைவரான ஹிமன்ஷு பான்சேவும் வெடிகுண்டு தயாரித்துக்கொண்டிருக்கும்போதே வெடித்ததில், நரேஷ் இறந்துபோனார். மாருதி கேசவ் வாக், யோகேஷ் விதுல்கர், குருராஜ் ஜெய்ராம் துப்தெவார் மற்றும் ராகுல் பாண்டே உள்ளிட்ட நால்வரும் படுகாயமடைந்தனர்.

போன்சாலா இராணுவப்பள்ளியின் நாக்பூர் கிளையில் ஏற்கனவே ஹிமன்ஷு பான்சேவினால் பயிற்சிமுகாம்கள் நடத்தப்பட்டிருப்பதை பயங்கரவாதத் தடுப்புப்படையினர் கண்டுபிடித்தனர். நாசிக்கில் இருக்கும் அப்பள்ளியின் பிரதான கிளை உருவாக்கப்பட்டு 60 ஆண்டுகளுக்குப்பிறகு 1996இல் தான் துவங்கப்பட்டது நாக்பூர் கிளை. 1999இல் புதியதொரு கட்டிடத்திற்கு நாக்பூர் பள்ளி இடம்பெயர்ந்தது. அதிலொரு பகுதியைத்தான் பயிற்சிமுகாம்களை நடத்துவதற்கு 2001இல் பஜ்ரங்தள் பயன்படுத்தியது.

இதனை, 1996 ஆம் ஆண்டு முதல் ஆர்எஸ்எஸ்-இல் இணைந்து பணிபுரிந்துவந்த புனேவைச் சேர்ந்த ஓய்வுபெற்ற கடற்படை அதிகாரி எஸ்.ஆர்.பாட்டே உறுதிசெய்தார்.

'அது வழக்கமான பயிற்சிமுகாமல்ல. ஆயுதப்பயிற்சி உள்ளிட்ட பல்வேறு பயிற்சிகளை உள்ளடக்கியிருந்தது.

*ஓய்வுபெற்ற இராணுவ மற்றும் புலனாய்வு அதிகாரிகளால் பயிற்சிகள் வழங்கப்பட்டன'*

என்று அப்பயிற்சி முகாமின் பயிற்சியாளர்களில் ஒருவரான எஸ்.ஆர்.பாட்டே காவல்துறையினரிடம் தெரிவித்ததாக 2008 நவம்பர் 3 ஆம் தேதி வெளியான இந்து நாளிதழில் குறிப்பிடப்பட்டிருக்கிறது. அம்முகாமுக்கு பல்வேறு பிரிவுகளில் பயிற்றுவிப்பதற்கான பயிற்சியாளர்களை வழங்கியது ஆர்எஸ்எஸ்தான் என்றும் விசாரணையில் பாட்டே தெரிவித்திருந்தார்.[7]

ஊடகங்களில் நந்தெத் குண்டுவெடிப்பின் குற்றப்பத்திரிக்கை தலைப்புச்செய்திகளாக வரத்துவங்கியதுமே, தங்களது பயிற்சி நிறுவனத்திற்கும் குண்டுவெடிப்பில் ஈடுபட்டதாக சந்தேகிக்கப்படுபவர்களுக்கும் தொடர்பிருக்கிறது என்கிற வாதத்தை போன்சாலா இராணுவப்பள்ளியின் நாக்பூர் கிளைத்தலைவரான சதீஷ் சப்பேகர் மறுத்தார். ஆனால் பள்ளியின் நிர்வாகிகள் காவிப்பின்னணியைக் கொண்டவர்கள் என்பதை மட்டும் ஒப்புக்கொண்டார்.[8] 2001இல் 'ஆளுமை வளர்ச்சிக்கான முகாம்' நடத்துவதற்காக பஜ்ரங்தள் இயக்கத்திற்கு பள்ளியின் வளாகத்தை இலவசமாகக் கொடுத்ததாகவும் அவர் ஒப்புக்கொண்டார். பள்ளியின் சார்பாக எவரும் அம்முகாமை கண்காணிக்கவோ அல்லது கலந்துகொள்ளவோ இல்லையென்றும் கருத்து தெரிவித்திருந்தார்.

*'எங்கள் ஆவணங்களின்படி 10-15 நாட்களுக்கு நாடுமுழுவதிலுமிருந்து 100-115 பஜ்ரங்தள் செயல்பாட்டாளர்கள் கலந்துகொண்ட பயிற்சிமுகாம் அது. பயிற்சியாளர்களை அவர்களே ஏற்பாடு செய்திருந்தனர். கட்டுமானப்பணி நடந்துகொண்டிருக்கும் எங்கள் பள்ளியின் கட்டிடத்திற்கு அருகில் ஒரு திறந்தவெளியில்தான் அப்பயிற்சிமுகாம் நடத்தப்பட்டது. துப்பாக்கிப் பயிற்சியெல்லாம் வழங்கப்படவில்லை என்பதை என்னால் உறுதியாக சொல்லமுடியும்'*

என்றார் சதீஷ் சல்பேகர்.[9]

## II

இந்துமதவெறி அரசியல்தான் போன்சாலா இராணுவப்பள்ளி துவங்கப்படுவதற்கான காரணியாக இருந்திருக்கிறது. அப்பள்ளியை உருவாக்கியவர் மருத்துவர் பி.எஸ்.மூஞ்சே. 1930களில் அவர் ஐரோப்பா சென்றபோது, பாசிஸ்ட்டுகளின் பயிற்றுவிக்கும்

முறைகளைக் கண்டார். பின்னாளில் போன்சாலா இராணுவப்பள்ளி துவங்குவதற்கும், அதன்மூலம் இந்து வகுப்புவாத அரசியலை முன்னெடுப்பதற்கும் அவரது ஐரோப்பிய பாசிச படிப்பினையே அடித்தளமாக அமைந்தது. மகாராஷ்டிராவின் முக்கியமான இந்து தலைவரும், ஆர்எஸ்எஸ்-இன் நிறுவனரான கே.பி.ஹெட்கேவரின் அரசியல் குருவுமான மூஞ்சே, 1927 முதல் 1930 வரை அகில பாரத இந்து மகாசபையின் தலைவராக இருந்தவர்.

> *'வலிமையான எந்திரத் துப்பாக்கிகளின் முனையில் ஆங்கிலேயர்களின் ஆதிக்கத்தில் ஒருபுறமும், முஸ்லிம்களின் ஆக்ரோசமான மனநிலையால் மறுபுறமும்'*[10]

என இரண்டுவிதமான ஆதிக்கத்தில் இந்துக்கள் இருப்பதாக அவர் கருதினார். ஆங்கிலேயர்களை எதிர்ப்பதற்கு பதிலாக, முஸ்லிம்களையே இந்துக்களின் முதன்மையான எதிரிகளாக அவர் அடையாளப்படுத்தினார்.[11]

மகாராஷ்டிராவில் பலரும் (குறிப்பாக பிராமணர்கள்) அதே போன்ற பார்வையைக் கொண்டிருந்தனர்.

> *'இரண்டாம் உலகப்போர் நடந்துகொண்டிருக்கும்போதும் அதற்கு முந்தைய காலகட்டத்திலும் ஆங்கிலேயர்களுடன் சமரச எண்ணமும், (ஐரோப்பிய) சர்வாதிகாரிகளிடம் ஒப்புமை உணர்வும்' இந்தியாவின் இந்து அமைப்புகள் பலவற்றுக்கும் இருந்தன. ஆங்கிலேயர்களை எதிர்ப்பதற்கு பதிலாக, உள்நாட்டு எதிரிகளோடு ஆயுதங்களைக்கொண்டு சண்டையிடுவதற்கும் தங்களைத் தயார்படுத்திக்கொண்டிருந்தனர்'*

என்கிறார் இத்தாலிய அறிஞரான மர்சியா கசோலரி.[12]

'உள்நாட்டு எதிரிகளுடன்' சண்டைபோட வேண்டிய தேவை உருவாக்கப்பட்டதும், பாசிச ஆட்சியாளர்களின் பயிற்றுமுறைகளை கற்பதற்கு மூஞ்சே ஆர்வமாக இருந்தார். 1931இல் நடந்த வட்டமேசை மாநாட்டில் கலந்துகொள்ள இந்து மகாசபையின் சார்பாக தேர்வு செய்யப்பட்டார். ஐரோப்பிய சுற்றுப்பயணம் மேற்கொள்வதற்கும், அதனூடே இத்தாலியில் நீண்டநாட்கள் தங்கியிருக்கவும் வட்டமேசை மாநாட்டுப்பயணம் அவருக்கு உதவியது. மாநாடு முடிவடைந்ததும், முதலில் பிரான்சுக்கும் ஜெர்மனிக்கும் சென்றார். அதன்பின்னர் இத்தாலிக்கு சென்று மார்ச் 15 முதல் 24 வரையில் பத்து நாட்களாக இத்தாலியின் ரோம் நகரில் தங்கினார்.

இத்தாலி பயணத்தின் முழுவிவரங்களையும் தன்னுடைய நாட்குறிப்பில் மிகவிரிவாக எழுதிவைத்திருக்கிறார் மூஞ்சே. ரோம் நகருக்கு சென்றது, அங்கே இராணுவக் கல்லூரிக்கு சென்றது, உடற்கல்வியைப் பயிற்றுவிக்கும் மத்திய இராணுவப்பள்ளிக்கு சென்றது, பாசிச உடற்கல்வி அகாடமிக்கு சென்றது, இத்தாலிய பாசிச இளைஞர் குழுவான ஒப்பரா நேசனல் பலில்லாவின் துணை அமைப்பான பலில்லா மற்றும் அவங்குவர்திஸ்தி அமைப்புக்குச் சென்றது என அவரது பயணத்தின் விவரங்கள் பலவும் அவரது நாட்குறிப்பில் குறிப்பிடப்பட்டிருக்கின்றன. அவ்வியக்கங்களைப் பார்த்து அவர் ஆச்சர்யமடைந்திருக்கிறார் என்பதும் தெளிவாகிறது. பாசிச எண்ணங்களை இளம் ஆண்களிடமும் பெண்களிடமும் விதைத்ததில் மையப்புள்ளியாகத் திகழ்ந்தது அவர் ஆச்சர்யப்பட்ட அவ்வமைப்புகள் தான்.

மூஞ்சேவைப் பொருத்தவரையில்,

"பலில்லா கல்வி நிறுவனங்கள் மற்றும் அவ்வியக்கங்களின் உயர் அதிகார பீடத்தில் இன்னமும் போதியளவிற்கான ஒழுக்கமும் ஒழுங்கமைவும் இல்லையென்றபோதும், அவ்வியக்கங்களும் அவற்றின் ஒட்டுமொத்த கருத்துருவாக்கமும் என்னை அதிகமாக ஈர்த்திருக்கின்றன. இத்தாலியில் இராணுவத்தை மீண்டும் மீண்டும் புனரமைப்பதற்காகவே இப்படியான திட்டத்தை முசோலினி உருவாக்கியிருக்கிறார். இயற்கையிலேயே இத்தாலியர்கள் மிகவும் இலகுவான மனிதர்களாகவும் வீரம்குறைந்தவர்களாகவும் இருக்கின்றனர். இந்தியர்களைப் போலவே அவர்களும் அமைதியை விதைத்து, போர்க்கலையை புறந்தள்ளியிருக்கிறார்கள். தனது நாட்டின் அடிப்படை பலவீனத்தை கண்டறிந்து பலில்லா இயக்கத்தை தோற்றுவிக்கும் திட்டத்தை உருவாக்கினார். [...] இத்தாலியின் இராணுவத்திற்கு இதைவிடவும் சிறப்பான திட்டத்தை எவரும் கண்டறிந்திருக்கமுடியாது. [...] இந்தியாவுக்கும் (குறிப்பாக இந்து இந்தியாவுக்கும்) இப்படியானதொரு இராணுவ பயிற்சி நிறுவனம் அமைத்து, இந்துக்களின் இராணுவத்தை மீண்டும் மீண்டும் புனரமைத்து புதுப்பித்துக்கொண்டே இருக்கலாம். அதன்மூலம் இந்துக்களை வீரமிக்க இந்துக்கள் மற்றும் வீரமில்லா இந்துக்கள் என்று பிரித்துவைத்திருக்கும் ஆங்கிலேயரின் செயற்கைக் கருத்துருவாக்கம் காணாமல் போகக்கூடும்"[13]

மார்ச் 18ஆம் தேதியன்று ரோமிலிருக்கும் இத்தாலியின் அயல்துறை அலுவலகத்திலிருந்து மூஞ்சேவுக்கு ஒரு கடிதம் வந்தது. மார்ச் 19 ஆம் தேதியன்று மாலை 6.30 மணிக்கு பாசிச அரசின் தலைமையகம் இருக்கும் பாலாசோ வெனிசியாவில் மூஞ்சேவை சந்திக்க முசோலினி ஒப்புக்கொண்டதாக அக்கடிதத்தில் குறிப்பிடப்பட்டிருந்தது. அவர் சரியான நேரத்திற்கு அரண்மனைக்கு சென்றிருக்கிறார் என்பதை மார்ச் 20 ஆம் தேதி அவர் எழுதிய நாட்குறிப்பிலிருந்து நாம் அறிகிறோம்.

"மிகப்பழமையான வரலாற்றுக் கட்டிடங்களில் ஒன்றான அந்த அரண்மனையில் மிகப்பெரிய அரங்குகள் நிறைந்திருந்தன. நான் விரைவில் உள்ளே அழைக்கப்பட்டேன். ஒரு பெரிய அரங்கின் ஒரு மூலையில் போடப்பட்டிருந்த ஒரு மேசையில் தனியாக அமர்ந்திருந்தார் முசோலினி. நான் உள்ளே நுழைவது குறித்து அவருக்கு அறிவிக்கப்பட்டதும், உடனடியாக எழுந்து என்னருகே வந்து வரவேற்றார். அவருடன் கைகுலுக்கி, நான்தான் மருத்துவர் மூஞ்சே என்றேன். அவருக்கு என்னைப்பற்றி எல்லாமே தெரிந்திருந்தது. இந்திய விடுதலைப் போராட்ட நிகழ்வுகளை நெருக்கமாக கவனித்துவந்திருக்கிறார் என்பதும் எனக்கு புரிந்தது"

"அவருக்கு காந்தி மீது மிகப்பெரிய மரியாதை இருப்பது போலத்தோன்றியது. அவருடைய மேசையின் முன்னே இருந்த மற்றொரு நாற்காலியில் எனக்கு நேரெதிராக அமர்ந்து, ஏறத்தாழ அரை மணிநேரம் உரையாடினார். காந்தி குறித்தும் அவரது இயக்கம் குறித்தும் என்னிடம் கேட்டறிந்தார். வட்டமேசை மாநாட்டின் மூலம் இந்தியாவுக்கும் பிரிட்டனுக்கும் இடையில் அமைதி கிடைக்குமா என்றும் கேள்வியெழுப்பினார். பிரிட்டன் ஆட்சியின் கீழிருக்கும் பிற பிரதேசங்களைப் போலவே இந்தியாவுக்கும் சமமான அந்தஸ்தை தருவதற்கு நேர்மையாகவே பிரிட்டன் விரும்பினால், அமைதியோடும் விசுவாசத்தோடும் பிரிட்டன் பேரரசின் கீழ் இருப்பதற்கு எங்களுக்கு எவ்வித ஆட்சேபணையும் இல்லை என்றும் அதனை பிரிட்டன் மறுத்தால், மீண்டும் போராட்டங்கள் துவங்கப்படும் என்றும் முசோலினியிடம் தெரிவித்தேன். பிரிட்டனுடன் இந்தியா நட்புடனும் அமைதியாகவும் இருந்தால்தான், பிரிட்டனால் மற்ற ஐரோப்பிய நாடுகள் மத்தியில் தொடர்ந்து ஆதிக்கம் செலுத்தமுடியும் என்றும்,

இந்தியாவுக்கு சம அளவிலான தன்னாட்சி உரிமை வழங்காவிட்டால், அது நடக்காது என்றும் முசோலினியிடம் தெரிவித்தேன். என்னுடைய கருத்தில் முசோலினி ஈர்க்கப்பட்டார் என்று எனக்குத் தோன்றியது. இத்தாலியின் பல்கலைக்கழகத்தை பார்வையிட்டேனா என்று முசோலினி கேட்டார். எனக்கு இளைஞர்களுக்கு இராணுவப்பயிற்சி கொடுப்பதில் ஆர்வமிருப்பதால், இங்கிலாந்து, பிரான்சு மற்றும் ஜெர்மனியைச் சேர்ந்த இராணுவப்பள்ளிகளை பார்த்து வந்திருக்கிறேன் என்று அவரிடம் கூறினேன். இத்தாலிக்கும் அதே காரணத்திற்காகத்தான் வந்திருக்கிறேன் என்றும் இத்தாலியிலிருக்கும் இராணுவப்பள்ளிகளை பார்வையிடுவதற்கு இங்கிருக்கும் அயல்துறை அலுவலகமும் போர் அலுவலகமும் எனக்கு சிறப்பான உதவிகளைச் செய்தமைக்கு நன்றியையும் முசோலினியிடம் தெரிவித்தேன். இன்று காலையும் மதியமும் பலில்லா மற்றும் பாசிச இயக்கங்களைப் பார்த்து, நான் அதிசயத்துப் போனேன். இத்தாலியின் வளர்ச்சிக்கும் செழுமைக்கும் இது போன்ற இயக்கங்கள் அவசியம் தேவை. உங்களைப் பற்றியும் பாசிச இயக்கங்களைப் பற்றியும் அவ்வப்போது செய்தித்தாள்களில் தவறான விமர்சனங்கள் வந்துகொண்டே இருப்பதைப் பார்க்கிறேன். ஆனால் அவ்விமர்சனங்களில் இருக்கும் தவறுகள் என்னைப்பொருத்தவரையில் தவறாகவே தோன்றவில்லை என்றும் அவரிடம் தெரிவித்தேன்"

**சிக்னோர் முசோலினி:** (பாசிச) இயக்கங்கள் குறித்த உங்களது கருத்து என்ன?

**மூஞ்சே:** நான் வெகுவாக ஈர்க்கப்பட்டுவிட்டேன். இலட்சியத்தையும் வளர்ச்சியையும் நோக்கி நகரும் ஒவ்வொரு நாட்டிற்கும் இதுபோன்ற இயக்கங்கள் தேவை. இந்தியாவின் இராணுவ புனரமைப்புக்கு எங்களுக்கும் பாசிச இயக்கங்கள் தேவை. ஆங்கிலேயர்கள் கடந்த 150 ஆண்டுகளாக இந்தியாவை ஆண்டுவந்திருக்கிற இக்காலகட்டத்தில், இராணுவப் பணியிலிருந்து இந்தியர்கள் வெளியேற்றப்பட்டிருக்கின்றனர். ஆனால் இந்தியா தன்னைத் தற்காத்துக்கொள்வதற்கு தயாராக ஆசைப்படுகிறது. அதற்காகத்தான் நான் உழைத்துக்கொண்டிருக்கிறேன். நான் ஏற்கனவே சொந்தமாக ஒரு இயக்கத்தை உருவாக்கியிருக்கிறேன். இதேபோன்ற குறிக்கோள்களோடு சுயமாக நானே சிந்தித்தும் வைத்திருக்கிறேன். உங்களுடைய

*பலில்லா மற்றும் பாசிய இயக்கங்களைப் புகழ்ந்து பேசுவதற்கான வாய்ப்பு கிடைக்கும்போது, இந்தியாவிலும் இங்கிலாந்திலும் பொதுத்தளத்தில்கூட பேசுவதற்கும்கூட நான் கொஞ்சமும் தயங்கமாட்டேன். அவ்வியக்கங்கள் சிறப்பாக செயல்பட்டு வெற்றிபெற வாழ்த்துகிறேன்.*

*“என்னுடைய பேச்சில் முசோலினி மகிழ்ச்சியடைந்து நன்றியும் தெரிவித்தார். எனது பணி மலையளவு பெரியது என்றும் அதில் வெற்றபெற வாழ்த்துவதாகவும் என்னிடம் கூறினார் முசோலினி.*

*வாழ்த்து சொல்லிவிட்டு நாற்காலியிலிருந்து எழுந்தார். நானும் எழுந்து விடைபெறுமுன் கைகுலுக்க கைநீட்டினேன். அவரோ, என்னை வாசல்வரை வந்து வழியனுப்புவேன் என்றார். பின்னர் வாசற்கதவுவரை நடந்துவந்து, கைகுலுக்கி, வாழ்த்தி, வழியனுப்பினார்.”*[14]

மூஞ்சேவும் முசோலினியும் சந்தித்ததாக இத்தாலியில் எந்த ஆவணத்திலும் குறிப்பிடப்படவில்லை என்கிறார் இத்தாலிய அறிஞர் கசோலைரி. *‘1931 மார்ச் 16இல், ஒரு பார்வையாளராக அரண்மனைக்கு வருவதற்கான விண்ணப்பத்தை மூஞ்சே கொடுத்ததாகவும், அதற்கு மார்ச் 18இல் ஒரு பதில் கடிதத்தை அயல்துறை அமைச்சகம் கொடுத்ததாகவும்’* எழுதப்பட்டிருக்கிற ஒரு குறிப்பை மட்டும் கண்டறிந்தார் கசோலரி.[15] மூஞ்சே மார்ச் 18இல் அயல்துறை அமைச்சகத்திடமிருந்து பதில் கடிதம்பெற்ற விவரத்தை அவரது நாட்குறிப்பிலும் காணமுடிகிறது. ஆங்கிலேய அதிகாரிகள்தான் ஐரோப்பாவில் மூஞ்சே சந்திக்கவேண்டியவர்களை தீர்மானித்தனர் என்றும் கசோலரி தெரிவிக்கிறார்.[16] ஆனால் மூஞ்சே-முசோலினி சந்திப்பிற்கு ஆங்கிலேய அதிகாரிகள் ஏன் ஏற்பாடு செய்தனர் என்பது இன்றளவும் மர்மமானதாகவே இருக்கிறது.

## III

ஐரோப்பிய பாசிச அரசின் ‘மத்திய இராணுவ உடற்பயிற்சிப் பள்ளி’யிடமிருந்து பெற்ற அனுபவங்களைக் கொண்டு, 1934இல் மத்திய இந்து இராணுவக் கல்விக்கழகத்தை (சி.ஹெச்.எம்.இ.எஸ்) மூஞ்சே உருவாக்கினார்.

*‘இந்துக்களின் இராணுவத்திற்கு ஆட்களை சேர்ப்பதும், தாய்நாட்டின் பாதுகாப்பிற்கு பொறுப்பேற்பதற்காக இந்து*

இளைஞர்களை தயார்ப்படுத்துவதும், "சனாதன தர்மத்தை" அவர்களுக்கு பயிற்றுவிப்பதும், தற்காப்பு மற்றும் தேசிய பாதுகாப்பிற்கான பயிற்சிகளை வழங்குவதுமே'

அக்கல்விக்கழகத்தின் நோக்கமாக வகுக்கப்பட்டது.[17] அவ்வமைப்பினுடைய குடையின்கீழ்தான் போன்சாலா இராணுவப்பள்ளியும் துவங்கப்பட்டது.

இலண்டனில் வட்டமேசை மாநாடு நடந்துகொண்டிருந்தபோது அந்நகரில் தங்கியிருந்த நாக்பூரைச் சேர்ந்த வியாபாரியான எம்.என்.கதாதேவும் பிரான்சு மற்றும் ஜெர்மனியில் இருந்த இராணுவப்பள்ளிகளைப் பார்வையிட மூஞ்சேவுடன் சென்றிருந்தார். ஆனால் மூஞ்சே இத்தாலிக்கு செல்லும்போது அவருடன் கதாதே செல்லவில்லை. மூஞ்சேவை நினைவுகூர்ந்து அவர் ஒரு குறிப்பு எழுதியிருக்கிறார்.

*வட்டமேசை மாநாட்டிலிருந்து வந்ததிலிருந்தே நாசிக்கில் போன்சாலா இராணுவப்பள்ளியினைத் துவங்குவது தொடர்பான வேலைகளை மூஞ்சே வேகவேகமாக செய்யத் துவங்கினார். இரவுபகல் பாராமல் 24மணிநேரமும் அதற்கான நிதியினைத் திரட்டினார். பல்வேறு மாநிலத் தலைவர்கள், ஆலை முதலாளிகள், மற்றும் பலரிடமும் இலட்சக்கணக்கான ரூபாயினை நன்கொடையாக சேகரித்தார். குவாலியர் மகாராஜாவும் அமல்னரின் பிரதாப் சேத்தும் ஆளுக்கு ஒரு இலட்சத்தினை மூஞ்சேவுக்கு வழங்கியிருந்தனர். ஆங்கிலேய இராணுவத் தளபதிகள் மற்றும் வைசராய்களின் நன்மதிப்பைப் பெற்றிருந்ததும், நம்பிக்கையான பல தொடர்புகளை உருவாக்கியிருந்ததும், ஆளுமைத்தன்மை மிக்கவராக இருந்ததுமே பணத்தைவிடவும் அப்பள்ளியை உருவாக்குவதில் மிகமுக்கியப்பங்காற்றியது.[18]*

ஆனால் உண்மையிலேயே மூஞ்சேவின் ஆளுமைத்தன்மையும் நேர்மையான தொடர்புகளை ஏற்படுத்தியிருந்ததும் மட்டுமே அப்பள்ளியை உருவாக்குவதற்கு அவருக்கு உதவவில்லை. அவரது வெற்றிக்கு ஆங்கிலேய ஆட்சியாளர்கள், பாரம்பரிய மன்னர்க்குடும்பங்கள் மற்றும் பெருவியாபாரிகளின் ஆதரவைப் பெற்றதும்தான் அவரது வெற்றியில் பெரும்பங்காற்றியது. அவர்களின் இரகசிய விருப்பங்களுக்கு ஒத்துழைப்புத் தருவதாக இந்துமகாசபையின் தலைவரான மூஞ்சே கொடுத்த வாக்குறுதியினால் தான் அனைத்தும் சாத்தியமாயிற்று. ஆங்கிலேய அரசுக்கு மட்டுமே விசுவாசமாக பணிபுரியக்கூடிய படைவீரர்களை

உருவாக்கி அவர்களுக்கு சேவைசெய்வதற்கு வழங்கப்படும் என்று ஆங்கிலேய ஆட்சியாளர்களுக்கும், இந்துக்களுக்கு இராணுவப்பயிற்சி அளிக்கமட்டுமே இப்புதிய பயிற்சிப்பள்ளி பயன்படுத்தப்படும் என்று வகுப்புவாத எண்ணங்கொண்ட தலைவர்களுக்கும் வியாபாரிகளுக்கும் மூஞ்சே உறுதியளித்தார்.

இராணுவப்பள்ளியை உருவாக்கும் நோக்கில், முக்கியமான நபர்களிடம் உதவியும் ஆதரவும் கோரி அவர் நடத்திய உரையாடல்களே அனைத்திற்கும் சாட்சியங்களாக இருக்கின்றன. அவற்றில் பெரும்பாலானவை அவருடைய நாட்குறிப்பிலும் பதிவுசெய்யப்பட்டிருக்கின்றன. இராணுவப்பள்ளியைக் கட்டுவதற்கான இடத்தைக் கேட்பதற்காக, 1936 பிப்ரவரி 1 ஆம் தேதியன்று லார்ட் ப்ராபோர்னையும், பின்னர் பாம்பேயின் கவர்னரையும் சந்தித்திருக்கிறார் மூஞ்சே. ஆரம்பத்தில் இராணுவப்பள்ளியைக் கட்டும் திட்டத்திற்கான உறுதியான ஒப்புதலை கவர்னர் வழங்கவில்லை. இராணுவப்பள்ளியில் பயின்றுவிட்டு, பின்னர் புரட்சிகர தேசிய இயக்கங்களில் இணைந்து, அரசுக்கு எதிராகப் போராடிவிடுவார்களோ என்று கவர்னருக்கு அச்சமிருந்தது. அரசியலுக்கு அப்பாற்பட்டுதான் மாணவர்கள் வளர்த்தெடுக்கப்படுவார்கள் என்றும், தெஹ்ராதூனில் இருக்கும் (பிரிட்டிஷ்) இந்திய இராணுவக் கழகத்திற்கு ஆட்களைக் கொண்டுவரும் பணியைத்தான் இராணுவப்பள்ளி செய்யும் என்றும் பாம்பே கவர்னருக்கு மூஞ்சே உறுதியளித்தார்.

அவர்களுக்குள் நடந்த உரையாடலின் ஒரு பகுதி:

> ***கவர்னர்:*** *கேள்வியை நீங்கள் சரியாகக் கையாண்டிருக்கிறீர்கள். ஆனால் அதுமட்டுமே போதுமா? இல்லைதானே [சிரித்துக்கொண்டே], மருத்துவர் மூஞ்சே! இதுவொரு மதவாதப் பயிற்சிப்பள்ளி என்பதை நீங்கள் மறுக்கமுடியாது. அதோடு மட்டுமின்றி, இது இராணுவப்பயிற்சிப் பள்ளியும் கூட. ஒரு அரசின் தலைமைப்பதவியில் இருக்கும் நான் இதனை எப்படி இணைத்துப்பார்ப்பது? படைத்தளபதிக்கு விருப்பமிருந்தால் அவர் அனுமதிக்கலாம், ஆனால் ஒரு அரசு செய்யமுடியாதே. இது மத்திய அரசுக்கு உட்பட்டதும்கூட. அதனால் இதனை மத்திய அரசுடனும் ஆலோசிக்கவேண்டும்.*
>
> ***நான் (மூஞ்சே):*** *இந்திய இராணுவக்கழகத்திற்கு ஆட்களைக் கொண்டுவருவது மாதிரியான பள்ளிதான் இது. படைத்தளபதியான சார் ஃபிலிப் சேத்வோடேவுடன் நான் இந்திய இராணுவக்*

கல்லூரிக்குழுவில் பணியாற்றிக்கொண்டிருக்கும்போது, 'இந்திய இராணுவக்கழகத்தில் இணைவதற்கான தேர்வுகளுக்கு முன்னர் குறைந்தபட்ச அடிப்படைப் பயிற்சிகளைக் கொடுப்பதற்கான பள்ளிகளே இல்லையென்றால் இராணுவக்கழகம் எவ்வாறு வெற்றிகரமாக செயல்படமுடியும்' என்று கவலையோடு என்னிடம் தெரிவித்திருந்தார்... அக்குறைபாட்டை சரிசெய்யும் நோக்கில்தான் என்னுடைய பள்ளி வடிவமைக்கப்பட்டிருக்கிறது. இப்படியானதொரு பள்ளியினை உருவாக்கிக் கொண்டிருக்கிறேன் என்று தெரிந்ததுமே இராணுவ உயர்தளபதியும் மகிழ்ச்சியடைந்தார்

**கவர்னர்:** அதெல்லாம் சரிதான். தனிப்பட்டமுறையில் உங்களுக்கு என்னுடைய முழு ஆதரவு உண்டு... அப்பள்ளியினால் ஏற்படப்போகும் நன்மைகள் அனைத்தையும் நான் அறிவேன் என்றாலும், அதுவொரு இராணுவப்பயிற்சிப் பள்ளி என்பதை நம்மால் மற(று)க்க முடியாதே. பயிற்சிபெறப்போகும் மாணவர்கள் எவ்வாறு நடந்துகொள்வார்கள் என்று யாருக்குத்தெரியும்?

**நான் (மூஞ்சே):** இக்கருத்தை ஏற்கனவே நாங்கள் விவாதித்திருக்கிறோம். அரசியலுக்கு முற்றிலுமாக அப்பாற்பட்டே இப்பள்ளியை வைத்திருப்பது என்றே நாங்கள் முடிவும் செய்திருக்கிறோம். இது முழுக்கமுழுக்க கல்விநிலையமாக மட்டுமே இருக்கும். எந்தவிதமான அரசியலுக்கும் இங்கே இடமிருக்காது. ஐயா, அதனால்தான் ஆங்கிலேய உயர் அதிகாரிகள் பாம்பேக்கும் டெல்லிக்கும் பயணம்செய்கிறபோது ஆண்டுக்கு ஒருமுறையோ இருமுறையோ எங்கள் பள்ளிக்கு வருகைதந்து சோதனை செய்துகொள்ளலாம் என்று உயர்படைத் தளபதியிடம் (கமாண்டர் இன் சீஃப்) கேட்டுக்கொண்டிருக்கிறேன்.

**கவர்னர்:** ஆனால் அந்த சோதனை ஆய்வினால் என்ன ஆகிவிடப்போகிறது? உங்களுக்கும் எனக்கும் நல்ல நோக்கங்கள் இருக்கலாம். ஆனால் நாம் இறந்தபின்னர், பின்னாளில் அரசுக்கு எதிராக ஒரு புரட்சிகர இயக்கத்தை காங்கிரஸ் துவங்கினால், இப்பள்ளியில் பயின்ற மாணவர்கள் எவ்வாறு நடந்துகொள்வார்கள் என்பது யாருக்குத் தெரியும்? உங்களுடைய இராணுவப்பள்ளியில் பயின்ற ஒரு பத்தாயிரம் பேர் அந்த புரட்சிகர இயக்கத்தில் இணைகிறார்கள் என்று வைத்துக்கொள்வோம். அப்போது எந்தளவுக்கு

மோசமானதாகவும், சட்டம் ஒழுங்கிற்கு அச்சுறுத்தலாகவும் நிலைமை மாறிவிடும் என்பதை நீங்களே கற்பனை செய்துபாருங்கள். இதில்தான் அரசின் கடமையும் பொறுப்பும் அடங்கியிருக்கிறது. என்னுடைய சிரமத்தினை இப்போது நீங்கள் நன்றாகப் புரிந்துகொண்டிருப்பீர்கள் என்று நினைக்கிறேன்.[19]

ஆனால் காலனிய ஆட்சியாளர்களுக்கு ஆதரவாகவே தொடர்ந்து செயல்பட்டுவந்ததாலேயே, இராணுவப்பள்ளியிலிருந்து வெளியே வரும் இளைஞர்கள் அனைவரும் ஆங்கிலேய அரசுக்கு விசுவாசமாகவே இருப்பார்கள் என்று அவர் அளித்த உறுதியினை இறுதியில் ஆட்சியாளர்கள் ஏற்றுக்கொண்டனர். அதுமட்டுமே போதுமானதாக இருக்கவில்லை. பள்ளியை உருவாக்குவதற்கு ஏராளமான பணமும் தேவைப்பட்டது. இந்து தலைவர்கள், வியாபாரிகள் மற்றும் முதலாளிகளிடத்தில் இருந்த மதவாத உணர்வுகளை தனக்கு சாதகமாகப் பயன்படுத்திக்கொண்டு அவர்களிடம் பணம் பெற்றார் மூஞ்சே. இந்துக்களுக்கு மட்டுமேயான பள்ளியாக இது ஏன் இருக்கும் என்பதுகுறித்து, 'தர்' என்கிற சமஸ்தானத்தின் திவானிடம் மூஞ்சே விளக்கிய உரையாடலின் பகுதியொன்று அவருடைய நாட்குறிப்பிலும் காணப்படுகிறது.

**திவான் சாஹிப்:** இதுவரை நடந்தது நடந்ததாகவே இருக்கட்டும்... ஆனால் நீங்கள் ஒரு தேசியவாதியாக இருக்கவேண்டும். முஸ்லிம் ஆண்களையும் நீங்கள் ஏன் பள்ளியில் சேர்த்துக்கொள்ளக்கூடாது?

**நான் (மூஞ்சே):** பள்ளியின் சிறப்புக் கட்டுப்பாடுகளை மதித்து நடப்பதாக இருந்தால், முஸ்லிம்களையும் சேர்த்துக்கொள்வதில் எனக்கு எவ்விதப் பிரச்சனையும் இல்லை. ஆனால் இப்பள்ளிக்கு அவர்கள் வரமாட்டார்கள். அப்படியே சிலர் வந்தாலும், எங்கேயும் எப்போதும் செய்யும் தொந்தரவுகளை இங்கேயும் செய்வார்கள். இதனால் தேவையில்லாத சர்ச்சையும், பள்ளிக்கு அவப்பெயரும்தான் வந்து சேரும். முஸ்லிம்களிடம் பிரச்சனைகளை உருவாக்கும் சாமர்த்தியம் இருக்கிறது. அதன்பிறகு ஆங்கிலேய அரசின் உதவியுடன் ஆதிக்கம் செலுத்தத்துவங்கி நமக்கே தொல்லையாகிவிடுவார்கள்.

**திவான் சாஹிப்:** ஆமாம், ஆமாம், நீங்கள் சொல்வது முற்றிலும் சரி. இங்கே தர் சமஸ்தானத்திலும் இதற்கு முன்பில்லாத

*தேவையில்லாத பிரச்சனைகளையெல்லாம் அவசியமேயில்லாமல் அவர்கள் உருவாக்கிக்கொண்டிருக்கிறார்கள். இவ்வளவு காலமாக நாங்கள் சகோதரர்களாக வாழ்ந்துவந்திருக்கிறோம். ஆனால் கடந்த ஆறு மாதங்களாகவே, டெல்லியிலிருந்து சில முஸ்லிம்கள் இங்கே வந்து, இங்கிருக்கும் போஜ சாலையை போஜ சாலையே இல்லையென்றும் அதுவொரு முஸ்லிம் மசூதி என்றும் கூறிப் பிரச்சனையைத் தூண்டிவிட்டிருக்கின்றனர்.*

**நான் (மூஞ்சே):** *ஆக உங்களுக்கும் முஸ்லிம்களின் தொல்லையை அனுபவித்த சொந்த அனுபவமும் இருக்கிறது. நான் புதிதாகத் தொடங்குகிற பள்ளிக்கு அதுபோன்ற எந்தப் பிரச்சனைகளும் வரவேண்டாம்.*[20]

மூஞ்சேவின் முஸ்லிம் வெறுப்பிற்கு, அவர்கள் மீதான அவநம்பிக்கை மட்டுமே காரணமல்ல. "உள்ளூர் எதிரிகள்" என்கிற கட்டுக்கதையினால் முஸ்லிம்கள்மீது அவருக்கு இருந்த வெறுப்புணர்வே காரணம். ஆர்எஸ்எஸ் ஊழியரும் மூஞ்சேவின் நண்பருமான ஹெச்.கெ.ஜோஷிக்கு (என்கிற அப்பாஜி) மூஞ்சேவின் வெறுப்புணர்வை நேரில் பார்த்த அனுபவமுண்டு. ஒரு முறை ஜோஷியும் மூஞ்சேவும் ஏதோவொரு வேலைதொடர்பாக ஒன்றாக டெல்லிக்கு சென்றபோது ஏற்பட்ட திகிலூட்டும் அந்நிகழ்வினை பதிவு செய்திருக்கிறார்,

*அப்போது நான் மகாராஷ்டிராவில் ஒரு விடுதியில் தங்கியிருந்தேன். மூஞ்சேவோ பிர்லா பவனில் தங்கியிருந்தார். 1928 நவம்பரில் ஒரு நாள் காலை 7.30 மணிக்கு மருத்துவர் மூஞ்சே என்னை பிர்லா பவனுக்கு வரச்சொல்லியிருந்ததால், நானும் சரியான நேரத்திற்கு அங்கே சென்றிருந்தேன். அப்போது மூஞ்சே உறங்கிக்கொண்டிருப்பதாக அவரது உதவியாளர் பலிராம் கூறினார். என்னை மூஞ்சேதான் இந்த நேரத்தில் வரச்சொன்னார் என்றும் மூஞ்சேவை உறக்கத்திலிருந்து எழுப்புமாறும் பலிராமிடம் தெரிவித்தேன். ஆனால் பலிராம் என்னுடைய கோரிக்கையினை நிராகரித்துவிட்டார். அதன்பின்னர் மூஞ்சேவின் படுக்கையறைக் கதவைத்தள்ளி உள்ளே நுழைந்தேன். அதிர்ச்சிதரும்விதமாக, படுக்கையிலிருந்து வேகமாக என்னை நோக்கிவந்து துப்பாக்கியை நேராக குறிவைத்தார். நான் யார் என்பதை சத்தம்போட்டு தெரிவித்ததும்தான் அமைதியானார். 'நல்லவேளையாக நீங்கள் யாரென்று வேகமாகக் கூறினீர்கள். இல்லையென்றால், மிகமோசமாக*

*ஏதாவது நடந்திருக்கும்' என்றார் மூஞ்சே. என்னிடம் மன்னிப்பும் தெரிவித்த அவரிடம், எதற்காக ஆயுதம் வைத்திருக்கிறீர்கள் என்று கேட்டேன். இறுக்கமான அச்சூழலிலிருந்து முழுமையாக மீண்டுவந்த பின்னர் மனதார சிரித்துவிட்டு, 'இது டெல்லி என்று தெரிந்துகொள். என்னை எதிரிகளாகக் கருதுவோரிடமிருந்து நான் என்னைத் தற்காத்துக்கொள்ளவேண்டும். அதாவது முஸ்லிம்களைத்தான் குறிப்பிடுகிறேன்' என்று என்னிடம் சொன்னார் மூஞ்சே.*[21]

மூஞ்சேவை எந்த முஸ்லிமும் மிரட்டியதாகவோ தாக்கியதாகவோ எந்த ஆதாரமும் இல்லை. இருப்பினும், அவர் கொண்டிருந்த முஸ்லிம் விரோத எண்ணங்களை, நாசிக்கில் அவர் தொடங்கிய போன்சாலா இராணுவப்பள்ளி உள்பட வாழ்க்கை முழுவதும் அவருடைய அனைத்து செயல்பாடுகளிலும் பிரதிபலித்தார்.

## IV

1937இல் மத்திய இந்து இராணுவக் கல்விக்கழத்தினால் *(CHMES)* நாசிக்கில் போன்சாலா இராணுவப்பள்ளி நிறுவப்பட்டது. 1938இல் புதிய கட்டிடத்திற்கு மாறியபின்னர்தான் அதிகாரப்பூர்வமாக அப்பள்ளி திறந்துவைக்கப்பட்டது. மராட்டிய மன்னர் குடும்பத்திற்கு தனது விசுவாசத்தை காட்டும்விதமாகவும், சில நூற்றாண்டுகளுக்கு முந்தைய மராட்டியப் பேரரசினுடைய ஆட்சிக்காலத்தின் சூழல் திரும்பவேண்டும் என்கிற விருப்பத்தை வெளிக்காட்டும்விதமாகவும், 'போன்சாலா' என்கிற பெயரையே பள்ளிக்குத் தேர்ந்தெடுத்தார் மூஞ்சே. *'எங்கள் குடும்பமே நாக்பூரின் மன்னர் குடும்பத்திற்கு விசுவாசமாகப் பணியாற்றிய பாரம்பரியத்தைக் கொண்ட குடும்பமாகும். அதனை நாங்கள் பெருமையாகவே கருதுகிறோம்'* என்று குவாலியர் மகாராஜா அலிஜா பகதூர் சிந்தியாவுக்கு எழுதிய கடிதத்தில் குறிப்பிட்டிருக்கிறார். *'இந்தியாவில் மராட்டிய பேரரசுகள் வீரமிக்க ஆட்சியை நடத்தியவர்கள். நம்முடைய பாட்டன்களின் அந்த பெருமைமிகுந்த நாட்களுக்கு நமது தேசத்தை அழைத்துச்செல்வது நமது புனிதக்கடமையாகும். அதற்காக தன்னலம் பார்க்காமல் நாம் உழைக்கவேண்டும்'* என்றும் மூஞ்சே கூறினார்.[22]

முன்னொரு காலத்தில் போன்சாலாக்கள் நாக்பூரை ஆண்டுவந்தபோது, நிலங்களும் ஆட்சி அதிகாரப்பணிகளும் வழங்கப்பட்டு பிராமண ஆதிக்கம் உறுதிசெய்யப்பட்டிருந்தது. அதனாலேயே பிராமணரான மூஞ்சே, போன்சாலாக்களுக்கு

நன்றிவிசுவாசத்தோடு இருந்தார். போன்சாலா ஆட்சிப்பகுதிகள் முழுவதும் பிரிட்டிஷ் ஆட்சியின்கீழ் கொண்டுவரப்பட்டதும் காலங்காலமாக பிராமணர்கள் அனுபவித்துவந்த சலுகைகளுக்கு ஆபத்து வந்தது.[23] அதனால்தான் பழைய நாட்கள் திரும்பிவரவேண்டுமென மராட்டிய பிராமணர்களின் ஒருபகுதியினர் ஆசைப்பட்டனர். போன்சாலா குடும்பத்தின் மீது மூஞ்சேவுக்கு இருந்த பாசத்திற்கும் அதுவே காரணம். 1946இன் துவக்கத்தில் அரசியலமைப்புச் சட்டத்தை உருவாக்குவதற்கான குழுவைத் தேர்ந்தெடுப்பதற்கு தேர்தல் நடைபெற்றபோது, சர்தார் வல்லபாய் பட்டேலுக்கு மூஞ்சே ஒரு கடிதம் எழுதினார். அதில்,

> 'நாக்பூர் போன்சாலா மன்னர் குடும்பத்தின் பிரதிநிதியான மன்னர் பிரதாப்சிங் ராவுக்கு போட்டியாக வேட்பாளரை நிறுத்துவதில்லை என்று இந்துமகாசபை முடிவெடுத்திருக்கிறது. மன்னர் குடும்பத்தின் மீதுள்ள விசுவாசத்தின் காரணமாக இப்படியொரு முடிவினை நாங்கள் எடுத்திருக்கிறோம். காங்கிரஸ் கட்சியும் அதேபோன்று அவருக்கு எதிராக வேட்பாளரை நிறுத்தக்கூடாது'

என்று மூஞ்சே குறிப்பிட்டிருந்தார்.[24]

இந்துசிறுவர்களுக்கு இராணுவப்பயிற்சி அளிக்கிற மையமாக மட்டுமேயல்லாமல், சனாதன தர்மத்தை நிறுவி, ஊக்குவித்து, வளர்ப்பதற்கான இடமாகவும் அப்பள்ளியைக் கருதினார். நாசிக்கில் இருக்கும் பள்ளியின் பயிற்சித் திடலுக்கு 'இராமபூமி' (இராமரின் நிலம்) என்றும் இராணுவப்பயிற்சி மேற்கொள்பவர்களை இராமரின் ஊழியர்கள் என்றும் பெயர்சூட்டினார்.

பள்ளியின் வளாகத்திற்கான பெயரை இராமாயணத்தின் ஒரு வாசகத்திலிருந்தே எடுத்ததாக, மூஞ்சேவுக்கு மிகவும் நெருக்கமானவராக இருந்த ஜி.பி.சுப்பாராவ் 1972இல் எழுதியிருக்கிறார்:

> கிஷ்கிந்தா காண்டத்தில் வாலி தோற்கடிக்கப்பட்டதும், வாலிக்கும் இராமருக்கும் ஒரு உரையாடல் நடக்கிறது. அப்போது இராமர் மீது பல குற்றச்சாட்டுகளை வாலி முன்வைக்கிறார். 'இந்த பாரத நிலம் என்னுடையது. இது இராம பூமி. உனக்கு இங்கு இடமில்லை. அதனால் நீ வெளியேற வேண்டும்' என்று வாலிக்கு இராமர் பதிலளிக்கிறார். அந்த வரியில் ஈர்க்கப்பட்டே, தனது பள்ளியின் பயிற்சித்திடலுக்கு 'இராமபூமி' என்று பெயரிட்டதாக மூஞ்சே என்னிடம் கூறினார். இராம

இராஜ்ஜியத்தை அமைப்பதே இராம ஊழியர்களுடைய வாழ்க்கையின் ஒரே குறிக்கோள் என்பதை வலியுறுத்துவதோடு, 1947இல் ஆங்கிலேயர்கள் வெளியேறியதைப்போலவே இந்நிலத்திற்கு தொடர்பில்லாத அந்நியர்கள் அனைவரும் வெளியேறவேண்டும் என்பதை உணர்த்துவதிலும் அவ்வரிகள் முக்கியத்துவம் பெறுகின்றன.[25]

'உள்நாட்டு எதிரிகள்' யாரென்பதை இந்து மதவாதிகள் எவ்வாறு நேரடியாக தெரிவிக்கவில்லையோ, அதுபோலவே அந்த 'அந்நியர்கள்' யார் என்பதையும் மூஞ்சேவோ சுப்பாராவோ வெளிப்படையாகக் குறிப்பிடவில்லை. இருப்பினும் மூஞ்சே துவங்கிய போன்சாலா இராணுவப்பள்ளி, முழுக்க முழுக்க இந்துக்களுக்கானதாகவும் இந்துக்களல்லாதவர்களுக்கு எதிரானதாகவுமே இருந்துவந்திருக்கிறது என்பதை கவனித்தாலே, அதற்கான விடைகிடைத்துவிடும்.

மிகக்குறுகிய காலத்திலேயே அப்பள்ளி குறிப்பிடத்தக்க வளர்ச்சியினை அடைந்தது. குறிப்பாக ஆதிக்க சாதி இந்துக்கள் மத்தியில் பள்ளியின் பெயர் பிரபலமானதாக இருந்தது. பள்ளியின் வளாகத்திற்குள்ளேயே தங்கி, ஒரு சத்திரியனின் பாணியில் குதிரையிலேயே வலம்வரத்துவங்கினார் மூஞ்சே. அப்பள்ளிக்குத் தேவையான நிதியை சற்றும் சளைக்காமல் திரட்டினார். 1938 ஆகஸ்ட் 30ஆம் தேதியன்று, குவாலியரின் மகாராஜா அலிஜா பகதூர் சிந்தியாவுக்கு மூஞ்சே ஒரு கடிதம் எழுதினார். அதில்:

போன்சாலா இராணுவப்பள்ளி தனது செயல்பாடுகளை விரிவாக்கம் செய்துகொண்டிருக்கிறது. அதேபோன்று மக்கள் நிறையபேர் இப்பள்ளியில் சேரவிரும்புவதால், இடத்தட்டுப்பாடும் இருக்கிறது. இத்தகைய உடனடி மற்றும் அவசரத்தேவைகளை நாம் பூர்த்திசெய்தாகவேண்டும். இல்லையென்றால் இவ்வளவு குறுகியகாலத்திலேயே இப்பள்ளி பெற்றிருக்கும் நற்பெயருக்கு களங்கம் ஏற்பட்டுவிடக்கூடும். ஆனால் அதற்கு பணம்தான் பிரதானத் தேவையாக இருக்கிறது. இதுவரையிலும் கையேந்தி நிற்பதே பணத்திற்கான என்னுடைய ஒரே மூலாதாரமாக இருந்து வந்திருக்கிறது. அதனை என்னுடைய முழு சக்தியையும் திறனையும் பயன்படுத்தியே செய்துவந்திருக்கிறேன். அதனால், லாட்டரியின் மூலம் பணத்தைத் திரட்டும் திட்டத்திற்கான செயல்வடிவம் கொடுப்பதற்கு தீவிரமாக யோசித்து வருகிறேன். போன்சாலா இராணுவப்பள்ளியை கல்லூரியாக விரிவாக்கம் செய்வதற்கும், பின்னர்

*இராணுவப்பயிற்சிக்கான அகில இந்தியப் பல்கலைக்கழகமாக மாற்றுவதற்கும் தேவையான நிதியை சேகரிப்பதே லாட்டரி துவங்குவதன் நோக்கமாகும்.*[26]

ஏறத்தாழ பத்தாண்டுகளுக்கு சுமூகமாக இயங்கியது பள்ளி. மூஞ்சேவின் ஈடுபாட்டின் காரணமாக, பள்ளியில் மாணவர்களுக்கோ நிதிக்கோ எவ்விதத் தடையும் இருக்கவில்லை. ஆனால், 1948 ஜனவரி 30ஆம் தேதியன்று, நாதுராம் கோட்சேவினால் மகாத்மா காந்தி சுட்டுக்கொல்லப்பட்டதும், இந்து மகாசபையின் மீது கடுமையான எதிர்ப்பலை வீசியது. அதனால் போன்சாலா இராணுவப்பள்ளியும் மூடப்படும் நிலைக்குத் தள்ளப்பட்டது. மகாராஷ்டிராவிலும் இதர மத்திய மாகாணங்களிலும் இந்து மகாசபையின் தலைவர்கள் தாக்கப்படுவது வழக்கமாகிப் போயிருந்தது. இந்துமகாசபையிலும் ஆர்எஸ்எஸ்-லும் பெரும்பான்மையாக பிராமணர்களே இருந்தமையால், அம்மாகாணங்களிலுள்ள மக்களின் கோபத்திற்கு பிராமணர்களே முக்கியமான இலக்காகினர். தனது பள்ளியைப் பாதுகாப்பதற்கு மூஞ்சேவால் பெரிதாக ஒன்றும் செய்துவிடமுடியவில்லை. அவரால் பள்ளியைவிட்டு வெளியில்கூட வரமுடியாத அளவிற்கு வெளியே தொடர் போராட்டங்கள் நடந்துகொண்டிருந்தன. மூஞ்சேவுக்கு ஏற்பட்டிருந்த கசப்பான அனுபவங்களால், காந்தி கொல்லப்பட்ட மிகச்சில வாரங்களிலேயே (1948 மார்ச் 4) அவர் இறந்துவிட்டார்.

## V

மூஞ்சேவின் மறைவுக்குப்பின்னர், போன்சாலா இராணுவப்பள்ளியின் வீழ்ச்சி ஆரம்பமானது.

*'பள்ளியின் தந்தையான மூஞ்சே அளவிற்கு வேறு எவரும் கடுமையான உழைப்பைக் கொடுக்கமுன்வராததால், பள்ளிக்கான நிதி வருகையும் மாணவர் சேர்க்கையும் குறைந்தது'*

என்று மூஞ்சேவுடன் ஐரோப்பிய சுற்றுப்பயணத்தில் உடனிருந்த நாக்பூரைச் சேர்ந்த ஆர்எஸ்எஸ்காரரான கத்தாத்தே தெரிவித்தார். போன்சாலா இராணுவப்பள்ளியை நிர்வகித்துவந்த சிஹெச்எம்இஎஸ் இயக்கத்தில் (ஆர்எஸ்எஸ்காரரான) கத்தாத்தே இருந்துவந்தார். இருப்பினும், 1940இல் ஹெட்கேவருக்குப்பிறகு கோல்வால்கர் பொறுப்பேற்றதுமே இந்துமகாசபையிடமிருந்தும் போன்சாலா இராணுவப்பள்ளியிடமிருந்தும் தள்ளியிருக்கும் முடிவினை

ஆர்எஸ்எஸ் எடுத்திருந்தது. ஹெட்கேவருக்குப்பின்னர் கோல்வால்கர் தலைவரான சிலமாதங்களிலேயே, போன்சாலா இராணுவப்பள்ளியில் நடக்கவிருந்த கொரில்லா போர்த்தந்திரங்கள் தொடர்பான வகுப்பிற்கு சங்பரிவார ஊழியர்களை இந்துமகாசபையின் தலைவரான மூஞ்சே அழைத்திருந்தார். ஆனால் அவ்வழைப்பை கோல்வால்கர் அப்போதே நிராகரித்துவிட்டார் என்பது குறிப்பிடத்தக்கது.[27]

மூஞ்சேவின் மறைவுக்குப்பிறகு, சிலகாலமாக முற்றிலும் குழப்பமான சூழலே நிலவியது. பள்ளியை கவனித்துக்கொள்ள ஒருவருமில்லை. ஆர்எஸ்எஸ் இயக்கமும் தடைசெய்யப்பட்டுவிட்டது. இந்துமகாசபையும் முடங்கிப்போயிருந்தது. 1949ல் ஆர்எஸ்எஸ் மீதான தடை நீக்கப்பட்டபிறகு, தனது அடுத்தகட்ட முன்னகர்வுக்கான வழிகளை ஆர்எஸ்எஸ் ஆய்வுசெய்யத் துவங்கியது. கடுமையான நிதிநெருக்கடியில் போன்சாலா இராணுவப்பள்ளி இருந்தபோதும், இந்துமத வகுப்புவாதிகளின் பார்வையில் மிகவும் நம்பிக்கையளிக்கக்கூடிய ஒரு நிறுவனமாக அப்பள்ளி இருந்தது. அதன்பிறகுதான் பள்ளியின்மீது கோல்வால்கர் ஆர்வம்காட்டத் துவங்கினார். அக்காலகட்டத்தில் கோல்வால்கரின் நம்பிக்கைக்குரியவராக மாறியிருந்த கத்தாத்தேவின் முயற்சியினால், போன்சாலா இராணுவப்பள்ளியினை ஆர்எஸ்எஸ் கையிலெடுத்தது.

1953இல் பள்ளியின் மாணவர் எண்ணிக்கை 50ஆகக் குறைந்தது என்றும் நிதிப்பற்றாகுறை மற்றும் மாணவர் சேர்க்கையில் வீழ்ச்சி போன்ற காரணங்களுக்காக வெகுவிரைவில் அப்பள்ளி மூடப்பட்டுவிடும் என்று ஊடகங்களில் செய்திகள் வெளிவரத் துவங்கியதாக கத்தாத்தே தெரிவித்தார். இது குறித்து அவர் எழுதிய குறிப்பொன்றில்,

> இப்படியான சூழலில்தான் நான் உள்ளே நுழைந்தேன். 'பள்ளியை மூடிவிட்டு அரசாங்கத்திடம் சொத்துக்களை ஒப்படைக்கப்போவதாக இருந்தால், எனக்கு ஒரு இரண்டாண்டுகள் அவகாசம் கொடுங்கள். நான் முயற்சித்துப் பார்க்கிறேன்' என்று பள்ளியின் நிர்வாகக்குழுவிடம் கேட்டுக்கொண்டேன். பள்ளி நிர்வாகமும் அதற்கு ஒப்புக்கொண்டது. பீகார், உத்திரப்பிரதேசம், ஐதராபாத் மற்றும் பல இடங்களில் அலைந்து திரிந்து சிறுவர்களை பள்ளியில் சேர்த்தேன். மாணவர்களின் எண்ணிக்கை கொஞ்சம் கொஞ்சமாக உயர்ந்து 1955இல் 150ஐ எட்டியது. பராமரிப்பு செலவுக்கான மானியத்திற்கு அரசின் கல்வித்துறை ஒப்புதல்

*வழங்கியது. மருத்துவர் மூஞ்சே நட்டுவைத்த மரக்கன்றுக்கு இப்படியாக உரமிட்டு மிகுந்த பலமுடன் கூடிய மரமாக இன்று நாம் பார்க்கிற பள்ளி வளர்ந்திருக்கிறது.*[28]

இப்படியாக போன்சாலா இராணுவப்பள்ளி மீண்டும் புத்துயிர் பெற்றது. மீண்டெழுவதற்கு ஒரு விலையும் கொடுக்கவேண்டியிருந்தது. பள்ளியை மீட்டெடுத்ததில் நாக்பூரிலிருந்து செயல்பட்ட கத்தாத்தேவுக்குதான் முக்கியபங்குண்டு. ஆனால் பள்ளியின் நிர்வாகத்தை ஆர்எஸ்எஸ்-இன் அதிகாரமையம் மெல்ல ஆக்கிரமிக்கத் துவங்கியது. *'1953-1956 வரையிலான காலகட்டத்தில்தான் பள்ளியை ஆர்எஸ்எஸ் கைப்பற்றியது'* என்கிறார் ஓய்வுபெற்ற இராணுவ மேஜர் பிரபாகர் பல்வந்த் குல்கர்னி. 1956 முதல் 2003 வரை போன்சாலா இராணுவப்பள்ளியில் பல்வேறு பொறுப்புகளில் பணியாற்றிய குல்கர்னி, விரிவான பேட்டியொன்றில் இதனைக் குறிப்பிட்டிருக்கிறார்.[29]

1930களிலிருந்தே ஆர்எஸ்எஸ்-இன் தீவிர செயல்பாட்டாளராக குல்கர்னி இருந்துவந்தார். 1961இல் இந்தியாவின் பிராந்திய இராணுவத்தில் இணைவதற்குத் தேவையான தகுதித்தேர்வுகளில் தேர்ச்சிபெற்றார். பிராந்திய இராணுவமென்பது விருப்பமுள்ளவர்களை இணைத்து அவ்வப்போது இராணுவப்பயிற்சி கொடுத்து தயாராக வைக்கப்பட்டிருக்கும் தொழில்முறையல்லாத இராணுவப்படையாகும். நாட்டில் ஏதாவது அவசரநிலை ஏற்படும்போது மட்டுமே அவர்கள் பயன்படுத்தப்படுவர். *'பிராந்திய இராணுவம் என்பது மக்கள் இராணுவமாகும். அதனால் தான் சங்பரிவாரின் உறுப்பினராக இருந்துகொண்டே, பிராந்திய இராணுவத்திலும் இணையமுடிந்தது'* என்கிறார் குல்கர்னி. 1962இல் நடந்த இந்தியா-சீனா போரின்போதும், 1965இல் நடந்த இந்தியா-பாகிஸ்தான் போரிலும் பிராந்திய இராணுவத்தின் மூலமாக குல்கர்னியும் கலந்துகொண்டார். அதனாலேயே அவர் பணி ஓய்வு பெறுகையில், இராணுவ மேஜராக உயர்ந்திருந்தார். 2008இல் மாலேகான் குண்டுவெடிப்பைத் தொடர்ந்து, மகாராஷ்டிராவின் பயங்கரவாதத் தடுப்புப்படையினரால் காவலில் வைக்கப்பட்டு விசாரிக்கப்பட்டார். அப்போது ஊடக செய்திகளில் அவரது பெயர் அடிபட்டது. இருப்பினும் விசாரணைக்குப் பின்னர் அவர் விடுவிக்கப்பட்டார்.

*'மத்திய இந்து இராணுவக் கல்விக்கழகத்தில் (CHMES) வாழ்நாள் உறுப்பினர்கள் இருந்தனர். அவர்கள்தான் போன்சாலா இராணுவப்பள்ளியின் நிர்வாகக்குழுவைத் தேர்ந்தெடுப்பார்கள். பள்ளியை மீட்டெடுத்த*

காலகட்டத்தில் அதன் தாய் இயக்கமான கல்விக்கழகத்தின் நிரந்தர உறுப்பினர்களின் எண்ணிக்கையிலும் மாற்றம் வரத்துவங்கியது. புதிய உறுப்பினர்கள் அனைவரும் ஆர்எஸ்எஸ் இயக்கத்தைச் சேர்ந்தவர்களாகவே இருந்தனர்.'

என்கிறார் குல்கர்னி. அவரும் கல்விக்கழகத்தின் (CHMES) வாழ்நாள் உறுப்பினர்தான். ஆர்எஸ்எஸ்தான் பள்ளியை மீட்டெடுக்கும் பணியில் முக்கியப் பங்காற்றியது என்பதால், இப்படியான மாற்றம் நியாயமானது என்றே குல்கர்னி கருதினார்.

'நாட்டின் பல்வேறு பகுதிகளிலிருந்து சிறுவர்களை சங்பரிவார அமைப்பு பள்ளிக்கு அனுப்பாமல் விட்டிருந்தால், பள்ளியினால் புத்துயிர் பெற்றிருக்கவே முடியாது'

என்றும் சுட்டிக்காட்டுகிறார் குல்கர்னி.

பள்ளியை முழுவதுமாக ஆக்கிரமிக்கும் ஆர்எஸ்எஸ்-இன் திட்டத்தினுடைய ஒருபகுதியாகத்தான் பள்ளியோடு அவர் இணைக்கப்பட்டார்.

'1956 ஆம் ஆண்டின் ஒரு நாளில் குருஜியும் (கோல்வால்கரை குருஜி என்றுதான் ஆர்எஸ்எஸ் ஊழியர்கள் அழைத்தார்கள்) பாபாசாகேப் கத்தாத்தேவும் என்னை அழைத்து, போன்சாலா இராணுவப்பள்ளியில் இணையச்சொல்லினர். நானும் ஒப்புக்கொண்டு 1956 ஜூன் 12 ஆம் தேதியன்று, அப்பள்ளியில் பயிற்சியாளராக சேர்ந்தேன். அன்றிலிருந்து 1988 மே 21 ஆம் தேதி வரையிலும் அதே பள்ளியில்தான் நான் பணிபுரிந்தேன். அக்காலகட்டத்தில் பயிற்சியாளர், மேற்பார்வையாளர், முதல்வர், தளபதி போன்ற பல்வேறு பதவிகளை நான் வகித்திருக்கிறேன். 1998 முதல் 2003 வரையிலான ஐந்தாண்டுகளுக்கு, மத்திய இந்து இராணுவக் கல்விக்கழகத்தின் செயலாளராகவும் பணியாற்றியிருக்கிறேன்.'

மூஞ்சேவுடன் எப்போதும் சுமூகமான உறவு இருந்திராத கோல்வால்கர், 1950களின் இறுதியில் மூஞ்சே துவக்கிய போன்சாலா இராணுவப்பள்ளியை தன்னுடைய முழுமையான கட்டுப்பாட்டில் கொண்டுவந்துவிட்டார். அதற்கு கத்தாத்தே ஒரு கருவியாக செயல்பட்டார். 1996 ஜூன் மாதம் நாக்பூர் பள்ளியின் மற்றொரு கிளையைத் துவக்குவதிலும் முக்கியப் பங்காற்றினார். நாசிக் மற்றும் நாக்பூர் கிளைப்பள்ளிகளை நிர்வகிக்க இரு மண்டல குழுக்கள் அமைக்கப்பட்டன. 160 ஏக்கரில் பள்ளியின் நாசிக் கிளையும்,

பச்சைப் பசுமையான பரப்பைக்கொண்ட 30 ஏக்கரில் நாக்பூர் கிளையும் துவங்கப்பட்டு இயங்கிவருகின்றன.

இராணுவக்கல்லூரியாக விரிவடைந்த துவக்க காலத்திலேயே, அதனோடு இணைந்திருந்த டாக்டர் விவேக் என்பவரும் ஒரு ஆர்எஸ்எஸ் உறுப்பினர் ஆவார். கல்லூரி உருவான வரலாறு குறித்து,

'போன்சாலா இராணுவப்பள்ளியை கல்லூரியாக விரிவாக்கம் செய்யவேண்டும் என்று 1985லேயே பாபாசாகேப் கத்தாத்தே முடிவுசெய்திருந்தார். அதே ஆண்டில் (பாஜக தலைவரான) இராஜ்மாதா விஜய் ராஜே சிந்தியாவால் கல்லூரியைக் கட்டுவதற்கான அடிக்கல் நாட்டப்பட்டது. 1986இல் அதிகாரப்பூர்வமாக கல்லூரியும் துவங்கப்பட்டது. இருப்பினும் ஒரு புதிய கல்லூரியில் இராணுவக்கல்வியை அனுமதிப்பதற்கு புனே பல்கலைக்கழகம் சற்று தயக்கம்காட்டியது. அதனால், அடுத்த இரண்டாண்டுகளுக்கு கல்லூரியினால் செயல்படமுடியாமலே இருந்தது. இறுதியாக 1988இல் பல்கலைக்கழகத்தின் அனுமதி கிடைத்ததுமே கல்லூரி செயல்படத்துவங்கியது. நான் 1989இல் கல்லூரியில் சேர்ந்தேன்'

என்கிறார் டாக்டர் விவேக்.[30]

பல்வேறுவிதமான வளர்ச்சியைக் கண்டிருந்தபோதும், எந்த சித்தாந்தங்களுக்காக போன்சாலா இராணுவப்பள்ளி உருவாக்கப்பட்டதோ, அதனை பெருமளவில் தக்கவைத்துக் கொண்டேதான் பயணித்திருக்கிறது. இந்துக்களுக்கான பள்ளியாக துவங்கப்பட்ட அதேபள்ளியாகத்தான் இன்றும் இருந்துவருகிறது. இராம நாமங்கள் புகுத்தப்பட்ட இந்துமதக் கருத்துக்கள்தான் இன்றளவும் அப்பள்ளியில் பயிலும் மாணவர்களுக்கான பாடத்திட்டமாக இருக்கிறது. முஸ்லிம்களை மாணவர்களாகவோ ஆசிரியர்களாகவோ சேர்த்துக்கொள்ளக்கூடாது என்று எழுத்தளவில் எந்தத் தடையும் அப்பள்ளியில் இல்லை. ஆனால், 'ஒரேயொரு முஸ்லிம் ஆசிரியர்கூட பள்ளியில் இல்லை. ஒரு முஸ்லிம் மாணவர் சேர்வதும்கூட மிகமிக அரிதானதுதான்' என்று ராஜே கூறுகிறார்.

# இராஷ்ட்ரிய சீக் சங்கத் - இந்துமயமாக்கப்படும் சீக்கியம்

## I

பட்டியாலா பகுதியிலிருக்கும் புதிய தானிய சந்தை பகல் பொழுதுகளில் எப்போதும் பரபரப்பானதாகவே காணப்படும். மக்களின் கூச்சலும், ஆட்டோ ரிக்சாக்கள் மற்றும் டெம்ப்போக்கள் எழுப்பும் ஒலியும், கார்களின் இரைச்சலும், வண்டிகள் உள்ளேயும் வெளியேயும் வந்துபோவதுமாக தொடர்ந்து இடைவிடாத சத்தங்களும் ஆள்நடமாட்டமும் இருக்கிற பகுதியது. ஆனால் சூரியன் மறைந்தபின்னர் மிகவும் அமைதியான பகுதியாகிவிடும். குறிப்பாக, விவசாயப் பொருட்கள் விற்பனைசெய்யப்படாத ஜூலை மற்றும் ஆகஸ்ட் மாதங்களில் சற்று கூடுதலாகவே அமைதியாகிவிடும்.

2009 ஜூலை 29 ஆம் தேதியன்று அமைதியான இரவில், ஒரு காரிலிருந்து இறங்கிவந்த இருவர் இருள்சூழ் சந்தைக்குள் ஒளிந்து மறைந்தனர். சிறிதுநேரத்திற்குப் பிறகு, இரவு பத்து மணியளவில் மகிந்திரா பொலெரோ வாகனத்திலிருந்து இறங்கி, சந்தையின் அருகிலிருக்கும் தனது வீட்டுக்கு செல்ல முற்பட்டார் இராஷ்ட்ரிய சீக் சங்கத்தின் மாநிலத் தலைவரான ருல்டா சிங். அவர் வாகனத்திலிருந்து வெளியேவந்ததும், ஏற்கனவே இருளில் ஒளிந்திருந்த இருவரும் ருல்டா சிங்கை நிதானமாகப் பலமுறை துப்பாக்கியால் சுட்டுவீழ்த்தினர். பிறகு, சம்பவ இடத்திலிருந்து சில மீட்டர்கள் தொலைவில் நிறுத்தப்பட்டிருந்த காரில் ஏறி, அவர்கள் தப்பித்துச் சென்றுவிட்டனர்.[1]

சுடப்பட்ட ருல்டா சிங் கீழே சரிந்துவிழுவதற்கு முன்னர் உதவிகோரி கூச்சலிட்டுவிட்டு மயங்கினார். அவரது குடும்பத்தினரும் அக்கம்பக்கத்தினரும் உடனடியாக ஓடிவந்து, அவரை இராஜேந்திரா

மருத்துவமனைக்கு எடுத்துச்சென்றனர். அங்கிருந்து மருத்துவக்கல்வி மற்றும் ஆய்வுக்கான மருத்துவமனைக்கு மாற்றப்பட்டார். இரண்டு வாரங்களுக்குப் பின்னர் அவர் மரணமடைந்தார்.

தொழிற்முறைக் கொலைகாரர்கள் செய்தது போலவே, மிகவும் நேர்த்தியாக செய்யப்பட்ட கொலையாகத் தெரிந்தது. இது நிச்சயமாக ஒரு வழக்கமான கொலையல்ல என்பதில் எவ்வித சந்தேகமும் இருக்கவில்லை. கொலை நடந்த வெகுசீக்கிரத்திலேயே, அதற்கு காலிஸ்தான் இயக்கங்களில் ஒன்றான பப்பர் கல்சா சர்வதேசிய இயக்கம் பொறுப்பேற்றுக்கொண்டது.[2]

ருல்டா சிங்கின் கொலையையடுத்து இராஷ்ட்ரிய சீக் சங்கத்தின் உறுப்பினர்கள் பொறுமையிழந்து நிலைகொள்ளாமல் இருந்தனர். 2000ஆம் ஆண்டிற்குப்பிறகு பஞ்சாபில் எச்சரிக்கையுடனேயே தான் செயல்பட்டு வந்திருக்கிறது அவ்வியக்கம். சீக்கிய மதத்தின் உயர் அதிகார பீடமான அகல் தக்த்தை சிறிதளவும் எரிச்சலூட்டிவிடக் கூடாது என்பதில் கவனமாக இருந்தது. சீக்கிய அடையாளத்தை நீர்த்துப்போகச் செய்யும் விதமாகவே இராஷ்ட்ரிய சீக் சங்கத்தின் செயல்பாடுகள் இருப்பதாக அகல் தக்த் கருதியது. பஞ்சாபில் ஆர்எஸ்எஸ் இயக்கத்தின் முக்கியப்புள்ளியாகவும், இராஷ்ட்ரிய சீக் சங்கத்தின் பஞ்சாப் மாநிலத் தலைவராகவும் இருந்தவர் ருல்டா சிங். சீக்கிய மதத்திற்கு உள்ளிருந்தே அதன் தன்மைகளைத் தகர்த்து வலிமையற்றதாக்குவதையும், சீக்கிய மதத்தை இந்துமதத்தில் இணைப்பதை நோக்கி நகர்த்துவதையுமே ருல்டா சிங்கும் அவரது இயக்கமும் செய்வதாகவே பலராலும் பார்க்கப்பட்டது. ஆர்எஸ்எஸ்-இன் குறிக்கோளான 'இந்து இராஜ்ஜியம்' அமைப்பதற்கு இம்முயற்சி உதவும் என்பதே அவர்களது பார்வை.

சங்பரிவாரக் கூட்டத்தினர் மத்தியில் ஒப்பற்ற செல்வாக்கையும் பெயரையும் பெற்றிருந்தார் ருல்டா சிங். சீக்கியர்களுக்கு தனிநாடு கோரும் ஏராளமான சீக்கியர்கள் இந்தியாவைவிட்டு வெளியேறியிருக்கின்றனர். அவர்களில் 'தனி காலிஸ்தான்' ஆதரவு நிலைப்பாட்டைக் கொண்ட பலரையும் அதனைக் கைவிட்டு, இந்தியாவுக்கு திரும்புவதற்கு ருல்டா சிங் காரணமாக இருந்திருக்கிறார்.

'பாஜவின் என்ஆர்ஐ பிரிவின் பொதுச்செயலாளராகவும் ருல்டா சிங் இருந்தார். அதனைப் பயன்படுத்திக்கொண்டு, பிரிட்டன் உள்ளிட்ட பல்வேறு ஐரோப்பிய நாடுகள் மற்றும் வட அமெரிக்காவிற்கும் பலமுறை பயணம் செய்திருக்கிறார். தனி காலிஸ்தான் கோரிக்கைக்காக இந்திய அரசின் தடுப்புப்

பட்டியலில் இருக்கும் பலரையும் அவர் சந்தித்தார். தனி காலிஸ்தானுக்கு ஆதரவாக செயல்பட்டவர்களின் பெயர்களை இந்திய அரசின் தடுப்புப் பட்டியலிலிருந்து நீக்கவும், அதன்மூலம் அவர்களை இந்தியாவுக்குள் மீண்டும் வருவதற்கு அனுமதிக்கவும் கோரிக்கைவைத்து, இந்தியாவுக்குள்ளேயும் தொடர்ப்பிரச்சாரங்கள் செய்தார். சில சீக்கிய கடும்போக்காளர்களை அவருடைய அரசியல் நடவடிக்கைகள் அச்சுறுத்தியிருக்கிறது. அதுவே அவரது மரணத்திற்கும் காரணமாக அமைந்திருக்கிறது'

என்கிறார் சீக் சங்கத்தின் தேசிய பொதுச் செயலாளரான அவினாஷ் ஜெயிஸ்வால்.³

சீக் சங்கத்தின் மற்றொரு தேசிய பொதுச் செயலாளரும் ருல்டா சிங்கின் நெருங்கிய நண்பருமான மருத்துவர் அவதார் சிங் சாஸ்திரியும் ஜெயிஸ்வாலின் ஊகத்தினை அப்படியே எதிரொலிக்கிறார்.⁴

'சீக்கியர்களை தேசிய மையநீரோட்டத்தில் இணைக்கும் பணியில் குறிப்பிடத்தக்க பங்காற்றிக்கொண்டிருந்தார் ருல்டா சிங். வாஜ்பாய் ஆட்சியின்போது, அவரது முயற்சியினால்தான் இருபத்தியிரண்டு சீக்கியர்களின் பெயர்கள் இந்திய அரசின் தடுப்புப் பட்டியலிலிருந்து நீக்கப்பட்டன. அதுவே அவர் கொல்லப்படுவதற்கும் காரணமாகியிருக்கிறது.'

1980கள் மற்றும் 1990களில் 'தனி காலிஸ்தான் கோரும் இயக்கம்' மிகத்தீவிரமாக செயல்பட்டுக்கொண்டிருந்த காலகட்டத்தில், அயல்நாடுகளில் இருக்கும் இந்திய தூதரகங்களின் முன்னால் ஆர்ப்பாட்டம் செய்த சீக்கியர்கள், இந்திய அரசுக்கு எதிராகப் பேசியவர்கள், சீக்கிய தீவிரவாதிகளுக்கும் நீதிமன்றத்தால் குற்றவாளிகள் என்று அறிவிக்கப்பட்டவர்களுக்கும் கொலை மற்றும் குண்டுவெடிப்பில் வழக்கில் குற்றஞ்சாட்டப்பவர்களுக்கும் அடைக்கலம் கொடுப்பவர்கள் - என நூற்றுக்கணக்கான சீக்கியர்களை தடுப்புப்பட்டியலில் இணைத்து அவர்களை இந்தியாவுக்குள் வரமுடியாமல் செய்தது இந்திய அரசு. 2003 ஆகஸ்டில் சீக் சங்கத்தின் முயற்சியையடுத்து, அமெரிக்கா மற்றும் கனடாவில் வாழும் இருபத்தியிரண்டு சீக்கியர்களின் பெயர்களை தடுப்புப்பட்டியலிலிருந்து அப்போதைய பிரதமராக இருந்த வாஜ்பாயின் அரசு நீக்கியது. '(தேசிய) மையநீரோட்ட அரசியலில் இணைந்துகொள்ள அவர்களுக்கு மற்றுமொரு வாய்ப்பைத்

தருவதுதான் அதன் நோக்கம்' என்று 2004இல் ஊடகங்களிடம் தெரிவித்தார் ருல்டா சிங்.[5]

சீக்கிய கடும்போக்காளர்களின் 'தனி சீக்கிய தேசம்' என்கிற கருத்தில் உடன்பாடு கொண்ட ஆதரவுதளத்தை அசைத்துப்பார்க்குமளவிற்கு அச்சுறுத்தலாகவே ருல்டாவின் செயல்பாடுகள் இருந்தன. சீக்கியர்களுக்கும் இந்துக்களுக்கும் இடையே மத சச்சரவுகளை உருவாக்கும் இயக்கத்தின் தலைவராகவும் ருல்டா சிங் இருந்தார் என்பது சீக்கிய கடும்போக்காளர்களின் ஆத்திரத்தை மேலும் தூண்டியது. சீக்கியம் என்பது தனி மதமல்ல என்பதும், அது இந்து மதத்தின் ஒரு போர்வாள் மட்டுமே என்பதும்தான் சீக்கிய மதம் குறித்த சீக் சங்கத்தின் நிலைப்பாடு. இவற்றையெல்லாம் இணைத்துப்பார்க்கையில், சீக்கிய மத அடையாளத்தை இந்து மதத்திற்குள் இழுத்துக்கொள்ளும் ஆர்எஸ்எஸ்-இன் மாபெரும் சதியின் ஒரு பகுதியாகத்தான் ருல்டா சிங்கின் செயல்பாடுகள் இருந்திருக்கின்றன.

## II

2009இல் ருல்டா சிங் கொல்லப்படுவதற்கு இருபது ஆண்டுகளுக்கு முன்பிருந்தே அது தொடர்பான நிகழ்வுகள் சங்கிலித்தொடராகத் தொடங்கி நடந்து வந்திருக்கிறது. சீக்கியர்களுக்கு எதிராக நடத்தப்பட்ட நாட்டையே உலுக்கிய கலவரங்களையடுத்து, 1986இல் இராஷ்ட்ரிய சீக் சங்கத் இயக்கம் உருவாக்கப்பட்டது. ருல்டா சிங் 2009இல் கொல்லப்பட்டதை, இராஷ்ட்ரிய சீக் சங்கத் இயக்கத்தின் துவக்கத்திலிருந்தே விளங்கிக்கொள்ளுதல் அவசியமாகிறது. 1984 அக்டோபர் 31ஆம் தேதியன்று இந்தியாவின் பிரதமராக இருந்த இந்திரா காந்தியை அவரது சீக்கிய பாதுகாவலர்கள் இருவர் சுட்டுக்கொன்றதையடுத்து, அப்பாவி சீக்கிய மக்களின் மீது இந்துக்கள் தொடுத்த தாக்குதல்தான் அக்கலவரம். அதிகாரப்பூர்வமாக 2733 சீக்கியர்கள் டெல்லியில் நடத்தப்பட்ட வகுப்புவாதக் கலவரத்தில் கொல்லப்பட்டனர். அதிலும் 1984 நவம்பர் 1 முதல் 3 ஆம் தேதிக்குள்ளாகவே பெரும்பாலான கொலைகள் நிகழ்த்தப்பட்டன. உத்திரப்பிரதேசத்தின் கான்பூர், ஜார்கண்டின் பொகாரோ (அப்போதைய பீகார்), மத்தியபிரதேசத்தின் ஜபல்பூர், ஒடிசாவின் ரூர்கேலா உள்ளிட்ட நாட்டின் இதர பல நகரங்களிலும் சீக்கியர்கள் தாக்கப்பட்டனர்.

'சீக்கியர்களுக்கு எதிரான கலவரத்தால், நம்முடைய சமூகத்தில் பிளவையும் தேசத்தின் ஒற்றுமைக்கு அச்சுறுத்துலையும் உருவாக்கியதை ஆர்எஸ்எஸ் இயக்கத்தில் உள்ள நாங்கள் அனைவரும் கூர்ந்துகவனித்தோம். அக்கவலை நாடு முழுவதுமுள்ள ஆர்எஸ்எஸ் ஊழியர்களிடையே மிகப்பரவலாகி, இயக்கத்தின் தலைவரான பாலசாகிப் தியோரசிடமே விவாதிக்க ஆரம்பித்தனர். நிலைமை தானாகவே சீராகும் என்று காத்திருக்கும் நிலையில் நாங்கள் இல்லை. அதனால்தான் சீக்கியர்களின் புனிதநூலான குரு கிரந்த் சாகிப்பின் போதனைகளை பரப்புவதற்கும், நமது கலாச்சாரத்தின் பொதுத்தன்மையினை அழுத்தமாக வலியுறுத்துவதற்கும், 1986 நவம்பர் 24ஆம் தேதியன்று இராஷ்ட்ரிய சீக் சங்கத் என்கிற இயக்கத்தை உருவாக்கினோம்'

என்கிறார் 1960 முதலே ஆர்எஸ்எஸ் இயக்கத்தில் பிரச்சாரகராக இருந்துவரும் பஞ்சாபின் அபோகர் என்னும் ஊரைப் பூர்வீகமாகக்கொண்ட அவினாஷ் ஜெய்ஸ்வால்.

ஆனால் அவர் சொல்வதைப்போல, இராஷ்ட்ரிய சீக் சங்கத் என்கிற இயக்கத்தை ஆர்எஸ்எஸ் உருவாக்கியதற்கு அதுதான் உண்மையான காரணமா?

காங்கிரஸ் கட்சியினர்தான் கலவரத்தில் பெருமளவு பங்கேற்றனர் என்றாலும்கூட, ஆர்எஸ்எஸ் செயல்பாட்டாளர்கள் அனைவரும் கலவரத்தால் பாதிக்கப்பட்டவர்களின் பக்கமா நின்றனர்?

அப்போது, பல இடங்களில் சீக்கியர்களுக்கு எதிரான வன்முறைகளில் ஆர்எஸ்எஸ் மற்றும் பாஜகவைச் சேர்ந்தவர்கள் ஈடுபட்டனர் என்பதுதான் உண்மையான களநிலவரம். 2002 பிப்ரவரி 2ஆம் தேதியிட்ட இந்துஸ்தான் டைம்ஸ் பத்திரிக்கை செய்தியின்படி, டெல்லியில் நடத்தப்பட்ட சீக்கியர்களுக்கு எதிரான கலவரங்களில் ஈடுபட்டதாக பதினான்கு முதல் தகவல் அறிக்கைகளில் (எஃப்.ஐ.ஆர்) 49 ஆர்எஸ்எஸ் மற்றும் பாஜகவினரின் பெயர்கள் இடம்பெற்றிருந்தன.[6] கலவரத்தை விசாரிப்பதற்கு நியமிக்கப்பட்ட ஜெயின்-அகர்வால் குழுவின் முன்னால், பாதிக்கப்பட்டவர்கள் வழங்கிய வாக்குமூலத்தின் அடிப்படையில் அவ்வழக்குகள் போடப்பட்டன. தீவைத்தது, கலவரம் செய்தது, கொலை முயற்சி, கொள்ளை போன்ற பல்வேறு குற்றங்களில் அவர்கள்மீது வழக்கு பதிவுசெய்யப்பட்டன. காங்கிரஸ் கட்சியைச் சேர்ந்த ஹெச்.கே.எல்.பகத், சஜ்ஜன் குமார், தரம்தாஸ் சாஸ்திரி,

ஜகதிஷ் டைட்லர் உள்ளிட்ட பலரின்மீதும் ஒட்டுமொத்தமாக 48 வழக்குகளை பதிவுசெய்ய அவ்விசாரணைக்குழு பரிந்துரைத்தது.[7]

விசாரணைக்குழுவினால் பரிந்துரைக்கப்பட்ட ஆர்எஸ்எஸ் மற்றும் பாஜக இயக்கத்தைச் சேர்ந்த அனைவரும் ஏதோ சாதாரண தொண்டர்கள் மட்டுமே என்று சொல்லிவிடமுடியாது.

> *'1980இல் மக்களவைத் தேர்தலில் போட்டியிட்ட இந்தியாவின் பிற்கால பிரதமர் வாஜ்பாய்க்கு தேர்தல் பொறுப்பாளராக இருந்த இராம் குமார் ஜெயின் என்பவரும் சீக்கியர்களுக்கு எதிரான வன்முறையில் ஈடுபட்டதாக குற்றஞ்சாட்டப்பவர்களில் ஒருவர். பாஜகவின் முக்கியப்புள்ளியாகவும் ஆர்எஸ்எஸ் ஊழியராகவும் இருந்துவந்த இராம் குமார் ஜெயினின் வீடுதான் (87, ஹரி நகர் ஆசிரமம்) வாஜ்பாயின் தேர்தல் பிரச்சார அலுவலகமாகவே செயல்பட்டுவந்தது.'*[8]

சீக்கியர்களுக்கு எதிரான கலவரத்திற்கு பிறகு நடந்த மக்களவைத் தேர்தலில் காங்கிரஸ் கட்சிக்கு ஆர்எஸ்எஸ் பேராதரவை வழங்கிய பின்னணியை எளிமையாகப் புரிந்துகொள்ளமுடியும்.

சீக் சங்கத் இயக்கம் உருவாக்கப்பட்டதன் காரணமாக நாம் எவற்றை நம்பவேண்டுமென்று அதன் தலைவர்கள் நினைக்கிறார்களோ, அவை உண்மையான காரணங்களாக இருக்க வாய்ப்பில்லை என்பது மட்டும் நமக்குத் தெளிவாகவே புரிகிறது. 1984 நவம்பரில் சீக்கிய மக்களுக்கு எதிராக நடத்தப்பட்ட கலவரத்தினால் அம்மக்களிடம் ஏற்பட்டிருந்த பய உணர்வினை தனக்கு சாதமாகப் பயன்படுத்தி, அதன்மூலம் 'சீக்கியர்கள் இந்துக்கள்தான்' என்கிற தன்னுடைய கருத்தை முன்வைப்பதற்காகவே இராஷ்ட்ரிய சீக் சங்கத் என்னும் இயக்கத்தை ஆர்எஸ்எஸ் உருவாக்கியிருக்கிறது என்பதற்கான ஆதாரங்கள் இருக்கின்றன. அதற்கு இராஷ்ட்ரிய சீக் சங்கத்தின் கோட்பாட்டு அடிப்படையாக விளங்கும் ஒரு தனிவரைவு நூலே ஆதாரமாக இருக்கிறது. சீக்கியர்கள் என்பவர்கள் தனியான மதக்குழுவைச் சேர்ந்தவர்கள் இல்லை என்றும், இந்து மதத்தின் ஒரு சிறுபிரிவினர்தான் அவர்கள் என்றும், ஆங்கிலேயர்களின் பிரித்தாளும் சூழ்ச்சியால்தான் சீக்கியர்களுக்கு தனியான அடையாளம் இருப்பதுபோன்ற மாயை உருவாக்கப்பட்டது என்றும், 1985இல் வெளியிடப்பட்ட அத்தனிவரைவு நூலில் குறிப்பிடப்பட்டிருக்கிறது. சீக்கியர்களை இந்து சமூகத்தின் அங்கத்தினர்தான் என்று அவர்களை இந்துமதத்திற்குள் இழுத்துக்கொள்வதையும், சீக்கியர்களுக்கென்று

தனியான அடையாளமிருப்பதை மறுப்பதையுமே அந்நூல் செய்கிறது. 1984இல் சீக்கியர்களுக்கு எதிரான கலவரத்திற்கும், சீக்கிய அடையாளமே காரணம் என்று வகுப்புவாதக் கலவரத்தையும் நியாயப்படுத்தும்விதமாகவும் எழுதப்பட்டிருந்தது. அக்கொள்கைவிளக்க நூலை ஆர்எஸ்எஸ் இயக்கத்துடன் நெருங்கிய தொடர்புகொண்ட வரலாற்றாசிரியரான இராம் ஸ்வரூப் என்பவர்தான் எழுதினார். இந்து இராஜ்ஜியம் என்கிற தத்துவத்தை உயர்த்திப்பிடிக்கும் சீத்தாராம் கோயல் என்பவர்தான் அந்நூலுக்கு முன்னுரை எழுதினார். *'இசுலாமியத் தாக்குதல்களுக்கு எதிரான போராட்டக்களத்தில் இந்துக்களின் பிரதிநிதியாகத்தான் குருநானக் எதிர்வினைதான் ஆற்றினாரேயொழிய, புதிய மதத்தையெல்லாம் அவர் தோற்றுவிக்கவில்லை'* என்பதே சீத்தாராம் கோயலின் வாதம்.

> *'இசுலாமியப் படையெடுப்பாளர்களை எதிர்த்து இருமுனையில் பதிலடி கொடுக்கப்பட்டது. ஒருமுனையில் இந்து போர்வீரர்கள் போர்க்களத்திலும், பக்தி இயக்கம் என்கிற பெயரில் இந்தமதத் துறவிகளும் ஞானிகளும் ஆன்மீக எழுச்சியை மறுமுனையில் நாடெங்கிலும் நடத்தினர். நாடு முழுவதுமாக இயங்கிய பக்தி இயக்கங்கள் மக்களுக்கு சொல்லிய செய்தியனைத்தும் ஒரேமாதிரியானதாகத்தான் இருந்தது. வேதங்களிலும், இதிகாச புராணங்களிலும் தர்ம சாஸ்திரங்களிலும் சொல்லப்பட்டவற்றின் அடிப்படையில்தான் அவை இருந்தன."*[9]

அப்படியாகத் தோன்றிய பக்தி இயக்கம், அதன் கருத்துக்களை நாட்டின் பல்வேறு பகுதிகளுக்கு கொண்டுசேர்ப்பதற்காகவே பல மையங்களை நாடுமுழுவதிலும் உருவாக்கியது என்றும் அவ்வியக்கத்தின் சாதுக்களில் குருநானக்கும் ஒருவர் என்றும் கோயல் எழுதியிருக்கிறார். *'அதுபோன்ற ஒரு மையத்தை குருநானக் பஞ்சாபில் தோற்றுவித்தார். அவரது அழைப்பை ஏற்றவர்கள் சீக்கியர்கள் என்று அழைக்கப்பட்டனர்'* என்கிறார் கோயல்.[10] ரிக், சாம, யஜுர், அதர்வண மற்றும் மகாபாரதம் ஆகியவற்றைத் தொடர்ந்து சீக்கியர்களின் புனித நூலான ஆதி கிரந்தை ஆறாவது வேதமாக பஞ்சாபின் இந்துக்கள் கருதுவதாகவும் அவர் குறிப்பிடுகிறார்.[11]

இந்துமதத்தின் கூறுகளை சீக்கியமதம் முழுமையாக ஒத்திருக்காவிட்டாலும், அதனை மறுத்திருக்கிறார் கோயல்,

> *'இந்து மத்தத்தின் வேதங்களிலிருந்து எடுத்தாளப்படாத எதுவுமே சீக்கிய மதத்தில் இல்லை. மொழிநடை,*

*விவரணை, பிரபஞ்சம் உருவான வரலாறு, புராணங்கள், துறவிகள்-நாயகர்கள்-ஞானிகளின் கதைகள், ஆகமவிதிகள், ஒழுக்கவியல் கோட்பாடுகள், தியானமுறைகள், சடங்குகள் என அனைத்துமே இந்துமதத்திலிருந்துதான் பெறப்பட்டிருக்கின்றன'*

என்கிறார்.[12]

அவருடைய 'ஆய்வின்'மூலம் சீக்கியத்திற்கு தனியான மத அடையாளத்தை தருவதற்கு, மறுத்திருக்கிறார்.[13]

இந்து மதத்தை பிரித்து, முஸ்லிம்கள் மற்றும் கிருத்துவர்களைப் போல சீக்கியர்களும் தனியான மத அடையாளத்தைக் கொண்டவர்கள் எனச்சொல்லி ஆங்கிலேயர்கள்தான் பிரித்தாளும் வேலையைச் செய்தனர் என்பதை இராம் ஸ்வரூப் முன்வைத்திருக்கிறார். ஆங்கிலேய அதிகாரிகளும் அறிஞர்களும் மதபோதகர்களுமே இப்படியான சதியைச் செய்தவர்கள் என்று அவர் உறுதிபடக் கூறியபோதும், ஆங்கிலேய அதிகாரியும் மொழியியலாளருமான மேக்ஸ் ஆர்தர் மக்காலைஃபைதான் குறிப்பாகக் குற்றஞ்சாட்டுகிறார் இராம் ஸ்வரூப்.

தன்னுடைய எதிரிகளை அடித்து, விழுங்கிக்கொள்ளும் திறன்படைத்த இந்தியக் காடுகளில் வாழும் மலைப்பாம்பைப் போன்றதுதான் இந்துமதம் என்றும், சீக்கிய மதத்தையும் அப்படியாக இந்துமதம் விழுங்கிவிடும் என்றும் இராம் ஸ்வரூப் எச்சரித்தார்.[14]

*'மக்காலைஃப் உள்ளிட்ட ஆங்கிலேய அதிகாரிகளால் உருவாக்கப்பட்ட சீக்கிய இலக்கியங்களை வைத்துக்கொண்டுதான் சீக்கியர்களுக்கென தனியான அடையாளத்தை சீக்கிய அறிஞர்களால் வளர்த்தெடுக்க முடிந்தது. மக்கலைஃப்புக்கு நெருக்கமானவராக இருந்து அவருக்கு உதவியவரும், சீக்கிய சொற்களஞ்சியத்தை உருவாக்கும் பணியில் ஈடுபட்டவருமான கான் சிங் நபா என்பவர் ஆங்கிலேயர்களுக்கு மிகவும் விசுவாசியாக இருந்தவர். 1898இல் அதே கருத்தை வலியுறுத்தி, 'ஹம் இந்து நஹீன்' (நாங்கள் இந்துக்கள் இல்லை) என்றொரு துண்டுப்பிரசுரத்தையும் எழுதியவர்'*

என்று வாதிடுகிறார் ஸ்வரூப்.

*'சீக்கியர்களுக்கு தனிநாடு கோரும் காலிஸ்தான் இயக்கமும்கூட, மக்கலைஃப் மற்றும் ஆங்கிலேய அரசுடைய திட்டத்தின் உச்சகட்டம். கடந்த சில ஆண்டுகளாக*

*கொலை செய்யும் அரசியல் கூட வந்திறங்கியிருக்கிறது. இந்தியாவுக்குள்ளும் எல்லை தாண்டிய பகுதிகளிலும் கொலை செய்வது, நாசவேலை செய்வது, கொரில்லா போர்புரிவது போன்ற பலவும் இளைஞர்களுக்கு கற்பிக்கப்படுகிறது. அம்ரிட்சரில் இருக்கும் சீக்கியக் கோவில் சமூகவிரோதிகளின் சரணாலயமாக மாற்றப்பட்டிருக்கிறது. அப்படியான மோசமான சூழலினால் தான், அக்கோவில் கட்டிடம் தாக்கப்படுவதற்கும் சேதாரங்கள் ஏற்படுவதற்கும் காரணமாக அமைந்தது'*

என்கிறார் ஸ்வரூப்.[15]

1984இல் சீக்கியர்களுக்கு எதிராக நடத்தப்பட்ட கலவரத்திற்கும் சீக்கியர்களின்மீதே குற்றம் சுமத்தினார் ஸ்வரூப்:

*'இவையெல்லாமும் சேர்ந்து இந்தியா முழுவதிலுமுள்ள மக்களிடையே உருவாக்கிய கோபம்தான், இந்திரா காந்தியின் கொலைக்குப் பின்னர் சீக்கியர்களுக்கு எதிரான கலவரமாக மாறியது. அரசியல்வாதிகளுக்கும் காவல்துறைக்கும் இடையிலான சண்டையினால் உருவானதுதான் அக்கலவரமும் துயரமும் என்றே வாதிடுகின்றனர் குழப்பவாதிகள். ஆனால் இக்கொடுமைக்கு அதுவல்ல காரணம். சீக்கிய அகாலி அடையாள அரசியலுக்கு எதிராக உருவாகியிருக்கும் கோபமே இந்த மோசமான நிகழ்வின் மையப்புள்ளி.'*[16]

சீக்கியர்களின் மீதான தாக்குதல்களையொட்டியே அத்தனிவரைவு நூல் வெளியிடப்பட்டதா அல்லது அதுவொரு தற்செயலான நிகழ்வா என்பது தெளிவாகத் தெரியவில்லை. ஆங்கிலேய சதிகாரர்களாக மக்கலைஃப் உள்ளிட்டோரை சித்தரித்து, அவர்களின் பாதையைப் பின்பற்றுவதால் இப்படியான கலவரங்களையும் வன்முறைகளையும் சீக்கியர்கள் எதிர்கொண்டேயாக வேண்டும் என்று இத்தனிவரைவு நூலின்வழியாக அச்சுறுத்த நினைத்தனரா என்பதும் தெரியவில்லை. *'நாம் இணைந்தால் பெரிதாக வளரலாம்; ஆனால் பிரிந்திருந்தால், ஒருவரையொருவர் காயப்படுத்தவே முடியும்'* என்று இந்துக்களின் சார்பாக சீக்கியர்களுக்கு எச்சரிக்கைவிடுத்து அந்நூலை முடித்திருக்கிறார் ஸ்வரூப்.

# III

தேசியத்தின் கொள்கைகளை வரையறுக்கும் உரிமையை இந்து பெரும்பான்மைவாதம் தனதாக்கிக்கொள்கிறது என்று காங்கிரஸ் கட்சியைச் சேர்ந்த சீக்கியரான சர்தார் ஹுகும் சிங் மிகச்சரியாகவே அச்சம் தெரிவித்திருந்தார். 1949 அக்டோபர் 14 ஆம் தேதியன்று அரசியலமைப்புச் சட்ட உருவாக்கும் சபையில் பேசும்போது அவர் இவ்வாறு குறிப்பிட்டார்.

> *'ஐயா, இப்படியான மாறுபட்ட கருத்தைத் தெரிவிப்பதாலேயே நான் மதவாதி என்று குற்றஞ் சாட்டப்படக்கூடும். ஆனால் தேசியவாதம் என்பதே தனிக்குழுக்களின் விருப்பத்திற்கேற்ப மாறுபடுகிறது. பெரும்பான்மையினரின் தீவிரத்தன்மையை தேசியவாதமாகவும், சிறுபான்மையினரின் இயலாமையை வகுப்புவாதமாகவும் புரிந்துகொள்ளப்படக்கூடும். தேசியவாதம் என்றால் என்னவென்று சிறுபான்மையினருக்கு பாடமெடுப்பது பெரும்பான்மையினருக்கு மிகவும் எளிதானதுதான். ஆனால், அதற்குத்தக நடந்துகொள்வதுதான் மிகவும் கடினம்.'*[17]

இராம் ஸ்வரூப்பின் வாதங்கள் இந்து பெரும்பான்மைவாதத்தை ஊக்குவிப்பதோடு, நவீன இந்தியாவின் வரலாற்றைத் தவறாகவும் சித்தரிக்கிறது. சீக்கியமதத்தின் புனித நூல்களையும் வரலாற்றையும் ஆங்கிலத்தில் மொழிபெயர்த்தவர் மக்காலைஃப். அவருக்கு பஞ்சாப் மக்கள் குறித்தும் அவர்களது மத பாரம்பரியங்கள் பற்றியும் மிகவும் ஆழ்ந்த புரிதல் இருந்தது. சீக்கிய சமூகத்தின் உதவியோடு அவர்செய்த ஆய்வுகளுக்கும் மொழிபெயர்ப்புகளுக்கும் ஆங்கிலேய அரசு எவ்வித ஆதரவும் வழங்காததிலிருந்தே, அவருடைய பணிகளனைத்தும் ஆங்கிலேய அரசின் சதி என்கிற வாதத்தை முற்றிலுமாக நிராகரிக்க போதுமான ஆதாரமாக இருக்கிறது.

ஆர்எஸ்எஸ் இன் அரசியலுக்கு ஏற்றாற்போன்ற விளக்கத்தைக் கொடுக்கவேண்டுமென்கிற வெறியின் காரணமாகவே, சீக்கிய மதத்தை புரிந்துகொள்வதற்கு உதவும் மக்கலைஃபின் முக்கியமான இப்பணியினை ஸ்வரூப் புறந்தள்ளுகிறார். மக்கலைஃப் உருவாக்கிய ஆறு நூல்தொகுதிகளும், சீக்கிய மதத்தின் நம்பிக்கையையும் வரலாற்றையும் ஆங்கிலத்தில் புரிந்துகொள்ள உதவுவதோடு, சீக்கிய மத குருக்களால் தலைமுறை தலைமுறையாக வாய்மொழியாக சொல்லப்பட்ட குரு கிரந்த சாகிப்பின் பொருள்விளக்கங்களும் பதிவாக மாற்றப்பட்டிருக்கின்றன.

திரிக்கப்பட்ட வரலாறைக்கொண்டு 1985இல் வெளியிடப்பட்ட தனிவரைவு நூல்தான், 1986இல் இராஷ்ட்ரிய சீக் சங்கத் உருவாகவும் வழிவகுத்தது. சீக்கியர்கள் இந்துமதத்தின் ஒருபிரிவினர்தான் என்று 1980களின் கடைசியிலும் 1990 களின் பெரும்பாலான காலகட்டத்திலும் இராஷ்ட்ரிய சீக் சங்கத்தினால் பரப்பப்பட்ட செய்திதான், அவ்வியக்கத்தின் கோட்பாட்டு அடிப்படையாகவே உருவானது. இராஷ்ட்ரிய சீக் சங்கத்தின் ஆரம்பகால பிரச்சார ஆவணங்கள் அனைத்தும், சீத்தாராம் கோயல் மற்றும் இராம் ஸ்வரூப் முன்வைத்த வாதங்களைத்தான் கொண்டிருந்தன.

இராஷ்ட்ரிய சீக் சங்கத்தின் பத்தாண்டு நிறைவையொட்டி, *'இராஷ்ட்ரிய சீக் சங்கத்: ஓர் அறிமுகம்'* என்கிற நூல், அவ்வியக்கத்தின் ஆதியான அலுவலகம் சார்பாக வெளியிடப்பட்டது. பல ஆண்டுகளுக்கு முன்னர் ஸ்வரூப் முன்வைத்த 'ஆங்கிலேயர்களின் சதி' மற்றும் 'செயற்கையாக மக்காலைஃப் உருவாக்கிய சீக்கிய அடையாளம்' ஆகியவை அந்நூலிலும் இடம்பெற்றிருந்தன.

> *'சீக்கியத்தை தனிமதமென்றும் அதனை இந்துமதம் விழுங்கப்பார்க்கிறது என்றும் சீக்கியர்களிடம் மக்காலைஃப் கூறியிருக்கிறார். சிறிய மிருகங்களை வளைத்து அடித்து விழுங்கிக்கொள்ளும் திறன்படைத்த இந்தியக் காடுகளில் வாழும் மலைப்பாம்பைப் போன்றதுதான் இந்துமதம்.'*[18]

ஆங்கிலேயர்களின் வருகைக்குமுன்னர், 'முஸ்லிம் மன்னர்களின் ஆட்சிக்காலத்தில்' தங்களை இந்துக்களாகத்தான் சீக்கியர்கள் கருதினர் என்றும் புதிய மதத்தை உருவாக்கும் எண்ணத்தை சீக்கிய குருக்கள் எப்போதும் கொண்டிருக்கவில்லை என்றும் அந்நூல் குறிப்பிட்டிருந்தது. 'பிரச்சனையின் மூலகாரணத்தைப் புரிந்துகொள்வதும், அவ்வுண்மையினை மக்களறியச் செய்வதும் நம்முடைய தற்போதைய கடமை' என்று இராம் ஸ்வரூப் முன்னர் எழுதிய தனிவரைவு நூலின் மையக்கருத்தை மீண்டும் வலியுறுத்தும்விதமாகவே இராஷ்ட்ரிய சீக் சங்கத்தின் கொள்கை விளக்கநூலும் அமைந்தது.

துவங்கப்பட்ட முதல் பத்தாண்டுகள் வரையிலும் பஞ்சாபில் பெரியளவில் தங்களை வெளிக்காட்டிக்கொள்ளாமலேயே இராஷ்ட்ரிய சீக் சங்கத் இயக்கம் செயல்பட்டுவந்தது. ஆனால் சீக்கியர்கள் அதிகமாக வாழும் மற்ற மாநிலங்களில் அதிக கவனம் செலுத்திவந்தது. இதனால் அக்காலகட்டத்தில் இராஷ்ட்ரிய சீக் சங்கத்தின் உண்மையான குறிக்கோளை சீக்கிய மதத்தின் உயர்

அதிகார பீடமான அகால் தக்த் (அரியணை) அறிந்திருக்கவில்லை. 1984இல் நடந்த கலவரத்தில் தாக்குதலுக்குள்ளாகியும் பாதிக்கப்பட்டும் பஞ்சாபிற்கு வெளியே வாழும் சீக்கியர்கள் மத்தியில், இந்துக்களுக்கும் சீக்கியர்களுக்கும் இடையே நல்லிணக்கத்தை உருவாக்கும் இயக்கமாகவே ஆர்எஸ்எஸ் இன் துணை இயக்கமான சீக் சங்கத் தன்னைக் காட்டிக்கொண்டது.

1997இல் பஞ்சாபில் உருவான அகாலிதளம்-பாஜக கூட்டணியினாலும், 1998இல் மத்தியில் பாஜக தலைமையில் உருவான தேசிய ஜனநாயகக் கூட்டணியினாலும் ஏற்பட்ட அரசியல் மாற்றத்தை சீக் சங்கத் இயக்கம் முற்றிலும் தனக்கு சாதகமாகப் பயன்படுத்திக்கொண்டது. முதலில் பஞ்சாபில் தனது செயல்பாடுகளை துரிதப்படுத்தியது. மத்தியிலும் மாநிலத்திலும் தனக்கு ஆதரவான அரசுகள் இருக்கிற தைரியத்திலேயே ஏறத்தாழ முன்னூறு இந்துமத சாதுக்களைக்கொண்டு அம்ரிட்சருக்கு ஒரு யாத்திரையை ஏற்பாடு செய்தது சீக் சங்கத். கால்சா என்கிற அனைத்து சீக்கியர்களுக்குமான அமைப்பை குரு கோவிந்த் சிங் துவங்கி முன்னூறு ஆண்டுகள் நிறைவுபெற்றதைக் கொண்டாடுவதற்காகத்தான் யாத்திரை நடத்தப்படுவதாகவும் சீக் சங்கத் போலியாக பிரச்சாரம் செய்தது. ஆனால் சீக்கியம் என்பது இந்துமதத்தின் அங்கமே என்ற செய்தியை பரப்புவதே அதன் உண்மையான நோக்கமாக இருந்தது.

ஹரித்துவாரைச் சேர்ந்த சுவாமி பெர்மானந்த் கிரியின் தலைமையில் நடைபெற்ற யாத்திரையின் ஒருங்கிணைப்பாளராக இராஷ்ட்ரிய சீக் சங்கத்தின் தலைவரான சர்தார் சிரஞ்சீவி சிங் செயல்பட்டார். குரு கோவிந்த் சிங்கின் பிறப்பிடமான பட்னா சாகிப்பிலிருந்து துவங்கிய யாத்திரை அம்ரிட்சரில் நிறைவடைந்தது. அகால் தக்த்தின் (சீக்கிய அரியணைகளில் உயரிய பீடம்) தலைவரான கியானி புராண் சிங் உள்ளிட்ட சீக்கிய மதத்தின் பல தலைமை குருக்கள் (ஜதேதார்கள்) மற்றும் சீக்கிய மதத்தின் கல்வி நிறுவனமான தம்தாமி தக்சலின் தலைவரான பாபா தாகூர் சிங் ஆகியோர் அம்ரிட்சரில் யாத்திரையை வரவேற்றனர்.

> *‘அந்நிகழ்வின் மூலம் பெரியளவில் தனது குறிக்கோளை இராஷ்ட்ரிய சீக் சங்கத் அடைந்துவிட்டதாகவே எங்களுக்குள் ஓர் உணர்வு ஏற்பட்டது. இந்துக்களும் சீக்கியர்களும் சுமூகமாக இணைந்துவிட்டதைப் போன்றே எங்களுக்குத் தோன்றியது. இனியும் இராஷ்ட்ரிய சீக் சங்கத்தை தொடர்ந்து நடத்துவதா வேண்டாமா என்றொரு விவாதம்கூட ஆர்எஸ்எஸ் இயக்கத்திற்குள் நடந்தது. தனது*

*நோக்கத்தினை நிறைவேற்றிவிட்டதால், இராஷ்ட்ரிய சீக் சங்கத்தை கலைத்துவிடலாம் என்றும் ஒரு பிரிவினர் கருதினர். ஆனால் இன்னமும் சீக்கியர்களை தனியான அடையாளம் கொண்டவர்களாக நம்பிக்கொண்டிருக்கும் சீக்கியக்குழுக்களும் இருப்பதால் இராஷ்ட்ரிய சீக் சங்கத்தை தொடர்ந்து நடத்தவேண்டும் என்று மற்றொரு பிரிவினர் வலியுறுத்தினர்'*

என்கிறார் சீக் சங்கத்தின் தேசிய பொதுச் செயலாளரான அவினாஷ் ஜெயிஸ்வால்.

அந்நிகழ்வு, சீக்கியர்கள் மத்தியிலும் விவாதத்தை துவக்கியது. முன்னூற்றாண்டு விழாவினை சீக் சங்கத் நடத்தியதற்கும், சீக்கிய மதத்தின் முக்கியமான மதபீடங்கள் கலந்துகொண்டதற்கும், சீக்கிய அமைப்புகள் எதுவும் எதிர்ப்பு தெரிவிக்கவில்லையென்றாலும், சீக்கிய சமூகத்தினரிடையே சலசலப்பை உருவாக்கியிருந்தது. யாத்திரையைத் தொடர்ந்து, 'சீக்கியர்கள் இந்துமதத்தைச் சேர்ந்தவர்கள்தான்' என்பதை வலியுறுத்தும்விதமாக துண்டுப்பிரசுரங்களையும் வினா-விடைப் பட்டியல்களையும் பள்ளிகளில் சீக் சங்கத் விநியோகித்ததும், அம்மக்களின் கோபத்தினை அதிகரித்தது. குருகோவிந்த் சிங் எழுதிய பிச்சித்தர் நத்தக் என்னும் நூலில், சீக்கிய மதத்தின் பத்து குருக்களும் இராமரின் வாரிசுகள் என்று குறிப்பிட்டிருப்பதாக துண்டுபிரசுரங்கள் அச்சிட்டு, யாத்திரையின்போது சீக் சங்கத் விநியோகித்திருந்தது.

*'இராமரும், கிருஷ்ணரும், குரு சாகிபானும் வேறுவேறல்ல. அவர்கள் மூவரும் ஒரே சமூகத்தைச் சேர்ந்தவர்கள். அது இந்துசமுதாயமன்றி வேறல்ல. ஒட்டுமொத்த சீக்கிய சமூகமும் இந்துமதத்தின் ஒரு அங்கம்தான்... குருநானக் மற்றும் குரு கோவிந்த் சிங் போன்றோரின் குறிக்கோள்களை நிறைவேற்றுவதற்காகத்தான் ஆர்எஸ்எஸ் உழைத்துவருகிறது'*

என்று சீக் சங்கத் வெளியிட்ட துண்டுபிரசுரத்தில் குறிப்பிடப்பட்டிருந்தது.[19]

சீக்கிய மதத்தையும் அதன் குறியீடுகளையும் இந்துமதத்தோடு தொடர்புபடுத்தும் விதமான கேள்விகளோடு பள்ளிகளில் பொதுஅறிவுத் தேர்வுகளை ஆர்எஸ்எஸ் நடத்தியபோது பிரச்சனை மேலும் சிக்கலானது. சீக்கிய குருக்கள் குறித்த கேள்விகளுக்கிடையில் ஆர்எஸ்எஸ் பற்றிய கேள்விகளும் நடுநடுவே வைக்கப்பட்டிருந்தன. 2000 ஆம் ஆண்டின் டிசம்பர் மாதத்தில், பஞ்சாபிலிருக்கும் இந்து கோவில்களில் சீக்கிய மதநூலான

குருகிரந்த சாகிபை ஓதுவதற்கு ஆர்எஸ்எஸ் ஏற்பாடுசெய்தபோது பிரச்சனை பெரிதாக வெடிக்கும் நிலைக்குசென்றது.

சீக்கிய மதத்தின் பிரதான மடமான அகால் தக்த்தின் மதகுருவாக (ஜதேதார்) ஜோகிந்தர் சிங் வேதாந்தி பொறுப்பேற்றதும், சீக் சங்கத்தின் செயல்பாடுகளையும் நடவடிக்கைகளையும் கண்டித்து கடுமையான எச்சரிக்கைவிடுத்தார்.

*'குருநானக் தோற்றுவித்த சீக்கிய மதத்தை சிதைக்கும் நோக்கிலான எதையும் அச்சடித்து வெளியிடக்கூடாது என்று ஆர்எஸ்எஸ் மற்றும் அதன் துணை அமைப்புகளை நாங்கள் எச்சரிக்கிறோம். சீக்கியர்களின் பொறுமையை அவர்கள் சோதிக்காமல் இருப்பதே நல்லது. இல்லையேல், சிரோமனி குருத்வாரா பர்பந்தக் குழு (எஸ்ஜிபிசி) உள்ளிட்ட இதர சீக்கிய குழுக்கள், சீக்கிய குருக்கள் மற்றும் சீக்கிய மதத்தின் அறிவுஜீவுகளை இணைத்து ஆர்எஸ்எஸ் இயக்கத்தின் பிரிவினைவாத நடவடிக்கைகளை எதிர்த்து போராட்டம் நடத்தப்படும்.'*[20]

பஞ்சாப் இந்து கோவில்களில் சீக்கிய மதநூலான குரு கிரந்த சாகிபை ஓதும் முடிவினை இராஷ்ட்ரிய சீக் சங்கத் எடுத்ததும், அதனை எஸ்ஜிபிசி யின் வழக்கறிஞரான ஜஸ்விந்தர் சிங் கண்டித்தார்.

*'சிலைகள் வைக்கப்பட்டு வழிபடும் இடங்களில் சீக்கிய மதநூலான குரு கிரந்த சாகிபை ஓதுதல் கூடாது என்று சீக்கிய மதத்தின் நடத்தைவிதிகள் கூறுகின்றன. குரு கிரந்த சாகிபை வாசிக்கையில், எண்ணை விளக்கு, தேங்காய் உள்ளிட்டவைகளை வைத்திருக்கவேகூடாது. அது குருபோதனைகளுக்கே எதிரானதுகூட.'*[21]

பிரச்சனை பெரிதாகிவிடும் என்பதை அறிந்துகொண்டதும், திட்டத்தை உடனடியாக சீக் சங்கத் நிறுத்திவைத்தது. ஆனால் சீக் சங்கத் கொண்டிருக்கிற மாறுபட்ட கொள்கைகள் வெளிப்படையாகத் தெரியத் துவங்கின. அதேகாலகட்டத்தில், வேதாந்தி மற்றொரு கடுமையான விமர்சனத்தை ஆர்எஸ்எஸ் மீது வைத்தார்.

*'தோற்றத்தில் ஔரங்கசீப்பைப் போன்றதுதான் ஆர்எஸ்எஸ் இயக்கமும். கத்திமுனையிலோ அல்லது வேறுவழியிலோ இசுலாம் மதத்திற்கு அனைவரும் மாறவேண்டும் என்று ஔரங்கசீப் விரும்பினார். அதேபோன்று எல்லோரையும் இந்துமதத்திற்கு மாற்ற விரும்புகிறது ஆர்எஸ்எஸ். அதன்*

சித்தாந்தம் சீக்கியர்களுக்கு மட்டுமல்ல, அனைத்து மதங்களுக்குமே ஆபத்தானதுதான்."[22]

இராஷ்ட்ரிய சீக் சங்கத்திற்கு ஏற்பட்ட இப்பின்னடைவினால், சிறிதுகாலத்திற்கு தனது செயல்பாடுகளிலிருந்து பின்வாங்கி அமைதி காத்தது.

## IV

'அதிவேகமாக செயல்பட்டால் மிகமோசமான நிலைக்குத் தள்ளப்பட்டுவிடுவோமோ என்கிற அச்சத்திலேயே, பஞ்சாபில் எங்களது செயல்பாடுகளை நிறுத்திவைக்க வேண்டியதாகியது. ஆனால் அதேவேளையில், எங்களது செயல்பாடுகளைத் தொடராவிட்டாலும், இத்தனை காலம் நாங்கள் எடுத்த பெருமுயற்சியெல்லாம் வீணாகிப்போகும் அபாயமும் இருந்தது'

என்கிறார் பஞ்சாப் மாநில இராஷ்ட்ரிய சீக் சங்கத்தின் முன்னாள் தலைவரான இரகுபிர் சிங்.[23]

ஒரு சமூகத்தின் மதத்தை மற்றொரு மதத்தோடு இணைப்பதென்பது மிகவும் சிக்கலான வேலை. அதனால் அவ்வப்போது எதிர்பாக்கமுடியாத புதிய எதிர்ப்புக் குழுக்கள் உருவாகலாம். அதிலிருந்து வெளிப்படும் கோபங்கள் கவனிக்கப்படாமலேயே அதிகரித்துக்கொண்டிருக்கலாம். அக்கோபம் எதிர்பாராதவிதத்தில் எப்போது வேண்டுமானாலும் வெடிக்கலாம். மேலோட்டமான சில நடவடிக்கைகளின் மூலமாக ஒருமித்த கருத்திருப்பதாக வெளிக்காட்டியபடியே தனது குறிக்கோளில் வெற்றியடைந்துவிடலாம் என்று ஆர்எஸ்எஸ் எண்ணியிருந்தது. ஆனால் ஆர்எஸ்எஸ் இயக்கத்தின் முதற்கட்ட செயல்பாடுகளினால் பஞ்சாப் மக்களிடையே ஏற்பட்ட வெறுப்புணர்வின் காரணமாக அடுத்தகட்ட நடவடிக்கைக்கு தன்னைத் தயார்ப்படுத்திக்கொள்ள ஏறத்தாழ இருபது ஆண்டுகள் அவ்வியக்கத்திற்கு தேவைப்பட்டது.

2003 ஆம் ஆண்டில் பஞ்சாபில் அமைதியான சூழல் நிலவுவதை உணர்ந்துகொண்ட ஆர்எஸ்எஸ், தனது சீக்கிய அணியின் மூலமாக புதிய முயற்சிகளைத் துவங்க முடிவுசெய்தது. அதே ஆண்டில் ஆர்எஸ்எஸ்-இன் அகில இந்திய நிர்வாகக்குழு கூட்டம் நடைபெற்றது. சீக்கியர்களின் புனித நூலான குரு கிரந்த சாகிப் எழுதிமுடிக்கப்பட்ட நானூறாவது ஆண்டு நிறைவையொட்டி நடைபெறப்போகும் கொண்டாட்டங்களில்

ஆர்எஸ்எஸ் தொண்டர்களும் ஆதரவாளர்களும் பெருமளவில் கலந்துகொள்ளவேண்டும் என்றும் ஆர்எஸ்எஸ் தீர்மானம் நிறைவேற்றியது. குரு கிரந்த சாகிப்பை, தங்கக்கோவில் என்றழைக்கப்படும் ஹர்மிந்தர் சாகிப்பில் நிறுவுவதற்கும் ஆர்எஸ்எஸ் தொண்டர்கள் ஆதரவளிக்கவேண்டும் என்றும் அத்தீர்மானம் கேட்டுக்கொண்டது.

ஆர்எஸ்எஸ்-இன் தீர்மானத்தையடுத்து, 'சர்ப சஞ்சி குர்பானி யாத்திரை' என்கிற பெயரில் நாடுதழுவிய ஒரு யாத்திரைக்கு மிகவிரிவான வரைவுத்திட்டத்தினை இராஷ்ட்ரிய சீக் சங்கத் தயாரித்தது. 2004 ஆகஸ்ட் 1ஆம் தேதியன்று துவங்கி, குரு கிரந்த சாகிப்பில் குறிப்பிடப்பட்டிருக்கிற அனைத்து குருக்களின் பிறப்பிடங்கள் வழியாகவும் யாத்திரை செல்வதற்கு திட்டமிடப்பட்டிருந்தது. சீக்கிய மதக்குருக்கள் மட்டுமல்லாமல், மேற்குவங்கத்தின் ஜெயதேவ்; மகாராஷ்டிராவின் நமதேவ், திரிலோச்சன் மற்றும் பரமனந்த்; இராஜஸ்தானின் பிப்பா மற்றும் தன்னா; மத்தியபிரதேசத்தின் பகத் செயின்; உத்திரப்பிரதேசத்தின் காபிர், சூர்தாஸ், இரவிதாஸ் மற்றும் இரமானந்த்; பீகாரின் பகத் பேனி; பஞ்சாபின் ஷேக் பரித்; சிந்து மாகாணத்தின் பகத் சாதனா மற்றும் பல்வேறு குருக்களின் பிறப்பிடங்களின் வழியாக யாத்திரை செல்வதற்கு தீர்மானிக்கப்பட்டிருந்தது. ஒரு மாதகால பயணத்திற்குப் பிறகு 2004 செப்டம்பர் 1ஆம் தேதி அம்ரிட்சரில் யாத்திரை முடிவுறுவதாகத் திட்டமிடப்பட்டு இருந்தது.

> *'சர்ப சஞ்சி குர்பானி யாத்திரைக்கான வரைபடத்துடன் கூடிய விரிவான நிகழ்ச்சிநிரலை (2004) மார்ச் மாதத்தில் அகால் தக்திடம் கொடுத்து அனுமதி கேட்டிருந்தோம்.'*

என்கிறார் இரகுபிர் சிங். யாத்திரை துவங்குவதற்கு சரியாக ஒருவாரத்திற்கு முன்னர் (23 ஜுலை 2004), இராஷ்ட்ரிய சீக் சங்கத்தை சீக்கிய மதத்திற்கு எதிரான இயக்கம் என்றும் சீக்கியவிரோத நடவடிக்கைகளுக்கான ஆதரவை அதிகரிக்கவே சீக்கியர்களை தவறாகவழிநடத்தும் இயக்கம் அதுவென்றும் சீக்கிய மதத்தின் உயர் அதிகார பீடமான அகால் தக்த் ஒரு ஆணையைப் பிறப்பித்தது. சீக்கிய மதத்தினரும் சீக்கிய மத அமைப்புகளும் ஆர்எஸ்எஸ்-இன் சீக்கியப்பிரிவுக்கு எந்த உதவியையும் செய்யக்கூடாது என்றும் அவ்வாணையின் மூலமாக கேட்டுக்கொள்ளப்பட்டனர். பட்னா சாகிப்பின் குருவான இக்பால் சிங், ஸ்ரீ கேஷ்கர் சாகிப்பின் குருவான தர்லோச்சன் சிங், தர்பார் சாகிப்பின் குருவான கிரந்தி கியானி குர்பஜன் சிங், அகல் தக்த்தின் குருவான ஜோகிந்தர் சிங் வேதாந்தி மற்றும் தம்தமா

சாகிப்பின் குருவான பல்வந்த் சிங் ஆகியோர் அவ்வாணையில் கையெழுத்திட்டிருந்தனர்.

அகால் தக்தால் பிறப்பிக்கப்பட்ட ஆணை மிகவும் வலிமையானதாக இருந்தமையால், யாத்திரை நடத்துகிற எண்ணத்தைக் கைவிடவும், சீக்கிய மக்களின் உணர்வுகளைப் புண்படுத்திய இலக்கியப்பிரதிகளைத் திரும்பப்பெறவும் இராஷ்ட்ரிய சீக் சங்கத்திற்கு கடுமையான அழுத்தம்கொடுக்கும் விதமாகவும் அவ்வாணை அமைந்தது. அகால் தக்த்தின் அறிக்கை வெளியானதுமே, யாத்திரையை நிறுத்தியதோடல்லாமல், சீக்கிய மக்களின் உணர்வுகளைப் புண்படுத்திய 'இராஷ்ட்ரிய சீக் சங்கத்தின் பெயரில் வெளியான' துண்டுபிரசுரங்களையும் இலக்கியப்பிரதிகளையும் வன்மையாகக் கண்டிப்பதாகவும் ஆர்எஸ்எஸ்-இன் சீக்கியப்பிரிவு அறிக்கை வெளியிட்டது. இராஷ்ட்ரிய சீக் சங்கத்தின் அகில இந்தியத் தலைவரான குர்பச்சன் சிங் கில், பஞ்சாப் மாநிலத் தலைவரான ருல்டா சிங் மற்றும் அம்மாநில பொதுச் செயலாளரான இரகுபிர் சிங் ஆகியோர் அவ்வறிக்கையில் கையெழுத்திட்டிருந்தனர்.

அதே ஆண்டின் இறுதியில் (நவம்பர் 2004), பஞ்சாபில் கிடைத்திருக்கும் அனுபவங்கள் குறித்து விவாதிக்கவும், எதிர்காலத்திற்கான செயல்திட்டத்தை வடிவமைக்கவும் டெல்லியில் ஒரு கூட்டத்தினை இராஷ்ட்ரிய சீக் சங்கத் நடத்தியது.

> 'முன்னெப்போதும் இல்லாத அளவிற்கான முன்னேற்பாடுகளை செய்திருந்தபோதும், சர்வ சஞ்சி குர்பானி யாத்திரையை இராஷ்ட்ரிய சீக் சங்கத்தால் நடத்தமுடியாமல் போய்விட்டதே என்கிற கனத்த மனதுடனேயே கூட்டத்தில் பங்கேற்றவர்கள் விவாதித்தனர்'.[24]

அக்கூட்டத்தில், பதினெட்டு மாநிலங்களிலிருந்து முப்பத்தியோரு பொறுப்பாளர்கள் பங்கேற்றிருந்தனர். யாத்திரையை நிறுத்தவேண்டிய சூழல் ஏற்பட்டதற்கு யாரும் வருந்தவேண்டாம் என்றும், பஞ்சாப் தவிர்த்த மற்ற மாநிலங்களில் நிகழ்ச்சிகளை ஏற்பாடு செய்யுமாறும் அவர்கள் கேட்டுக்கொள்ளப்பட்டனர். அதிலும் குறிப்பாக குரு கிரந்த சாகிப்பிற்கு பங்களித்த குருக்களின் பிறப்பிடங்களில் கவனம் செலுத்தி நிகழ்ச்சிகளை நடத்தவும் வலியுறுத்தப்பட்டனர்.

அகால் தக்த்துடன் மோதல்போக்கைத் தவிர்ப்பதற்காகவே, சிறிதுகாலத்திற்கு சீக் சங்கத் அமைதியாகவே இருந்தது. அதனால் தற்காலிகமாக அப்பிரச்சனை தீர்க்கப்பட்டதுபோன்ற தோற்றம்

உருவாக்கப்பட்டது. அக்காலகட்டத்தில், அயல்நாடுகளில் வாழும் சீக்கிய கடும்போக்காளர்களை சந்திப்பதை மட்டுமே சீக் சங்கத்தின் பஞ்சாப் தலைவரான ருல்டா சிங் செய்துவந்தார். அதைத்தவிர பஞ்சாபில் தனது செயல்பாடுகள் அனைத்தையும் சீக் சங்கத் நிறுத்திவைத்திருந்தது. ஆனால் அதற்காக பஞ்சாபில் தன்னுடைய செயல்பாடுகளை முற்றுமுழுதாக கைவிட்டதாகக் கருதிவிடக்கூடாது. அடுத்த இரண்டாண்டுகள் புதிதாக வேறெந்த சர்ச்சையிலும் சிக்காமல் இருந்தது அவ்வியக்கம். ஆனால், அகால் தக்த் பீடத்தின் குருவான ஜோகிந்தர் சிங் வேதாந்தியின் அனுமதியைப் பெற்றபின்னர்தான் (2004இல்) சர்வ சஞ்சி குர்பானி யாத்திரையை நடத்தத் திட்டமிட்டதாகவும், அயல்நாடு சுற்றுப்பயணத்தை முடித்துக்கொண்டு திரும்பியதும் அவரே யாத்திரைக்கு எதிர்ப்பு தெரிவித்ததாகவும் இராஷ்ட்ரிய சீக் சங்கத்தின் அகில இந்தியத் தலைவரான குர்சரண் சிங் கில் 2006இல் பேசி மீண்டும் சர்ச்சையை உருவாக்கினார்.[25]

அகால் தக்த்தின் ஜதேதார் (குரு) எடுக்கும் முடிவுகளைத் தீர்மானிப்பது அயல்நாடுகளில் வாழும் சீக்கிய கடும்போக்காளர்கள்தான் என்று இராஷ்ட்ரிய சீக் சங்கத் வெளிப்படையாகப் பேசியது அதுவே முதல்முறை. சீக் சங்கத்தின் நடவடிக்கைகளை அவர்களும் முனைப்பாக கவனித்துவந்திருக்கின்றனர் என்பதன் அறிகுறியாகவும் இதனைப் பார்க்கலாம். இவையெல்லாம் சேர்ந்தே, இராஷ்ட்ரிய சீக் சங்கத்திற்கும், அகால் தக்த் மற்றும் சீக்கிய கடும்போக்காளர்களுக்கும் இடையிலான உறவை மோசமடையச் செய்தன.

அதன்பிறகு வாய்த்தகறாறு தொடர்ந்ததையடுத்து, பஞ்சாபில் தனது செயல்பாடுகளை சீக் சங்கத் நிறுத்தி வைத்தது. இராஜஸ்தான், ஜம்மு-காஷ்மீர், ஹரியானா, டெல்லி, உத்தரகாண்ட், உத்திரப்பிரதேசம், சத்தீஸ்கர், மத்தியப்பிரதேசம் மற்றும் பஞ்சாபைத்தவிர சீக்கிய மக்கள் வாழும் இன்னபிற மாநிலங்களில் இராஷ்ட்ரிய சீக் சங்கத் கவனம் செலுத்தத் துவங்கியது.

ஆகவேதான், 2009இல் சீக் சங்கத்தின் தலைவர் ருல்டா சிங் சுட்டுக்கொல்லப்பட்டபோது, சீக்கிய மதத்தை விழுங்கமுயற்சிக்கும் ஆர்எஸ்எஸ் இயக்கத்தை எதிர்க்கிறவர்கள் தான் அதனைச் செய்திருக்கவேண்டும் என்பதே நம்பமுடியாததாக இருக்கவில்லை. ருல்டா சிங்கின் கொலைக்கு *பப்பர் கல்சா* என்கிற அமைப்பு பொறுப்பேற்பதற்கு முன்னரே, ருல்டா சிங்கையும் அவரது செயல்பாடுகளையும் அறிந்தவர்கள் அதனை யூகித்திருந்தனர்.

பிரிட்டன் மற்றும் இதர அயல்நாடுகளுக்கு அவ்வப்போது ருல்டா சிங் பயணம் மேற்கொள்வதும், அங்குவாழும் சீக்கிய கடும்போக்காளர்களை சந்திப்பதும் மட்டுமே பஞ்சாப் மாநில ஊடகங்களில் இராஷ்ட்ரிய சீக் சங்கத் குறித்து வெளியாகும் செய்திகளாக இருந்தன. அதனால் சீக் சங்கத்தின் பஞ்சாப் கிளையைப் பொருத்தவரையில் ருல்டா சிங்தான் ஒரே பிரபலமான முகமாக இருந்துவந்தார். ருல்டா சிங்தான் கொலையாளிகளின் அன்றைய இலக்கு என்றும், அதன்மூலம் ஆர்எஸ்எஸ் மற்றும் இராஷ்ட்ரிய சீக் சங்கத் இயக்கங்களுக்கு மறைமுகமான எச்சரிக்கை விடுப்பதே கொலையாளிகளின் நோக்கமாகவும் இருந்திருக்கிறது.

## V

ருல்டா சிங்கை கொலைசெய்யக் கட்டளையிட்டதும், கொலையைச் செய்ததும் யாரென்று நமக்குத் தெரியாது. கொலை தொடர்பாக ஒரு சிலர் கைதுசெய்யப்பட்டனர் என்றாலும், பின்னர் விடுவிக்கப்பட்டனர். ருல்டா சிங் எதற்காகக் கொலைசெய்யப்பட்டார் என்பதையும் இன்றுவரையில் எவரும் கண்டுபிடிக்கவுமில்லை. நாம் ஒருசில ஊகங்களைத்தான் மேற்கொள்ளமுடியும். ‘நாங்கள்தான் அக்கொலையைச் செய்தோம்’ என்று பப்பர் கல்சா இயக்கம் உரிமை கோரியதையும்கூட உறுதிசெய்ய முடியாததாகத்தான் இருக்கிறது. சீக் சங்கத் இயக்கத்திற்கு அச்சத்தை உருவாக்கியதோடு, பஞ்சாபில் அமைதிகாக்கவேண்டிய கட்டாயத்திற்கும் அவ்வியக்கம் தள்ளப்பட்டது. அதன் உறுப்பினர்கள் மற்றும் பொறுப்பாளர்கள் குறைந்தபட்சம் சிலகாலமாவது பயத்திலேயே வாழவேண்டிய சூழலுக்கும் தள்ளப்பட்டனர்.

> *‘பஞ்சாபில் செயல்படமுடியாத நிலையில் இருக்கிறோம் என்பதை உணர்ந்துகொண்டோம். நாங்கள் இராஷ்ட்ரிய ஸ்வயம்சேவக் இயக்கத்தைப் (ஆர்எஸ்எஸ்) போலல்ல என்று மக்களிடம் சொல்வது மட்டுமே இதிலிருந்து மீள்வதற்கான ஒரேவழியாக இருந்தது. ஆனால் எங்களது இயக்கத்தின் பெயர்ச்சுருக்கமும் ஆர்எஸ்எஸ் (இராஷ்ட்ரிய சீக் சங்கத்) என்றே வருவதால், எங்களால் அதனைச்செய்யவே முடியவில்லை. ஆர்எஸ்எஸ் என்கிற பெயரைக் கேட்டாலே, நாங்கள் யாரென்று தெரியாமலேயே எங்களது பின்னணியைப் புரிந்துகொண்டனர். ருல்டா சிங்கின் கொலைக்கு இரண்டாண்டுகளுக்குப்பின்னர், இராஷ்ட்ரிய சீக் சங்கத்*

*என்கிற எங்களது இயக்கத்தின் பெயரை சிரோமனி சீக் சங்கத் என மாற்றிவிடலாமா என்றும் டெல்லியில் நடந்த பொறுப்பாளர்களின் கூட்டத்தில் விவாதித்தோம். ஆனால் கருத்தொற்றுமை ஏற்படாமையால், இயக்கத்தின் பெயர் மாறாமலே தொடர்கிறது'*

என்று நினைவுகூர்கிறார் இரகுபிர் சிங். அக்கூட்டத்தில் பஞ்சாபின் பிரதிநிதியாக அவர் கலந்துகொண்டிருந்தார்.

ருல்டா சிங்கின் கொலையினால் சீக் சங்கத்தின் உறுப்பினர்கள் ஆழமான பாதிப்பிற்குள்ளாகினர். 2014 மே மாதம் மத்தியில் பாஜக அரசு உருவான பின்னர்தான், சீக் சங்கத்தின் உறுப்பினர்களுடைய அச்சம் குறையத் துவங்கியது. பஞ்சாபில் பெரும்செல்வாக்கு மிக்க இராதா சோமி தேரா உள்ளிட்ட பல்வேறு ஆன்மீக மத நிறுவனங்களின் தலைவர்களுடன் ஆர்எஸ்எஸ் தலைவர் மோகன் பகவத் நடத்திய இரகசிய தொடர்சந்திப்புகளின் மூலம் சீக் சங்கத்தின் பணிகள் மீண்டும் முடுக்கிவிடப்பட்டன.[26] அதனைத்தொடர்ந்து, பஞ்சாபின் மால்வா பகுதியில் ஆர்எஸ்எஸ் செயல்பாட்டாளர்களினால் அணிவகுப்புகள் நடத்தப்படுவதாகவும், அவற்றில் துப்பாக்கிகள் உள்ளிட்ட ஆயுதங்களை வெளிப்படையாகவே எடுத்துச்சென்றதாகவும் செய்திகள் வந்திருக்கின்றன.[27]

அதற்கு அகால் தக்த் விரைந்து பதிலடி கொடுத்தது. 2014 நவம்பர் 18ஆம் தேதியன்று அகால் தக்த்தின் தலைவரான கியானி குர்பச்சன் சிங்கின் தலைமையில் சீக்கிய குருக்களின் சந்திப்பு நடைபெற்றது.[28] பஞ்சாபில் (குறிப்பாக கிராமப்புற பகுதிகளில்) ஆர்எஸ்எஸ்-இன் செயல்பாடுகள் அதிகரித்திருப்பதை சுட்டிக்காட்டி அக்கூட்டத்தில் எச்சரிக்கைவிடப்பட்டது. 2014 ஆகஸ்ட் மாதத்தில் இராஷ்ட்ரிய சீக் சங்கத்தின் நிகழ்ச்சியொன்றில் மோகன் பகவத்துடன் ஒரே மேடையில் சீக்கிய மதபீடங்களில் ஒன்றான பாட்னா சாகிப்பின் தலைவர் கியானி இக்பால் சிங் பங்கேற்றிருந்தார். அகால் தக்த் கூட்டத்தில் எழுப்பப்பட்ட எச்சரிக்கையின் காரணமாகவே, பாட்னா சாகிப் தலைவரின் மீது மத மற்றும் சமூகப் புறக்கணிப்பை மற்றனைத்து சீக்கிய மதநிறுவனங்களும் அறிவிக்கும் நிலைக்கு சென்றன.

இம்முறை மதவெளியைத் தாண்டியும் எதிரொலித்த மோதலாக மாறியது. பாஜகவுடன் கூட்டணி வைத்த சிரோமனி அகாலிதளக் கட்சியையும், பஞ்சாப் மாநில முதல்வராக இருந்த பிராகஷ் சிங் பாதலையுமே (சீக்கிய) கடும்போக்காளர்களின் குழுக்கள் குற்றஞ் சாட்டின. முதலில் ஆர்எஸ்எஸ் இயக்கத்தை மாநிலத்தின் உள்ளே

அனுமதித்துவிட்டு, அதன் பின்னர் அகால்தக்த்தைக் கொண்டு அதே சங்பரிவார செயல்பாடுகளுக்கு எச்சரிக்கையும் விடுத்ததை அக்குழுக்கள் கடுமையாகச் சாடின.

'ஆர்எஸ்எஸ் இயக்கத்தை பஞ்சாபிற்குள் கொண்டுவந்தது யார்? பாதல்தான். (சீக்கிய மதத்தின் தலைமைப் பீடமான) அகால் தக்தை கட்டுப்பாட்டில் வைத்திருப்பது யார்? பாதல் தான். பஞ்சாபை சீரழித்தது யார்? பாதல் தான். ஆர்எஸ்எஸ் இயக்கத்திற்கு எதிராகப் போலியானதொரு சண்டையைப் போட்டுக்கொண்டிருக்கிறார் பாதல். இருவருமே பஞ்சாபிற்கு கேடு விளைவிப்பவர்கள். எனவே இருவருமே வெளியேற வேண்டும்.'[29]

என்கிறார் பாய் மொக்கம் சிங். அவர், சீக்கிய கடும்போக்காளர்களின் குழுக்களை ஒருங்கிணைத்து புதிதாக உருவாக்கப்பட்ட ஐக்கிய அகாலி தளம் என்கிற அரசியல் அமைப்பின் ஒருங்கிணைப்பாளராக இருக்கிறார்.

அரசியலோடு மதத்தை கலக்கிறபடியால், தனியான சீக்கிய மத அடையாளத்திற்காக உறுதியோடு நிற்கிறவர்களுக்கும், சீக்கியமும் இந்துமதத்தின் அங்கமே என்கிற இராஷ்ட்ரிய சீக் சங்கத் மற்றும் ஆர்எஸ்எஸ் வகையறாக்களின் வாதத்தில் வீழ்ந்துவிடுகிறவர்களுக்கும் நடுவிலே பஞ்சாப் மக்கள் சிக்கித் தவிக்கின்றனர்.

★ ★ ★

# நன்றி

நாடு முழுவதிலுமிருந்து அற்புதமான பல மனிதர்களோடு இணைந்து பணியாற்றும் வாய்ப்பினை இந்நூல் எனக்கு வழங்கியது. தகவல்களைப் பெறுவதற்கு சிலர் உதவினர்; ஆய்வின்போதும் நூலினை எழுதும்போதும் நான் சந்தித்த அச்சுறுத்தல்களையும் சவால்களையும் எதிர்கொள்வதற்கு வேறு சிலர் உதவினர். அவர்கள் அனைவருக்கும் என்னுடைய நன்றியை தெரிவித்துக்கொள்கிறேன். இராஜீவ் சிங் ரந்தவா, சுரேந்தர் சிங் கர்யாலா, எஸ்.எம்.முஷ்ரிஃப், ஸ்ரீமந்த் கோகடே, ஹேமந்த குல்கர்னி, சந்தியா நரே பவார், ராகுல் தோரட், ஸ்டான்லி பின்டோ, தோழர் முனீர், நரேந்திர நாயக், ஆஷா நாயக், வர்தேஷ் ஹிரேகங்கே, பானி ராஜ், ஜி.இராஜசேகர் சோம்நாத், மருத்துவர் கே.டி.இராம்மோகன், பரமேஸ்வரன், மருத்துவர் ஆசிஸ் அகமது, மனோஜ் குமார், பர்வேஸ் பர்வாஸ், (மறைந்த) அனில் சர்மா, சஞ்சய் கே.ஜா, இரஞ்சன் தாக்ரே, ஷெரின் வர்கீஸ், ஜிதேந்திர அபர், திக்விஜய சிங், சுரேஷ் பதேவ்ரா, சுபாஷ் கத்தாடே, டி.உமாபதி, டி.வி.ஜெயன், நிஹாரிகா திவாரி, பிரசூன் குமார் திவாரி, சௌரப் லோத்லிகர், தர்மானந்த் காமத் மற்றும் எனது பதிப்பாசிரியர் ஆர்.சிவப்பிரியா ஆகியோருக்கும் எனது நெஞ்சார்ந்த நன்றிகள்.

தங்களுடைய பெயர்களைக் குறிப்பிடாமலும் நன்றிகூட சொல்லவேண்டாமென்று கேட்டுக்கொண்டு, எழுதுவதற்காக நான் தேர்ந்தெடுத்த இயக்கங்கள் குறித்த தகவல்களை எனக்களித்து உதவியவர்களுக்கும் என்னுடைய நன்றிகளைத் தெரிவித்துக்கொள்கிறேன். நான் நன்றி தெரிவிப்பதால் எவ்வித அச்சுறுத்தலும் ஏற்படாத காலம் வெகுவிரைவில் வரமேண்டுமென்றும், அப்போது அச்சாகும் நூலில் அவர்களுக்கு நன்றி தெரிவிக்கவேண்டுமென்ற ஆவலிலும் இருக்கிறேன். நான் யாரைக் குறிப்பிடுகிறேன் என்பதை அவர்கள் அறிவார்கள். அவர்களுக்கு நன்றிசொல்ல நான் கடமைப்பட்டிருக்கிறேன்.

# குறிப்புகள்

## 1. சனாதன் சன்ஸ்த்தா

1. Basant Bhatt, priest at the Ramnath Temple; interview done at Ramnathi village, Ponda, Goa, on 28 November 2015.
2. Sheker Naik, former sarpanch of Bandora Panchayat, Ponda, Goa; interview done on 29 February 2016.
3. *Indian Express*, 17 September 2015.
4. Saurabh Lotlikar, social activist; interview done at Ramnathi village, Ponda, Goa, on 28 November 2015.
5. http://www.ndtv.com/mumbai-news/thane-blasts-convictsget-10-years-in-jail-466099
6. *Mumbai Mirror*, 27 September 2015.
7. Deed of the Trust of Sanatan Bharatiya Sanskruti Sanstha, registered under the Bombay Public Trust Act, 1950.
8. *Sanatan Prabhat*, 27 July 2007.
9. 'From the fringes to the forefront', *Hindustan Times*, 26 October 2015.
10. 'From golden hair to pink toilet brush, Sanstha lists chief's divine changes', *Indian Express*, 21 September 2015.
11. Ibid.
12. Ibid.
13. Rahul Thorat, managing editor of MANS newsletter *Andhashraddha Nirmoolan Vartapatra*; interview done at Sangli, Maharashtra, on 26 November 2015.
14. Govind Pansare, 'What should be the approach of revolutionaries to religion' (English translation from Marathi by Dr Uday Narkar), in *The Republic of Reason: Words They Could Not Kill*, Sahmat, New Delhi, 2015.
15. Megha Pansare, 'Tribute', in *The Republic of Reason: Words They Could Not Kill*, Sahmat, New Delhi, 2015.
16. 'MM Kalburgi killing: The silencing of the reason?', *Indian Express*, 31 August 2015.
17. *Daily News & Analysis*, 29 February 2016.

18. 'Sanatan Sanstha Top Boss, His No 2 Questioned by CBI', *Mumbai Mirror*, 25 February 2016.
19. *Hindustan Times*, New Delhi, 26 October 2015, p.13.
20. 'For Sanatan Sanstha, defamation is a tool to weigh down opponents', *Hindu*, 27 September 2015.
21. Ibid.
22. 'Local outfi t wants Sanatan Sanstha thrown out of the village', *Daily News & Analysis*, 1 October 2015.
23. Ibid.

## 2. இந்து யுவ வாகினியும்

1. Th e FIR was fi led at 5.25 p.m. on 10 February 1999 by Station House Officer B.K. Shrivastava, Kotwali Police Station, Maharajganj.
2. Dhirendra K. Jha, *Ayodhya: The Dark Night*, HarperCollins Publishers India, New Delhi, 2012, p. 31.
3. Justice Jeevan Lal Kapur, *Report of the Commission of Inquiry into Conspiracy to Murder Mahatma Gandhi*, Part I, p. 155, para 12B.10.
4. For details see Dhirendra K. Jha, *Ayodhya: The Dark Night*, HarperCollins Publishers India, New Delhi, 2012.
5. *The Statesman*, 13 June 1950.
6. Christophe Jaff relot, 'The other saff ron', *The Indian Express*, 6 October 2014.
7. Tanika Sarkar, 'Educating the children of the Hindu Rashtra', in Christophe Jaff relot (ed.), *The Sangh Parivar: A Reader*, Oxford University Press, New Delhi, 2005, p. 197.
8. Christophe Jaffrelot, 'The Other Saffron', *The Indian Express*, 6 October 2014.
9. *The Statesman*, 1 February 1989.
10. Atul Chaurasia, 'The Yogi and His Tricks', *Tehelka*, 30 September 2014.
11. Sunil Singh, Uttar Pradesh HYV president, interview done at Gorakhpur on 26 January 2016.
12. Ibid.
13. Manoj Kumar, senior journalist; interview done at Gorakhpur on 26 January 2016.
14. Atul Chaurasia, 'The Yogi and His Tricks', *Tehelka*, 30 September 2014.
15. *Press Trust of India*, 7 February 2007.
16. *Hindu*, 13 March 2007.

17. *Indian Express,* 9 February 2014.
18. Dhirendra K. Jha, 'Ayodhya Shining', *Open,* 20 January 2014.
19. Ibid.
20. Talat Aziz, Congress party leader; interview done at Gorakhpur on 25 January 2016.
21. Parvez Parwaz; interview done at Gorakhpur on 25 January 2016.
22. The FIR was filed on 2 November 2008 at Cantt Police Station, Gorakhpur.
23. Maulshree Seth, 'On Yogi govt table, file on Yogi hate speech', *Indian Express,* 23 March 2017.

### 3. பஜ்ரங்தளம்

1. Sharan Pampwell, state convener of the Bajrang Dal in Karnataka; interview done at Mangalore on 30 November 2015.
2. The name of the businessman who owns a shop in the City Centre mall (Mangalore) is not being cited because he preferred to remain anonymous while being interviewed on 1 December 2015.
3. Yug al Kishore Sharan Shastri, former convener of the VHP's Faizabad unit; interview done at Ayodhya, Faizabad, on 24 January 2016.
4. Peter van der Veer, *God Must be Liberated!, Modern Asian Studies,* 21, 2 (1987), p. 291.
5. Ibid. p. 298.
6. A.G. Noorani, *The RSS and the BJP: A Division of Labour,* LeftWord Books, New Delhi, 2000, p. 71.
7. Ibid. p. 71.
8. Thomas Blom Hansen, *The Saffron Wave,* Oxford University Press, New Delhi, 1999, p. 165.
9. Neeladri Bhattacharya (ed.), *Khaki Shorts and Saffron Flags,* Orient Longman Ltd, Hyderabad, 1993, p. 68.
10. Noorani, p. 77.
11. Pralay Kanungo, *RSS's Tryst with Politics,* Manohar, Delhi, 2002, p. 212.
12. Christophe Jaffrelot, 'Dal vs State', *Indian Express,* 3 September 2015.
13. Ibid.
14. Paul R. Brass, *Theft of an Idol,* Princeton University Press, 1997, p. 17.

15. Christophe Jaffrelot, *The Hindu Nationalist Movement and Indian Politics*, C. Hurst & Company, London, 1996, pp. 430-31.
16. Ibid.
17. Ibid.
18. http://vhp.org/vhp-glance/youth/dim1-bajrang-dal/
19. 'Loonies at Large', *India Today*, 8 February 1999.
20. See, for instance, 'Genocide in the land of Gandhi', *Hindu*, 10 March 2002; 'Godhra Victims, VHP Angry with Narendra Modi, *Hindustan Times*, 21 February 2011; 'Violence in Vadodara: A report', International Initiative for Justice, 26 June 2002, p. 10; Kavita Panjabi, Krishna Bandopadhyay & Bolan Gangopadhyay, 'The next generation: In the wake of the genocide (A report on the impact of the Gujarat pogrom on children and the young), Human Rights Watch, July 2002, p. 44.
21. After killing them, I felt like Maharana Pratap', *Tehelka*, 3 November 2007.
22. Ibid.
23. Ibid.
24. Christophe Jaffrelot, 'Dal vs State', *Indian Express*, 3 September 2015.
25. Dionne Bunsha, 'Organised Intolerance', *Frontline*, 13–26 March 2004.
26. Ibid.
27. 'A Call to Arms', *Outlook*, 15 September 2008.
28. Ibid.
29. *Indian Express*, Lucknow, 28 August 2008.
30. Ibid.
31. 'Ban against Bajrang Dal can't be sustained: NSA', *Press Trust of India*, 12 October 2008.
32. Ibid.
33. Christophe Jaffrelot, 'Dal vs State', *Indian Express*, 3 September 2015.
34. See, for instance, 'Muslims who converted will get ration cards, says Bajrang Dal', IndiaToday.in, 9 December 2014; 'We were misled into conversion in a Bajrang Dal exercise: Muslim families', *Indian Express*, 10 December 2014.
35. 'Bajrang Dal activists tonsure, parade man for conversion bid', *Indian Express*, 31 January 2016.
36. 'Bajrang Dal seeks complete beef ban, death penalty for defying', *Business Standard*, 21 September 2015.

37. 'VHP, Bajrang Dal offer to arrange lawyer for Dadri lynching accused', *Times of India*, 12 October 2015.
38. 'Beef row: Held Kashmiri students to save them from Bajrang Dal, says police', *Indian Express*, 18 March 2016.

## 4. ஸ்ரீராம் சேனா

1. Pramod Muthalik, president of Sri Ram Sene; interview done at Hubli, Karnataka, on 29 November 2015.
2. *Indian Express*, 24 March 2014.
3. *Indian Express*, 25 March 2014.
4. Praveen Walke, state general secretary of Sri Ram Sene; interview done at Mangalore, Karnataka, on 30 November 2015.
5. *Deccan Herald*, 15 September 2008.
6. *Times of India*, 27 January 2009.
7. 'Mangalore pub row: Sri Ram Sene men get bail', IBNLive.com, 31 January 2009.
8. 'Pink chaddi campaign a perverted act: Muthalik', Rediff.com, 22 February 2009.
9. *Tehelka*, 22 May 2010.
10. Sudipto Mondal, 'The rise and rise of a Hindutva hitman', *Hindu*, 31 July 2012.
11. Ibid.
12. Ibid.
13. 'Communal policing by Hindutva outfits', People's Union for Civil Liberties and Forum against Atrocities on Women, Mangalore, September 2012.
14. Ibid.

## 5. இந்து ஐக்கியவேதி

1. Sasikala Teacher, president of Hindu Aikya Vedi; interview done at Kaledi near Kochi on 4 December 2015.
2. https://youtu.be/E2wILWpuHeM
3. https://youtu.be/wk1bO3gM_bs
4. Sumit Sarkar, *Modern India: 1885–1947*, Macmillan India Ltd., Madras–Bombay–Delhi–Patna, 1983, p. 217.

5. Kummanam Rajashekharan, general secretary of the HAV; interview done at Kochi on 4 December 2015.
6. 'Marad Shocks', *Frontline*, 7–20 October 2006.
7. Ibid.
8. M. Radhakrishnan, former secretary (organization) of the HAV; interview done at Kochi on 4 December 2015.
9. 'They manage the wealth of the gods', *Times of India*, Calicut, 4 September 2012.
10. *Times of India*, 5 June 2015, Kochi edition. http:// timesofindia.indiatimes.com/ city/kochi/No-permissionfor-RSS-to-conduct-shakha-in-temple-Kerala-HC-told/articleshow/47558696.cms
11. Robert L. Hardgrave, Jr., 'Caste, class and politics in Kerala,' *Political Science Review* (University of Rajasthan), Vol. 3, No.1, pp. 120-6.
12. Dr K.T. Rammohan, 'Caste and landlessness in Kerala: Signals from Chingara', *Economic and Political Weekly*, 13 September 2008, pp. 14-16.
13. Ibid.
14. Professor V. Karthikeyan Nair, faculty member of the CPI(M)'s EMS Academy; interview done at Th iruvananthapuram on 6 December 2015.
15. Robert L. Hardgrave, Jr., 'Caste in Kerala: A preface to the elections,' *Economic and Political Weekly*, 21 November 1964, pp. 1841–1847.
16. Ibid.
17. Ibid.
18. Ibid.
19. 'Krishna, Krishna! Hurry, Hurry! Chant Marxists', *Pioneer*, 6 September 2015.
20. T.G. Jacob, 'Marxist Party and Communalism' (translated from Malayalam), *Jayakeralam*, January–March 1989, pp. 41–2.
21. Ibid.

## 6. அபினவ் பாரத்

1. Satyeki Savarkar, son of Himani Savarkar; interview done at Pune on 24 November 2015.
2. Justice Jeevan Lal Kapur, 'Report of the Commission of Inquiry into Conspiracy to Murder Mahatma Gandhi', Part 1, New Delhi, 1970, p. 303, para 25.106.
3. http://www.rediff.com/election/2004/oct/06inter.htm

4. 'If we can have bullet for bullet, why not blast for blast?', *Outlook*, 17 November 2008.

5. Verinder Grover (ed.), V.D. Savarkar, Deep & Deep Publications, New Delhi, 1993, p. 428.

6. 'If we can have bullet for bullet, why not blast for blast?', *Outlook*, 17 November 2008.

7. Christophe Jaffrelot, 'Abhinav Bharat, the Malegaon Blast and Hindu Nationalism: Resisting and Emulating Islamic Terrorism', *Economic and Political Weekly*, 4 September 2010, p. 52.

8. Ibid.

9. Ibid.

10. Milind Joshirao, spokesperson of Abhinav Bharat; interview done at New Delhi on 18 January 2016.

11. 'Savarkar denies knowledge of plot, refutes charge sheet', *Indian Express*, 23 January 2009.

12. 'Linking AB with Pune blasts highly objectionable: Savarkar', *Indian Express*, 23 February 2010.

13. Charge sheet of Malegaon 2008 blast case, ATS Maharashtra C.R. No. 18/2008, p. 65.

14. Ibid.

15. Ibid.

16. Ibid., p. 66.

17. For details see the confession of Aseemanand, http://www.tehelka.com/2011/01/in-the-words-of-a-zealot/

18. 'The meaning very clearly was, don't get us favourable orders', *Indian Express*, 25 June 2015.

19. 'The importance of being Rohini Salian', *Sunday Express*, 28 June 2015.

20. Charge sheet of Malegaon 2008 blast case, ATS Maharashtra C.R. No. 18/2008, Transcript, pp. 61–72.

21. Ibid., p. 82.

22. Ibid., pp. 88–89.

23. Ibid., p. 90.

24. Charge sheet of Malegaon 2008 blast case, ATS Maharashtra C.R. No. 18/2008, p. 66.

25. Ibid., p. 67.

26. Ibid., p. 68.

27. 'Businessmen under ATS scanner', *Hindustan Times*, 25 November 2008.
28. 'Abhinav Bharat treasurer may have received hawala money', *Times of India*, 10 November 2008.
29. 'Mutalik used Abhinav Bharat funds for business', *Times of India*, 4 February 2011.
30. Ibid.
31. 'Sangh distances itself from Malegaon episode', *Times of India*, 8 November 2008.
32. Christophe Jaffrelot, 'Abhinav Bharat, the Malegaon Blast and Hindu Nationalism: Resisting and Emulating Islamic Terrorism', *Economic and Political Weekly*, 4 September 2010, p. 54.
33. Ibid.
34. 'I masterminded Malegaon blast: Lt Col', *Economic Times*, 7 November 2008.
35. Christophe Jaffrelot, 'Abhinav Bharat, the Malegaon blast and Hindu nationalism: Resisting and emulating Islamic terrorism', *Economic and Political Weekly*, 4 September 2010, p. 55.
36. Ibid.
37. *Indian Express*, 30 October 2008.

## 7. போன்சாலா இராணுவப்பள்ளி

1. Christophe Jaffrelot, 'Abhinav Bharat, the Malegaon blast and Hindu nationalism: Resisting and emulating Islamic terrorism', *Economic and Political Weekly*, 4 September 2010, p. 53.
2. 'Purohit's improbable path to becoming a terrorist', *Hindu*, 6 November 2008.
3. Christophe Jaffrelot, 'Abhinav Bharat, the Malegaon blast and Hindu nationalism: Resisting and emulating Islamic terrorism', *Economic and Political Weekly*, 4 September 2010, p. 53.
4. Saikat Datta, 'Godse's War', *Outlook*, 17 November 2008.
5. http://www.rediff.com/news/report/why-terror-probe-mustgo-beyond-lt-col-purohit/20120716.htm
6. Christophe Jaffrelot, 'Abhinav Bharat, the Malegaon blast and Hindu nationalism: Resisting and emulating Islamic terrorism', *Economic and Political Weekly*, 4 September 2010, p. 54.
7. Meena Menon, 'Nanded case: of the lost leads and shoddy investigations', *Hindu*, 3 November 2008.

8. Vaibhav Ganjapure, 'Bhonsala school denies training terror suspects', *Times of India*, 1 November 2008.
9. Ibid.
10. 'Swarajya' (Madras), 27 July 1926, in GOI, Home Department (Political), File No. 187/1926, National Archives of India, Delhi.
11. Ibid.
12. Marzia Casolari, 'Hindutva's foreign tie-up in the 1930s', *Economic and Political Weekly*, 22 January 2000, pp. 218, 219.
13. Nehru Memorial Museum and Library, Moonje Papers, Diary 1, Roll 1, pp. 225–227.
14. Ibid., pp. 229–231.
15. Marzia Casolari, 'Hindutva's foreign tie-up in the 1930s', *Economic and Political Weekly*, 22 January 2000, f.n. 6, p. 227.
16. Ibid.
17. Ibid., p. 221.
18. M.N. Ghatate, 'Dr B.S. Moonje – Tour of European Countries', in N.G. Dixit (ed.), *Dharmaveer Dr B.S. Moonje Commemoration Volume, Birth Centenary Celebration 1872–1972*, Centenary Celebration Committee, Nagpur, 1972, p. 69.
19. Nehru Memorial Museum and Library, Moonje Papers, Diary, pp. 23–25.
20. Ibid., pp. 47-48.
21. H.K. Joshi (Appaji), 'Dr Moonje: Th e Sculptor of Political Life in C.P. & Berar', in N.G. Dixit (ed), *Dharmaveer Dr BS Moonje Commemoration Volume, Birth Centenary Celebration 1872-1972*, Centenary Celebration Committee, Nagpur, 1972, p. 34.
22. N.G. Dixit (ed), *Dharmaveer Dr BS Moonje Commemoration Volume, Birth Centenary Celebration 1872-1972*, Centenary Celebration Committee, Nagpur, 1972, p. 7.
23. Pralaya Kanungo, 'RSS's Tryst With Politics', Manohar, Delhi, 2002, pp. 38-39.
24. Nehru Memorial Museum and Library, Moonje Papers, Diary, p. 55.
25. N.G. Dixit (ed), *Dharmaveer Dr BS Moonje Commemoration Volume, Birth Centenary Celebration 1872-1972*, Centenary Celebration Committee, Nagpur, 1972, p. 50.
26. Ibid., p. 60.
27. Pralaya Kanungo, 'RSS's Tryst With Politics', Manohar, Delhi, 2002, p. 51.

28. N.G. Dixit (ed), *Dharmaveer Dr BS Moonje Commemoration Volume, Birth Centenary Celebration 1872-1972*, Centenary Celebration Committee, Nagpur, 1972, p. 69.
29. Major (Retd) Prabhakar Balwant Kulkarni's interview was at Nashik on 21 November 2015.
30. Dr Vivek Raje, Associate Professor, Bhonsala Military College, Nashik; interview done at Nashik on 22 November 2015.

## 8. இராஷ்ட்ரிய சீக் சங்கத்

1. 'RSS leader Rulda Singh shot at in Patiala', *Tribune*, 30 July 2009.
2. 'Panjab Sikh Sangat leader Rulda Singh dead', *Tribune*, 16 August 2009.
3. Avinash Jaiswal, National General Secretary (Organization), Rashtriya Sikh Sangat; interview done in Delhi on 9 April 2016.
4. Dr Avtar Singh Shastri, National General Secretary of Rashtriya Sikh Sangat; interview done in Delhi on 9 April 2016.
5. 'BJP's NRI cell to help blacklisted Sikhs', *Times of India*, 18 January 2004.
6. Rajnish Sharma, 'Sikh riots: BJP names fi gure in records', *Hindustan Times*, 2 February 2002.
7. Ibid.
8. Ibid.
9. Ram Swarup, 'Hindu–Sikh Relationship', Voice of India, Delhi, 1985, p. 4.
10. Ibid.
11. Ibid., p. 5.
12. Ibid., p. 5.
13. Ibid., p. 8.
14. Ibid., p. 15.
15. Ibid., pp. 23–24.
16. Ibid., p. 24.
17. Constituent Assembly Debates, Vol. 10, p. 233. Also available on http://parliament of india.nic.in/ls/debates/vol10p7a.htm
18. *Rashtriya Sikh Sangat: An Introduction*, Ludhiana (undated), p. 3.
19. Rajesh Joshi, 'After A Pagan Slur', *Outlook*, 15 January 2001.
20. Ibid.

21. Ibid.
22. 'RSS is just like Aurangzeb', *Outlook*, 15 January 2001.
23. Raghubir Singh, former general secretary of the Rashtriya Sikh Sangat's Punjab unit; interview done at Amritsar on 30 March 2016.
24. The minutes of the Rashtriya Sikh Sangat's Delhi meeting in November 2004 were read out to me by Raghubir Singh, who as its Punjab unit's general secretary was one of the participants.
25. Varinder Walia, 'Yatra had approval of Takht chief: Sangat chief ', 26 July 2006, *Tribune*.
26. Ruchika M. Khanna, 'SAD afl utter as RSS spreads wings in Punjab', 12 November 2014, *Tribune*.
27. Sarabjit Pandher, 'Akal Takht sees red in RSS activities,' 19 November 2014, *Hindu*.
28. Ibid.
29. Bhai Mokham Singh, convener, United Akali Dal; interview done at Amritsar on 30 March 2016.